新 New

シャドーイング

Shadowing

日本語を話そう!

Ayo bicara bahasa Jepang!

พูดภาษาญี่ปุ่นกัน

Chúng ta cùng nói tiếng Nhật!

齊藤仁志・深澤道子・掃部知子・酒井理恵子・中村雅子・吉本恵子（著）

Indonesian, Thai, Vietnamese translations

インドネシア語・タイ語・ベトナム語 訳版

くろしお出版

はじめに

学習者のニーズは多様化し、「自分らしい日本語を使いたい」「日本語で等身大の自分を表現したい」という要求がますます強まっています。そういった学習者のニーズに応えようと、2006年9月に会話力の向上を目的にした教材、『シャドーイング　日本語を話そう　初～中級編』を刊行しました。本書が目指したのは教室の外で日常的に使われている新鮮な日本語を学習者に届け、実際に使ってもらえるようにすることです。そのために初級の日本語学習者からでもシャドーイングの練習を始めやすいように、現実的でありながら、レベルに適した短いやりとりの会話を満載しました。また、興味や関心を引く多様な場面を設定しました。

シャドーイングは「知的に理解できるレベル」から「運用できるレベル」にまで引き上げるための練習方法です。繰り返し練習することで、文の組み立てに向かっていた意識が、無意識でできるようになります。その結果、質問に対し即座に「するっ」と言葉が出てくるようになり、発音もよくなります。このように日本語を体得させる練習、それがシャドーイングです。2006年の初版刊行以来、これまで多くの学習者や日本語教育機関で本書が使われ、多くのご支持をいただいてきました。それは著者一同にとって大きな喜びであり、大きな励みにもなりました。こうした長年のご愛顧に感謝する一方､気づけば初版から14年もの歳月が流れました｡この間、大きな社会変容が起き、私たちのコミュニケーションの取り方を含め様々な変化が起こりました。そしてこの変化に対応した本書の改訂を強く考えるようになりました。今回の改訂では、今を生きる会話へと大きなシフトチェンジを試みました。大きな改訂ポイントは、1)時代に合ったテーマ、トピック、シチュエーションで、よりリアルで日常的な会話スクリプトに刷新、2)諺や慣用句のような年齢を問わず使える表現に加え、教室では習わない新しい言葉、略語、カタカナ語、若者言葉など幅広い方がすぐに使える表現が満載、3)短くて気軽にできる会話だけでなく、日常場面（コンビニ、病院など）の長い会話や独話（モノローグ）も、1ユニット増設で追加収録しました。また初級から中級（N5～N2）までの文法を広くカバーし、その結果、無理なく段階的に学べるものとなりました。学習者の皆さんが目標とする実用的で自分らしい日本語を楽しみながら身につけるために本書が少しでもお役に立つことを願っています。

最後に、本書の改訂に最後まで辛抱強く私たち著者を励まし、ガイドしてくださった編集担当の市川麻里子さんに心から感謝し、お礼申し上げます。また初版出版に際し、多くのご指摘ご助言をいただいた広島大学の迫田久美子先生にあらためてお礼を申し上げます。

著者一同

CONTENTS

はじめに …… 3

Introduction

JAPANESE

シャドーイングについて …… 6
本書の構成 …… 7
本書の使い方と特徴 …… 8

INDONESIAN

Tentang Shadowing …… 10
Struktur buku …… 11
Cara Penggunaan dan Ciri khas Buku …… 12

THAI

แชโดอิ้ง …… 14
โครงสร้างของหนังสือเล่มนี้ …… 15
วิธีการใช้และจุดเด่นของหนังสือ …… 16

VIETNAMESE

Phương pháp Shadowing (nói theo) …… 18
Cấu trúc của giáo trình này …… 19
Đặc điểm và cách sử dụng sách giáo khoa này …… 20

Unit 1 01 —— 23
section ❶ …… 24
section ❷ …… 26
section ❸ …… 28
section ❹ …… 30
section ❺ …… 32
section ❻ …… 34
section ❼ …… 36
section ❽ …… 38
section ❾ …… 40
section ❿ …… 42
◉ 解説 Penjelasan • คำอธิบาย • Giải thích 44
◉ コラム kolom • คอลัมน์ • Chuyên mục ① 46

Unit 2 11 —— 47
section ❶ …… 48
section ❷ …… 50
section ❸ …… 52
section ❹ …… 54
section ❺ …… 56
section ❻ …… 58
section ❼ …… 60
section ❽ …… 62
section ❾ …… 64
section ❿ …… 66
◉ 解説 Penjelasan • คำอธิบาย • Giải thích 68
◉ コラム kolom • คอลัมน์ • Chuyên mục ② 70

Unit 3 (audio 21) —— 71
section ❶ 72
section ❷ 74
section ❸ 76
section ❹ 78
section ❺ 80
section ❻ 82
section ❼ 84
section ❽ 86
section ❾ 88
section ❿ 90
◉ 解説 Penjelasan • คำอธิบาย • Giải thích 92
◉ コラム kolom • คอลัมน์ • Chuyên mục ③ 96

Unit 4 (audio 31) —— 97
section ❶ 98
section ❷ 100
section ❸ 102
section ❹ 104
section ❺ 106
section ❻ 108
section ❼ 110
section ❽ 112
section ❾ 114
section ❿ 116
◉ 解説 Penjelasan • คำอธิบาย • Giải thích 118
◉ コラム kolom • คอลัมน์ • Chuyên mục ④ 123

Unit 5 (audio 41) —— 125
section ❶ 126
section ❷ 128
section ❸ 130
section ❹ 132
section ❺ 134
section ❻ 136
section ❼ 138
section ❽ 140
section ❾ 142
section ❿ 144
section ⓫ 146
section ⓬ 148
◉ 解説 Penjelasan • คำอธิบาย • Giải thích 150
◉ コラム kolom • คอลัมน์ • Chuyên mục ⑤ 154

Unit 6 (audio 53) —— 155
section ❶ 156
section ❷ 158
section ❸ 160
section ❹ 162
◉ 解説 Penjelasan • คำอธิบาย • Giải thíchh 164
◉ コラム kolom • คอลัมน์ • Chuyên mục ⑥ 165

Introduction シャドーイングについて

● シャドーイングとは

シャドーイングとは**流れてくる音声を聞きながら「影」のようにすぐ後ろをできるだけ忠実に声に出して言う練習**です。音声を聞いて、各々のスピードで繰り返すリピートとは異なり、**聞くと話すを同時に行う**負荷の高い学習法です。そのため適切なレベルの音声教材を選ぶことで、初級学習者からでも高い学習効果が期待できます。シャドーイングを繰り返し行うことで、「聞いてわかる」あるいは「ゆっくり考えればわかる」を「すぐに話せる」、「即座に使える」に引き上げる効果があります。日常的に短い時間行うだけで高い効果があり、適切な音声があれば気軽に練習できることも魅力です。

● シャドーイングの効果

シャドーイングには大きく3つの効果があります。

❶ 日本語の運用力

シャドーイングは聞いたことを即座に話すことを求める認知負荷の高い練習です。これを繰り返すことで高速で日本語を処理する能力が高まり、日本語力全体の運用力が高くなります。

❷ イントネーション

できるだけ忠実にモデルの音声を復唱することで、日本語の自然なイントネーションが身につきます。定番のフレーズだけでなく、文末のイントネーションなど「日本語らしさ」が自分のものになります。

❸ 発話力

シャドーイングを繰り返し練習することで語彙や文法が自然に定着し蓄積されます。そのため、状況に即した表現が、スーっと口から出てくるようになります。

● 本書の効果

本書は日本語学習者が話したくなる、使いたくなる表現や会話を日本語レベル別に集め、**日本語を楽しく身につけることができるシャドーイング教材**です。

最初のうちは、シャドーイングという練習が困難かもしれませんが、「意味がわかる」で満足せず、「使える」まで根気よく何回も練習してみてください。みなさんの生活に合った表現や話したい表現、好きな表現を見つけて楽しく練習してください。だんだん慣れてきて効果が表れ、いつの間にか**日本語がスラスラと口から出てくる喜びと達成感を得られる**でしょう。

本書の構成

本書は**初級〜中級の日本語学習者**を対象としています。6つのユニットから成り、ユニットごとに難易度が徐々に上がっていきます。スクリプトは、**日常会話（友人、家族、店員、バイト先など）**、**ビジネス会話（同僚、上司、取引先など）**、**長い会話、独話（モノローグ）**と種類も豊富なので、自分のレベルとニーズに合わせて練習しましょう。

ユニット	レベル	主な文法と表現
Unit 1	**初級** N5,N4相当	挨拶、〜ましょう、〜てください、〜ので、〜し〜し、〜円・本・階・回　etc
Unit 2	**初級〜初中級** N5,N4,N3相当	もう/まだ、〜ませんか、〜つもり、〜んです、〜てみる、〜ている、〜らしい、〜そうです、〜たら、〜たことがある　etc
Unit 3	**初中級** N4,N3相当	〜ている/ある、〜する/したところ、〜つもり、もらう/くれる/あげる、〜ようにしている、〜ことになった、〜らしい、〜みたい　etc
Unit 4	**初中級〜中級** N3,N2相当	〜だって、〜っぽい、〜もん、〜とは限らない、〜きり、〜がけ、〜だからって、〜っけ、〜がっている　etc
Unit 5	**初中級〜中級** N3,N2相当	〜ておいて、〜てくれるなら、〜ことだ、〜以上に、〜次第、〜以来、〜つつ　etc
Unit 6 （長い会話・独話）	**中級** N3,N2相当	〜でしょうか、確かに、〜のではないでしょうか、さらに、やはり、とりあえず　etc

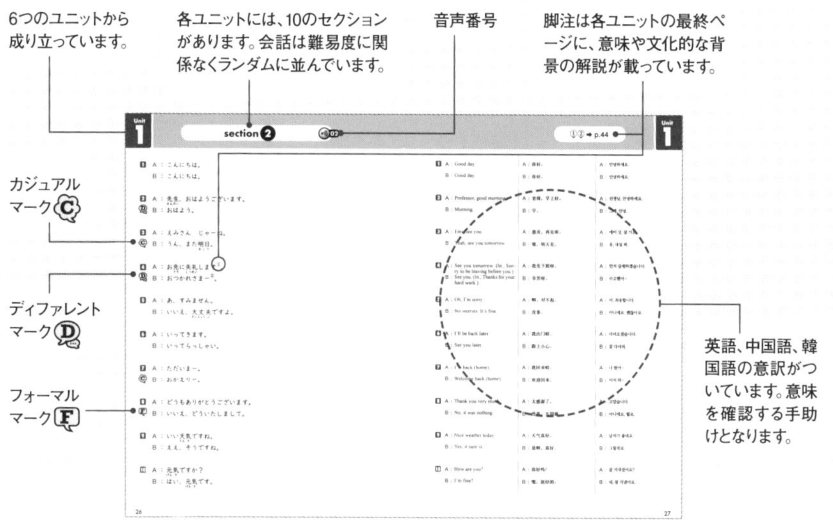

本書の使い方と特徴

● シャドーイングの進め方

時間◉1日10分程度が目安です。短い時間でも毎日続けることが効果的です。3ヶ月で1ユニットを目安に練習しましょう。

練習方法◉日常生活で使う実用的な短い会話から、長い会話、モノローグと様々なスクリプトがあります。自分のレベルに合う、やってみたいと思う会話を選んで楽しく練習してください。

STEP 1	テキストの意味を確認し、脚注の言葉は章末の解説で確認します。
STEP 2	テキストを見ながら音を確認します。 **◉サイレント・シャドーイング** 聞こえてくる音を声に出さずに頭の中で言う練習法です。
STEP 3	テキストを見ないで口を動かします。 **◉マンブリング** 聞こえてくる音をブツブツ小声でつぶやく練習法です。イントネーションの感覚をつかみましょう。
STEP 4	テキストを見ながら、音声に続いて声に出しシャドーイングします。 **◉スクリプト付きシャドーイング** スクリプトを見ながら音声を聞き、すぐ後を復唱します。
STEP 5	慣れてきたら、テキストを見ないでシャドーイングをします。 **◉プロソディ・シャドーイング** リズムやイントネーションに特に注意してシャドーイングする練習法です。例えば「あー」と「あ～」のイントネーションが異なります。意識して練習しましょう。 **◉コンテンツ・シャドーイング** スクリプトの意味を理解し意識しながらシャドーイングする練習法です。実際のコミュニケーション場面で使うことを想像しながら練習をしてください。自然な日本語が身につき、日本語がスラスラと話せるようになります。

※ 会話のAだけ、またはBだけをシャドーイングしてもかまいません。

※ ペアになって、それぞれAとBの役割を決めて練習してもいいでしょう。

※ 途中で音声についていけなくなったら、次の会話から始めましょう。

※ 自分のレベルや弱点に合わせて様々な練習方法を試してみましょう。

● 本書の特徴

本書は、**様々な場面で日常生活で実際に使える自然な会話**を収録しました。縮約形（「やっぱり」→「やっぱ」などの形）や、慣用句や諺、流行の表現、若者言葉など**日本人が普段使っている言葉をそのまま取り入れて**います。内容は挨拶や生活に密着した実用的なことから駄洒落や言葉遊びまで幅広く入っています。また、**友達、家族、上司と部下、同僚、店員、医者など様々な人間関係を取り入れ、日常場面だけでなくビジネス場面でもすぐに使える表現が満載**です。

会話は一つの状況や場面に集約せず、ランダムに並べてあります。様々な会話がランダムに出てくることで、いつも新鮮な気持ちで練習が続けられ、また、**話題が変わりやすい雑談の場面に慣れるためにも効果的**です。

● 表記、アイコンについて

❶ Unit1-3では全ての漢字に、Unit4-6には初出の漢字にルビが振ってあります。

❷「―」は長く伸ばした音を表します。「～」は感情が特に揺れていること、疑いや、不満、驚きの気持ちなどを表します。イントネーションに特に注意しましょう。

❸ 口語表現に近づけるため、できるだけ音声に忠実に書き表しました。ですから本書には様々な縮約形、音便が使われています。

例：やっぱり → やっぱ
食べてしまいました → 食べちゃった
予約しておく → 予約しとく
わからない → わかんない

❹ 話す相手や場面によって話し方を変える目安としてアイコンをつけあります。

F フォーマルマーク……………**お互いに丁寧に話している会話（ビジネスやフォーマルな場面など）**

C カジュアルマーク……………**お互いにカジュアルに話している会話（友達、家族など）**

D ディファレントマーク………**一方が丁寧に、一方がカジュアルに話している会話（上司と部下、先生と生徒、客と店員など）**

● 音声について

音声はこちらからダウンロードして、練習してください。

https://www.9640.jp/shadowing/

※CDは別売りです。

⚠ 無断でウェブにアップロードすることは違法です。

Apa itu Shadowing?

Shadowing merupakan **metode latihan berupa mendengarkan audio yang berjalan, kemudian mengikutinya tepat di belakangnya sesegera mungkin, dengan bersuara seperti layaknya "bayangan"**. Tidak seperti latihan pengulangan, yang latihannya berupa mendengarkan audio, kemudian mengulang sesuai dengan kecepatan masing-masing, **shadowing merupakan metode pembelajaran dengan tingkat kesulitan yang tinggi, karena perlu mendengar dan berbicara pada waktu yang bersamaan**. Oleh karena itu, dengan memilih materi audio pada tingkat yang sesuai, bahkan pembelajar di tingkat dasar sekalipun dapat mengharapkan hasil yang baik. Dengan melakukan shadowing berulang, secara efektif meningkatkan kemampuan bahasa Jepang. Yang dari yang awalnya "mengerti setelah mendengar" atau "mengerti jika dipikirkan pelan-pelan" akan menjadi "dapat segera berbicara" atau "dapat langsung menggunakan". Anda akan mendapatkan hasil yang maksimal hanya dengan melakukan latihan shadowing dalam waktu yang singkat setiap harinya. Selain itu, kemudahan latihan yang hanya perlu menggunakan audio yang sesuai menjadi salah satu daya tarik dari metode ini.

Manfaat Shadowing

Shadowing menawarkan 3 manfaat utama

❶ Kemahiran Berbahasa Jepang

Shadowing merupakan metode latihan dengan tingkat kesulitan kognitif yang tinggi, yang mengharuskan Anda untuk segera mengucapkan apa yang Anda dengar. Dengan repetisi seperti ini, Anda akan meningkatkan kemampuan untuk mengolah bahasa Jepang dengan kecepatan tinggi serta meningkatkan kecakapan bahasa Jepang secara keseluruhan.

❷ Intonasi

Dengan mengulang audio contoh setepat mungkin, Anda dapat menguasai intonasi bahasa Jepang yang natural. Bukan hanya frase dasar, tapi juga hal-hal seperti intonasi di akhir kalimat.

❸ Kemampuan Berbicara

Dengan berlatih shadowing berulang kali, kosakata dan tata bahasa akan terbentuk dan terakumulasi secara alami. Sehingga, ungkapan yang sesuai dengan situasi dapat Anda ucapkan dengan lancar.

Efektivitas Buku

Buku ini merupakan bahan ajar shadowing yang berisi ungkapan maupun percakapan yang ingin diucapkan/dipakai oleh pembelajar bahasa Jepang, dan tersusun berdasarkan tingkat kesulitannya. Melalui buku ini, pembelajar **dapat belajar bahasa Jepang dengan menyenangkan**.

Pada awalnya, mungkin sulit untuk berlatih shadowing. Akan tetapi mohon jangan puas hanya dengan "memahami artinya", namun berlatihlah berkali-kali dengan sabar sampai Anda mencapai titik "dapat menggunakannya". Temukan ungkapan yang sesuai dengan kehidupan Anda, yang ingin Anda ucapkan, atau yang Anda sukai, dan silakan nikmati latihan Anda. Begitu Anda terbiasa, maka hasilkan akan terlihat. **Anda akan dapat berbicara bahasa Jepang dengan begitu lancarnya tanpa Anda sadari, sehingga Anda akan mendapatkan kegembiraan dan kepuasan atas pencapaian tersebut**.

Struktur buku

Buku ini ditujukan untuk pembelajar bahasa Jepang **dari tingkat dasar hingga menengah**. Buku ini terdiri dari 6 unit, dan tingkat kesulitannya meningkat secara bertahap di setiap unit. Anda akan menemukan berbagai macam skrip, **seperti percakapan dalam kehidupan sehari-hari (antar teman, keluarga, pelayan toko, pekerjaan paruh waktu, dll.), dialog dalam situasi bisnis (dengan rekan kerja, atasan, mitra bisnis, dll.), serta pembicaraan tunggal (monolog)**. Mari berlatih sesuai level dan kebutuhan Anda.

Unit	Level	Tata Bahasa dan Ungkapan Utama
Unit 1	**Tingkat Dasar** Setara dengan N5 & N4	Greetings、～ましょう、～てください、～ので、～し～し、～円・本・階・回　etc
Unit 2	**Tingkat Dasar sampai Tingkat Dasar-menengah** Setara dengan N5, N4 & N3	もう/まだ、～ませんか、～つもり、～んです、～てみる、～ている、～らしい、～そうです、～たら、～たことがある　etc
Unit 3	**Tingkat Dasar-menengah** Setara dengan N4 & N3	～ている/ある、～する/したところ、～つもり、もらう/くれる/あげる、～ようにしている、～ことになった、～らしい、～みたい　etc
Unit 4	**Tingkat Dasar-menengah sampai Tingkat Menengah** Setara dengan N3 & N2	～だって、～っぽい、～もん、～とは限らない、～きり、～がけ、～だからって、～っけ、～がっている　etc
Unit 5	**Tingkat Dasar-menengah sampai Tingkat Menengah** Setara dengan N3 & N2	～ておいて、～てくれるなら、～ことだ、～以上に、～次第、～以来、～つつ　etc
Unit 6	**Tingkat Menengah** Setara dengan N3 & N2	～でしょうか、確かに、～のではないでしょうか、さらに、やはり、とりあえず　etc

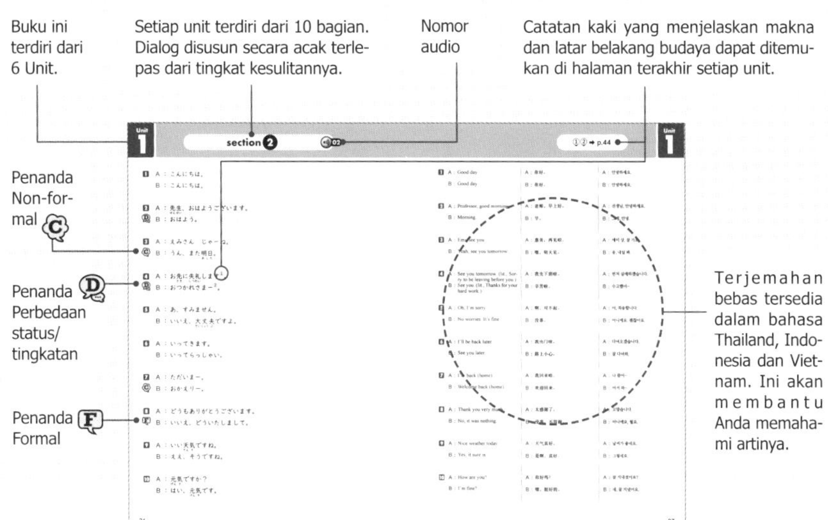

● Proses Berlatih Shadowing

Waktu ◉ Dianjurkan berlatih **cukup 10 menit dalam 1 hari**. Meskipun dilakukan dalam waktu yang singkat, akan efektif jika dapat berlanjut (dilakukan terus-menerus) setiap hari. Dianjurkan untuk berlatih 1 unit selama 3 bulan.

Cara berlatih ◉ Buku ini berisi berbagai macam skrip, dari dialog singkat praktis yang kita gunakan sehari-hari, hingga percakapan panjang dan monolog. Pilihlah dialog yang sesuai dengan level Anda dan yang ingin Anda coba, kemudian nikmatilah latihannya.

STEP 1	**Melihat teksnya, kemudian mengecek makna.**
STEP 2	**Cek audio sambil melihat teks.** **◉ Shadowing - dalam hati** Metode latihan dengan mengulang bunyi yang Anda dengar tanpa mengeluarkan suara (dalam hati).
STEP 3	**Menggerakkan bibir tanpa melihat teks** **◉ Berbisik (bergumam)** Berlatih dengan menggumamkan bunyi yang Anda dengar dengan suara pelan (berbisik/bergumam) saja. Pahami dan rasakan baik-baik intonasinya.
STEP 4	**Lakukan shadowing dengan bersuara mengikuti audio sambil melihat teks.** **◉ Shadowing menggunakan skrip** Mendengarkan audio sambil melihat skrip, kemudian ikuti segera setelah audionya.
STEP 5	**Apabila sudah terbiasa, Anda dapat melakukan shadowing tanpa melihat teks.** **◉ Prosodi (kajian persajakan) Shadowing** Metode latihan shadowing dengan memperhatikan secara khusus pada ritme dan intonasi. Misalnya, intonasi dari 「あー」 dan「あ～」itu berbeda. Pahami dan latihlah. **◉ Muatan Shadowing** Metode latihan shadowing dengan kesadaran untuk memahami makna skrip. Berlatihlah sambil membayangkan situasi komunikasi yang sebenarnya. Anda akan menguasai bahasa Jepang yang natural dan dapat menggunakannya secara lancar.

※Anda dapat memilih melakukan shadowing pada bagian A atau B saja pada percakapan.

※Anda dapat berlatih secara berpasangan dengan menentukan peran A dan B.

※Jika Anda kesulitan mengikuti dialog di tengah-tengah audio, Anda dapat memulainya pada percakapan berikutnya.

※Cobalah berbagai metode latihan yang sesuai dengan level Anda dan titik kelemahan Anda.

● Ciri Khas Buku

Buku ini berisi rekaman **percakapan natural yang dapat digunakan dalam berbagai situasi sebenarnya pada kehidupan sehari-hari**. Bentuk singkat (bentuk seperti やっぱり→やっぱ), Idiom, peribahasa, ungkapan populer, bahasa anak muda (bahasa gaul) dan kata-kata lain yang biasa dipergunakan oleh orang Jepang dimasukkan apa adanya. Cakupan isinya beragam, dari salam dan hal-hal praktis yang berkaitan erat dengan kehidupan kita, hingga permainan kata-kata. Selain itu, buku ini juga mempertimbangkan **berbagai hubungan antarmanusia, seperti hubungan teman, keluarga, atasan dan bawahan, rekan kerja, pelayan toko, dokter, dll, serta penuh dengan ungkapan yang dapat digunakan, tidak hanya pada situasi sehari-hari tetapi juga pada situasi bisnis**.

Percakapan tidak digabungkan menjadi satu situasi atau adegan, tetapi diatur secara acak. Pembelajar dapat berlatih dengan perasaan segar karena berbagai dialog disajikan secara acak. Hal ini juga **efektif untuk membiasakan diri dengan situasi obrolan yang topiknya mudah berubah**.

● Penulisan dan Tanda

❶ Pada unit 1-3, semua kanji ada cara bacanya, sedangkan pada unit 4-6, cara baca kanji hanya muncul pada kanji baru.

❷ Tanda "ー" menunjukkan bunyi panjang. Tanda "～" menunjukkan guncangan perasaan, seperti kesangsian, ketidakpuasan, atau keterkejutan. Perhatikan baik-baik intonasinya.

❸ Untuk mendekati bahasa lisan, sedapat mungkin bunyi dituliskan mendekati bunyi yang sebenarnya. Oleh karena itu, pada buku ini banyak terdapat penyingkatan bentuk, atau tanda perubahan bunyi.

例：やっぱり → やっぱ
食べてしまいました → 食べちゃった
予約しておく → 予約しとく
わからない → わかんない

❹ Tanda ditambahkan sebagai panduan untuk mengubah gaya bahasa sesuai lawan bicara atau situasi.

F Penanda formal ……
Dialog yang menggunakan bahasa sopan antara satu dengan yang lain (seperti pada situasi bisnis atau formal).

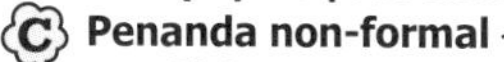
C Penanda non-formal ……
Dialog yang menggunakan bahasa non-formal antara satu dengan yang lain (seperti dengan teman, keluarga, dll.)

D Penanda perbedaan status/ tingkatan ……
Dialog yang satu pembicaranya menggunakan bahasa formal,sementara yang lainnya menggunakan bahasa non-formal (seperti atasan dan bawahan, guru dan murid, pelanggan dan penjaga toko, dll.).

● Berkas Audio

Silakan unduh berkas audionya sini dan gunakan untuk berlatih.

https://www.9640.jp/shadowing/

※CD dijual terpisah

⚠ Mengunggah ke web tanpa izin adalah tindakan ilegal.

● แชโดอิ้งคือ

แชโดอิ้ง คือ การ**ฝึกฟังเสียงแล้วพูดตามหลังทันทีราวกับ"เงา"โดยพูดให้เหมือนที่ได้ยินให้มากที่สุด** ซึ่งแตกต่างจากการฟังแล้วพูดซ้ำตามด้วยความเร็วของแต่ละคน การฝึกแบบนี้จะหนักกว่าเพราะ**ต้องฟังและพูดในเวลาเดียวกัน** การเลือกแบบฝึกที่เหมาะสมกับระดับของตนจะช่วยให้พัฒนาทักษะการพูดได้เร็วตั้งแต่ยังเรียนในระดับต้น การได้ฝึกแชโดอิ้งซ้ำ ๆ มี
ข้อดีคือ ช่วยยกระดับจาก "สิ่งที่เราฟังเข้าใจ" หรือ "ต้องค่อย ๆ คิดจึงจะเข้าใจ" ไปสู่ "การพูดได้ทันที" "ใช้ได้ทันใจ" เพียงฝึกฝนเป็นเวลาสั้น ๆ ทุกวันเป็นประจำ จะได้ประสิทธิผลที่สูง และจะยิ่งน่าสนใจมากขึ้นเมื่อมีไฟล์เสียงที่เหมาะสมเพราะทำให้ฝึกได้สะดวกสบายขึ้น

● ประสิทธิผลของแชโดอิ้ง

การฝึกแชโดอิ้งให้ผลดี 3 ประการ

❶ เพิ่มพูนทักษะการใช้ภาษา

การฝึกแชโดอิ้งเป็นการฝึกที่ต้องใช้สมาธิขั้นสูงโดยการฟังแล้วพูดตามในทันที
การที่ฝึกแบบนี้ซ้ำ ๆ จะช่วยพัฒนาทักษะการใช้ภาษาญี่ปุ่นให้ดีขึ้นอย่างรวดเร็ว
ซึ่งจะส่งผลต่อความสามารถในการใช้ภาษาญี่ปุ่นโดยรวม

❷ สำเนียงดีขึ้น

การท่องซ้ำตามเสียงต้นแบบให้เหมือนที่สุดเท่าที่จะเหมือนได้นี้
ทำให้สามารถพูดภาษาญี่ปุ่นด้วยทำนองเสียงที่เป็นธรรมชาติได้
ไม่เพียงแต่จะพูดวลีที่ใช้บ่อย ๆ ได้แล้ว ยังสามารถพูดด้วยหางเสียงที่เป็นธรรมชาติแบบญี่ปุ่นได้ด้วย

❸ เพิ่มความสามารถในการพูด

การฝึกแชโดอิ้งซ้ำ ๆ จะทำให้จดจำคำศัพท์และไวยากรณ์ได้แม่นยำขึ้น ดังนั้นจะสามารถ
พูดออกมาด้วยภาษาและสำนวนที่สอดคล้องกับสถานการณ์ได้ในทันที

● ประสิทธิผลของหนังสือเล่มนี้

นี่เป็น**ตำราฝึกแชโดอิ้งเพื่อให้เรียนภาษาญี่ปุ่นได้อย่างสนุกสนาน** โดยรวบรวมสำนวน
บทสนทนาที่ผู้เรียนภาษาญี่ปุ่นอยากพูด
อยากใช้ โดยแยกตามระดับของการใช้ภาษา
ในตอนแรกการฝึกแชโดอิ้งอาจจะยาก แต่ไม่ควรพึงพอใจเพียงแค่ "เข้าใจความหมาย"
ขอให้อดทนฝึกซ้ำหลาย ๆ ครั้งจนกระทั่ง เอาไปใช้ได้จริง ขอให้ฝึกอย่างสนุกสนานและ
ค้นหาสำนวนที่ชื่นชอบ สำนวนที่เข้ากับชีวิตประจำวันของเรา พอคุ้นเคยมากขึ้นแล้ว
ก็จะ**รู้สึกดีใจและภูมิใจที่เราสามารถพูดภาษาญี่ปุ่นได้คล่องด้วยตนเอง**

โครงสร้างของหนังสือเล่มนี้

หนังสือเล่มนี้จัดทำขึ้นเพื่อ**ผู้เรียนภาษาญี่ปุ่นชั้นต้นถึงชั้นกลาง** ประกอบด้วย 6 บท แต่ละบทจะเรียงจากง่ายไปยาก โดยเพิ่มระดับความยากขึ้นทีละน้อย สคริปต์มีเนื้อหาที่หลากหลาย มี**บทสนทนาในชีวิตประจำวัน (เช่น เพื่อนกัน คนในครอบครัว พนักงานร้านค้า คนในที่ทำงานพิเศษ เป็นต้น) และบทสนทนาเชิงธุรกิจ (เช่น เพื่อนร่วมงาน เจ้านาย คู่ค้า เป็นต้น) และ บทสนทนายาว ๆ เรื่องเล่า (พูดคนเดียว)** ควรเลือกบทที่ใช้ฝึกฝนให้สอดคล้องกับระดับและความจำเป็นของตนเอง

บท	ระดับ	ไวยากรณ์และสำนวนที่สำคัญ
Unit 1	**ผู้เริ่มเรียน** เทียบเท่ากับ N5, N4	Greetings、～ましょう、～てください、～ので、～し～し、～円・本・階・回　etc
Unit 2	**ชั้นต้น - ชั้นต้น-กลาง** เทียบเท่ากับ N5, N4, N3	もう/まだ、～ませんか、～つもり、～んです、～てみる、～ている、～らしい、～そうです、～たら、～たことがある　etc
Unit 3	**ชั้นต้น-กลาง** เทียบเท่ากับ N4, N3	～ている/ある、～する/したところ、～つもり、もらう/くれる/あげる、～ようにしている、～ことになった、～らしい、～みたい　etc
Unit 4	**ชั้นต้น-กลาง-ชั้นกลาง** เทียบเท่ากับ N3, N2	～だって、～っぽい、～もん、～とは限らない、～きり、～がけ、～だからって、～っけ、～がっている　etc
Unit 5	**ชั้นต้น-กลาง-ชั้นกลาง** เทียบเท่ากับ N3, N2	～ておいて、～てくれるなら、～ことだ、～以上に、～次第、～以来、～つつ　etc
Unit 6	**ชั้นกลาง** เทียบเท่ากับ N3, N2	～でしょうか、確かに、～のではないでしょうか、さらに、やはり、とりあえず　etc

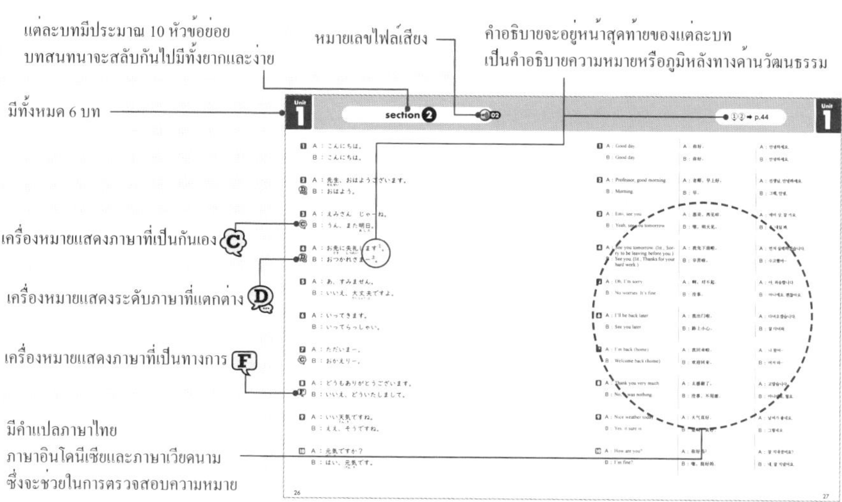

● ลำดับของการฝึกแชโดอิ้ง

เวลา ◉ วันละราว 10นาที แม้จะเป็นเวลาสั้น ๆ แต่การฝึกทุกวันอย่างต่อเนื่องจะทำให้เห็นผล ควรฝึกฝน 1 บทให้จบภายในเวลา 3 เดือน

วิธีการฝึก ◉ วิธีการฝึก: มีสคริปต์หลากหลายแบบ ตั้งแต่บทสนทนาสั้น ๆ ที่ใช้ได้จริงในชีวิตประจำวัน บทสนทนายาว ๆ และ บทพูดคนเดียว เลือกฝึกบทสนทนาที่ตรงกับระดับของตัวเอง หรือ บทสนทนาที่อยากลองฝึกดู เพื่อให้รู้สึกสนุกกับการฝึก

STEP 1	**ดูตำรา ตรวจสอบความหมายให้แน่ใจ**
STEP 2	**ดูตำราไปด้วยฟังเสียงไปด้วย** **◉ Silent shadowing แชโดอิ้งในใจ** เป็นวิธีการฝึกฟังเสียงที่ได้ยิน และพูดในใจโดยไม่เปล่งเสียงออกมา
STEP 3	**ขยับปากพูดโดยไม่ดูตำรา** **◉ Mumbling พึมพำในลำคอ** เป็นการฝึกฟังเสียงและพูดพึมพำเบา ๆ ในลำคอ และพยายามจับทำนองเสียงให้ได้
STEP 4	**ดูตำราไปออกเสียงพูดตามเสียงที่ได้ยินทันที** **◉ Shadowing with the script แชโดอิ้งโดยดูสคริปต์** ดูสคริปต์ไปด้วย ฟังเสียงและพูดซ้ำตามทันที
STEP 5	**พอเริ่มคุ้นชินแล้วค่อยฝึกแชโดอิ้งโดยไม่ดูสคริปต์** **◉ Prosody shadowing แชโดอิ้งเน้นการเลียนเสียง** เป็นการฝึกแชโดอิ้งโดยระมัดระวังเรื่อง จังหวะ ทำนองเสียง เช่น ทำนองเสียงของคำว่า 「あー」 กับ 「あ～」 จะต่างกัน ขอให้ฝึกพูดโดยสังเกตความแตกต่าง **◉ Content shadowing แชโดอิ้งเน้นการสื่อความหมาย** เป็นการฝึกแชโดอิ้งโดยเข้าใจและคำนึงถึงความหมายของสคริปต์ ขอให้ฝึกฝนโดยจินตนาการถึงสถานการณ์การสื่อสารนั้นจริง ๆ จะทำให้ได้ภาษาญี่ปุ่นที่เป็นธรรมชาติและสามารถพูดภาษาญี่ปุ่นได้คล่องขึ้น

※จะเลือกฝึกแชโดอิ้งบทสนทนาเฉพาะAหรือBก็ได้

※จับคู่ กำหนดบทบาทเป็น AและBเพื่อฝึกฝนก็ได้

※หากฟังตามไม่ทัน ก็เริ่มบทสนทนาใหม่ต่อไป

※ลองฝึกหลาย ๆ วิธีตามระดับความสามารถและจุดที่ต้องการพัฒนาตนเอง

● ลักษณะเฉพาะของตำราเล่มนี้

ตำราเล่มนี้ บรรจุด้วย**บทสนทนาที่เป็นธรรมชาติ สามารถใช้ได้จริงในชีวิตประจำวันในหลากหลายสถานการณ์**

มีคำพูดที่คนญี่ปุ่นใช้กันทั่วไป เช่น รูปย่อ (「やっぱり」→「やっぱ」) สำนวน สุภาษิต คำฮิต ภาษาวัยรุ่น เป็นต้น เนื้อหาครอบคลุมตั้งแต่คำทักทาย สำนวนที่ใช้ได้ทั่วไปในชีวิตประจำวัน ไปจนกระทั่งคำพูดติดตลก และการเล่นคำ เป็นต้น

นอกจากนี้ ยังมี**บทสนทนาระหว่างบุคคลที่มีความสัมพันธ์หลากหลายรูปแบบ อาทิ เพื่อนกัน คนในครอบครัว เจ้านายกับลูกน้อง เพื่อนร่วมงาน พนักงานร้านค้า แพทย์**

นอกจากสำนวนที่ใช้ในสถานการณ์ทั่วไปแล้ว ยังมีสำนวนที่ใช้ในเชิงธุรกิจอีกมากมาย

บทสนทนายังเรียงสลับไปมาไม่ได้เน้นสถานการณ์ใดสถานการณ์หนึ่ง การนำเสนอบริบทที่หลากหลายสลับไปมานั้นเพื่อให้สามารถฝึกฝนด้วยความรู้สึกที่แปลกใหม่ไม่จำเจ และ**ยังเหมาะอย่างยิ่งสำหรับการสร้างความคุ้นเคยกับการพูดคุยเรื่องสัพเพเหระที่มักมีการเปลี่ยนหัวข้อสนทนาบ่อย ๆ**

● การเขียน และ ไอคอน

❶ บทที่ 1-3 คันจิทุกตัว จะมีเสียงอ่านกำกับ บทที่ 4-6 จะกำกับเฉพาะคันจิที่ปรากฏเป็นครั้งแรกเท่านั้น

❷ — หมายถึง เสียงยาว ～หมายถึง อารมณ์ที่เปลี่ยนไป เช่น สงสัย ไม่พอใจ หรือประหลาดใจ เป็นต้น เมื่อเห็นเครื่องหมายเหล่านี้ลองสังเกตทำนองเสียงให้ดี

❸ เพื่อให้ออกเสียงได้ใกล้เคียงภาษาพูดให้ได้มากที่สุด ในตำรานี้จึงมีการใช้ รูปย่อ หรือ การแปรเสียงต่าง ๆ ค่อนข้างมาก

例：やっぱり → やっぱ
食べてしまいました → 食べちゃった
予約しておく → 予約しとく
わからない → わかんない

❹ มีเครื่องหมายเพื่อให้สังเกตการเปลี่ยนวิธีพูดให้สอดคล้องกับคู่สนทนาหรือสถานการณ์

F เครื่องหมายภาษาที่เป็นทางการ............ บทสนทนาที่ต่างฝ่ายต่างพูดกันอย่างสุภาพ (เช่น ในสถานการณ์ติดต่อธุรกิจ หรือที่เป็นทางการ)

C เครื่องหมายภาษาที่ไม่เป็นทางการ......... บทสนทนาที่ต่างฝ่ายต่างสนิทกัน (เพื่อนกัน คนในครอบครัวเดียวกัน เป็นต้น)

D เครื่องหมายแสดงระดับภาษาที่แตกต่าง .... บทสนทนาที่ฝ่ายหนึ่งพูดสุภาพ อีกฝ่ายพูดแบบกันเอง (เช่น เจ้านายกับลูกน้อง ครูกับนักเรียน ลูกค้ากับพนักงาน เป็นต้น)

● ไฟล์เสียง

กรุณาดาวน์โหลดไฟล์เสียงจากที่นี่เพื่อนำไปฝึกฝน

https://www.9640.jp/shadowing/

※มี CD จำหน่ายต่างหาก

⚠ การนำไปอัพโหลดทางเว็บไซต์โดยไม่ได้รับอนุญาตเป็นการกระทำที่ผิดกฎหมาย

Ý nghĩa của phương pháp Shadowing

Shadowing là **phương pháp luyện tập vừa nghe âm thanh vừa lặp lại ngay sau đó một cách trung thực giống như "cái bóng".** Khác với cách luyện tập nghe xong và lặp lại bình thường theo tốc độ của người học, Shadowing là phương pháp luyện tập cao độ đòi hỏi người học phải **lắng nghe và lặp lại cùng lúc.** Vì vậy mà việc lựa chọn giáo trình thích hợp với trình độ, dù là người học ở trình độ sơ cấp cũng có thể đạt được hiệu quả cao trong học tập. Nếu chúng ta áp dụng triệt để phương pháp Shadowing thì chúng ta có thể nâng hiệu quả từ mức độ "nghe hiểu" hay "suy nghĩ từ từ để hiểu" lên mức độ "nói được ngay" hay "sử dụng được liền". Chỉ cần chúng ta luyện tập thời gian ngắn mỗi ngày chúng ta vẫn có thể đạt được hiệu quả cao, chỉ cần có âm thanh thích hợp chúng ta cũng dễ dàng luyện tập được.

Hiệu quả của phương pháp Shadowing

Phương pháp Shadowing mang lại 3 hiệu quả chính sau.

❶ Khả năng vận dụng tiếng Nhật

Shadowing là phương pháp luyện tập cao độ đòi hỏi chúng ta có năng lực nhận thức để có thể lặp lại ngay sau khi nghe. Bằng cách luyện tập này, chúng ta có thể nâng cao năng lực xử lý tiếng Nhật một cách nhanh chóng, nâng cao năng lực vận dụng tiếng Nhật của mình.

❷ Ngữ điệu

Cố gắng lặp lại một cách trung thực đến mức có thể âm thanh mẫu, chúng ta có thể học được ngữ điệu tự nhiên trong tiếng Nhật. Không chỉ những mẫu câu thông dụng mà kể cả những cách nói tự nhiên như ngữ điệu cuối câu.

❸ Khả năng nói

Luyện tập nhiều lần bằng phương pháp Shadowing sẽ giúp chúng ta tự tích luỹ cho mình vốn từ vựng và ngữ pháp một cách tự nhiên. Vì vậy những cách nói tuỳ theo hoàn cảnh sẽ tự động phát ra từ cửa miệng của người học một cách rất tự nhiên.

Hiệu quả của giáo trình này.

Giáo trình này là **tài liệu shadowing,** tổng hợp những câu nói, những đoạn hội thoại theo từng mức độ mà người học thực sự muốn nói, muốn sử dụng nhằm **giúp chúng ta vui học tiếng Nhật.**

Ban đầu, việc luyện tập theo phương pháp Shadowing có thể khó khăn, nhưng chúng ta không mãn nguyện ở mức độ "hiểu ý nghĩa" mà phải luyện tập nhiều lần đến mức có thể nâng trình độ của chúng ta đến mức "sử dụng được". Chúng ta hãy tìm những cách nói chúng ta thích, câu văn chúng ta muốn nói hoặc những cái phù hợp với cuộc sống của chúng ta để vui học. Dần dần chúng ta quen và thấy được hiệu quả, đến một giai đoạn nào đó chúng ta có thể **nói tiếng Nhật một cách lưu loát, lúc đó chúng ta sẽ cảm nhận được niềm vui và giá trị thành quả.**

Cấu trúc của giáo trình này

Đối tượng chúng tôi nhắm đến cho giáo trình này là **học viên tiếng Nhật từ trình độ sơ cấp đến trung cấp.** Có 6 bài, ở từng bài mức độ khó sẽ tăng dần. Những đoạn hội thoại rất phong phú với **nhiều chủ đề từ những sinh hoạt hàng ngày (bạn bè, gia đình, cửa hàng, nơi làm thêm...) đến những giao tiếp trong công việc (đồng nghiệp, cấp trên, khách hàng...), những đoạn hội thoại dài, hay độc thoại (phát biểu).** Chúng ta hãy luyện tập tuỳ theo trình độ và nhu cầu của chúng ta.

Bài	Trình độ	Ngữ pháp và mẫu câu chính
Unit 1	**Sơ cấp** Tương đương N5, N4	Greetings、〜ましょう、〜てください、〜ので、〜し〜し、〜円・本・階・回　etc
Unit 2	**Sơ cấp ~ Sơ Trung Cấp** Tương đương N5, N4, N3	もう/まだ、〜ませんか、〜つもり、〜んです、〜てみる、〜ている、〜らしい、〜そうです、〜たら、〜たことがある　etc
Unit 3	**Sơ trung cấp** Tương đương N4, N3	〜ている/ある、〜する/したところ、〜つもり、もらう/くれる/あげる、〜ようにしている、〜ことになった、〜らしい、〜みたい　etc
Unit 4	**Sơ trung cấp ~ Trung cấp** Tương đương N3, N2	〜だって、〜っぽい、〜もん、〜とは限らない、〜きり、〜がけ、〜だからって、〜っけ、〜がっている　etc
Unit 5	**Sơ trung cấp ~ Trung cấp** Tương đương N3, N2	〜ておいて、〜てくれるなら、〜ことだ、〜以上に、〜次第、〜以来、〜つつ　etc
Unit 6	**Trung cấp** Tương đương N3, N2	〜でしょうか、確かに、〜のではないでしょうか、さらに、やはり、とりあえず　etc

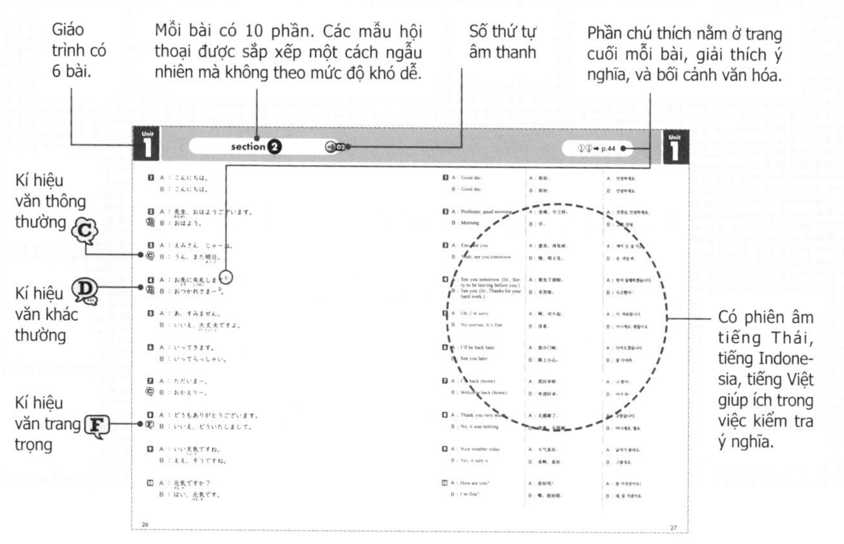

● Cách tiến hành luyện tập phương pháp Shadowing

Thời gian ◉ Mỗi ngày luyện tập **chừng 10 phút.** Thời gian ngắn nhưng việc luyện tập mỗi ngày sẽ mang lại hiệu quả. Mục tiêu luyện tập 3 tháng 1 bài.

Cách thức luyện tập ◉ Giáo trình này có nhiều đoạn hội thoại từ những đoạn hội thoại ngắn dùng trong giao tiếp hàng ngày đến những đoạn hội thoại dài, độc thoại. Chúng ta lựa chọn và vui học những mẫu hội thoại phù hợp với trình độ, những cái chúng ta muốn học.

Bước 1	**Xem bài đọc và kiểm tra ý nghĩa.**
Bước 2	**Vừa xem bài đọc và nghe phần âm thanh.** **◉ Nhẩm theo không phát ra tiếng** Đây là phương pháp luyện tập bằng cách nhẩm những gì bạn nghe thấy được trong đầu nhưng không phát ra âm thanh.
Bước 3	**Nói theo nhưng không xem sách.** **◉ Nhẩm theo** Cách luyện tập bằng cách nhẩm thành tiếng nhỏ âm thanh chúng ta nghe thấy. Nắm bắt cảm giác ngữ điệu.
Bước 4	**Thực hiện Shadowing (nói theo) vừa xem sách vừa nói theo âm thanh thành tiếng** **◉ Shadowing bằng cách nhìn mẫu hội thoại.** Vừa xem hội thoại vừa nghe, sau đó lặp lại ngay.
Bước 5	**Khi đã quen thì không xem mẫu hội thoại nữa mà thực hiện Shadowing luôn.** **◉ Nói theo thanh điệu** Đây là phương pháp luyện tập Shadowing đặc biệt chú ý ngữ âm và ngữ điệu. Ví dụ như「あー」và「あ～」là khác nhau. Nên chúng ta cần chú ý khi luyện tập. **◉ Nói theo nội dung** Trong phương pháp luyện tập này, người học hiểu và ý thức được ý nghĩa của bài nói chuyện khi nói theo bài hội thoại. Trong quá trình luyện tập, hãy liên tưởng mình đang trong những tình huống giao tiếp thực tế. Trang bị cho mình những cách nói tiếng Nhật tự nhiên, thì một lúc nào đó sẽ có thể giao tiếp tiếng Nhật lưu loát được.

※Có thể luyện nói theo chỉ A hoặc B.

※Có thể luyện tập theo cặp, phân chia vai A hoặc B để luyện tập.

※Nếu như giữa chừng không theo kịp hội thoại thì hãy nghỉ chờ đến hội thoại tiếp theo.

※Hãy lựa chọn những cách luyện tập phù hợp với trình độ hoặc điểm yếu của mình.

● Đặc trưng của sách này

Giáo trình này tổng hợp **nhiều đoạn hội thoại tự nhiên được dùng rất phổ biến trong giao tiếp sinh hoạt hằng ngày ở nhiều tình huống khác nhau.** Trong những đoạn hội thoại có sử dụng những thể rút gọn (như 「やっぱり」→「やっぱ」) hay những thành ngữ, tục ngữ, những cách nói thông dụng, từ của giới trẻ...v.v mà **người Nhật vẫn sử dụng hàng ngày.** Nội dung hội thoại rất rộng rãi từ những vấn đề thông thường trong cuộc sống hằng ngày như chào hỏi xã giao đến những cách nói chơi chữ, bông đùa. **Nhân vật trong những đoạn hội thoại cũng rất rộng từ quan hệ bạn bè, gia đình, cấp trên và cấp dưới, đồng nghiệp, nhân viên cửa hàng, y sĩ bác sĩ... ngoài những tình huống thông thường hằng ngày còn có những tình huống trong giao dịch thương mại.**

Các mẫu hội thoại không tập trung vào một ngữ cảnh, tình huống nhất định mà được sắp xếp một cách ngẫu nhiên. Do các mẫu hội thoại được sắp xếp ngẫu nhiên nên người học cảm thấy mới mẻ khi luyện tập. Ngoài ra, **các chủ để thay đổi liên tục và thường xuyên nên tạo ra hiệu quả giúp người học làm quen với những cách nói chuyện này.**

● Cách nói và ký hiệu

❶ Từ bài 1 đến bài 3 tất cả mọi Hán tự, từ bài 4 đến bài 6 thì những Hán tự xuất hiện lần đầu đều có phiên âm cách đọc.

❷ Kí hiệu 「ー」 là âm thanh kéo dài. 「～」 là kí hiệu cảm xúc, nghi ngờ, bất mãn, bất ngờ... Chú ý đến ngữ điệu của những ký hiệu này.

❸ Ngôn ngữ nói được thể hiện một cách chân thực trong giáo trình này. Vì thế mà nhiều thể rút gọn, biến âm...được sử dụng.

例：やっぱり → やっぱ
食べてしまいました → 食べちゃった
予約しておく → 予約しとく
わからない → わかんない

❹ Có những ký hiệu làm dấu chỉ khi những cách nói được thay đổi theo tình huống và đối tượng nói.

F Kí hiệu văn trang trọng ……… **Những đoạn hội thoại dùng kính ngữ (trong giao dịch hay trong những trường hợp trang trọng)**

C Kí hiệu văn thông thường … **Những đoạn hội thoại dùng văn thân mật (bạn bè, gia đình...)**

D Kí hiệu văn khác thường ……… **Những đoạn hội thoại một bên dùng thể lịch sự, một bên dùng cách nói thông thường (cấp trên và cấp dưới, giáo viên và học sinh, khách và nhân viên cửa hàng...)**

● File âm thanh

Có thể tải file âm thanh dùng để luyện tập tại đây.

https://www.9640.jp/shadowing/

※CD bán riêng.

⚠ Hành vi upload trên mạng mà không được sự đồng ý là phạm pháp.

Unit 1

挨拶や短い会話から日本語の音やリズムに慣れていきましょう。基本的な文法を使って、日本人といろいろなコミュニケーションができます。

Mari membiasakan diri terhadap bunyi dan irama bahasa Jepang dari salam dan percakapan singkat. Anda dapat berkomunikasi dengan orang Jepang menggunakan tata bahasa dasar.

เรามาทำความคุ้นเคยกับเสียงและท่วงทำนองของภาษาญี่ปุ่นจากคำทักทายและบทสนทนาสั้น ๆ กัน เราสามารถสื่อสารกับคนญี่ปุ่นได้หลากหลายวิธีโดยใช้ไวยากรณ์ขั้นพื้นฐาน

Chúng ta làm quen âm và ngữ điệu tiếng Nhật từ những câu chào hỏi và những đoạn hội thoại ngắn. Sử dụng những mẫu ngữ pháp cơ bản, chúng ta có thể giao tiếp nhiều được với người Nhật.

レベル 1	初級 Tingkat Dasar ชั้นต้น Sơ cấp	初中級 Tingkat Dasar-menengah ชั้นต้น-กลาง Sơ trung cấp	中級 Tingkat Menengah ชั้นกลาง Trung cấp

◎丁寧体	Gaya Bahasa Sopan	รูปสุภาพ	Thể lịch sự
◎普通形	Bentuk Biasa	รูปธรรมดา	Thể ngắn
◎意向形	Bentuk Kehendak	รูปตั้งใจ	Thể ý chí
◎て形	Bentuk -te	รูป te	Thể -te
◎助数詞	Kata Bantu Bilangan	ลักษณะนาม	Lượng từ

◎挨拶
◎～ましょう
◎～てください
◎～ので
◎～し～し
◎～円・本・階・回 etc

Unit 1

section 1

01

1 A：これですか？

B：はい、それです。

2 A：え～、どれ？ これ？

B：うん、それ。

3 A：おいしい？

B：うん、おいしいよ。

4 A：いいですか？

B：はい、いいです。

5 A：きれい？

B：うん、きれい。

6 A：本当(ほんとう)ですか？

B：本当(ほんとう)ですよ。

7 A：大野(おおの)さん？

B：はい、大野(おおの)です。

8 A：いい？

B：うん、いいよ。

9 A：ここですか？

B：はい、そこです。

10 A：わかった？

B：はい、わかりました。

	Bahasa Indonesia	ภาษาไทย	Tiếng Việt
1	A : Yang ini?	A : อันนี้หรือคะ	A : Có phải cái này không?
	B : Ya, yang itu.	B : ใช่ อันนั้นแหละ	B : Phải, chính nó.
2	A : Hm, yang mana? Yang ini?	A : หา อันไหน อันนี้เหรอ	A : Ủa, cái nào? Cái này hả?
	B : Ya, yang itu.	B : ใช่ อันนั้นแหละ	B : Phải, nó đó.
3	A : Enak?	A : อร่อยไหม	A : Có ngon không?
	B : Ya, enak, lho.	B : อือ อร่อยสิ	B : Có, ngon lắm.
4	A : Apakah ini bagus?	A : ดีไหม	A : Có được không?
	B : Ya, bagus.	B : ดี	B : Có, được lắm.
5	A : Indah?	A : สวยไหม	A : Có đẹp không?
	B : Ya, indah.	B : อือ สวย	B : Có, đẹp lắm.
6	A : Benarkah?	A : จริงเหรอ	A : Có thật không?
	B : Ya, benar, lo.	B : จริงสิ	B : Thật.
7	A : Apakah Anda Ibu Ono?	A : คุณโอโนะเหรอ	A : Chị Ono phải không?
	B : Ya, saya Ono.	B : ค่ะ โอโนะค่ะ	B : Phải, tôi là Ono.
8	A : Boleh?	A : โอเคไหม	A : Được không?
	B : Ya, boleh.	B : โอเค	B : Ừ, được.
9	A : Di sini?	A : ตรงนี้เหรอ	A : Ở đây phải không?
	B : Ya, di situ.	B : ใช่ ตรงนั้น	B : Phải, ở đó
10	A : Apakah sudah mengerti?	A : เข้าใจไหม	A : Em hiểu không?
	B : Ya, saya mengerti.	B : เข้าใจแล้วค่ะ	B : Vâng, em hiểu

section 2

1 A：こんにちは。

B：こんにちは。

2 A：先生(せんせい)、おはようございます。

D B：おはよう。

3 A：えみさん　じゃーね。

C B：うん、また明日(あした)。

4 A：お先(さき)に失礼(しつれい)します①。

D B：おつかれさまー②。

5 A：あ、すみません。

B：いいえ、大丈夫(だいじょうぶ)ですよ。

6 A：いってきます。

B：いってらっしゃい。

7 A：ただいまー。

C B：おかえりー。

8 A：どうもありがとうございます。

F B：いいえ、どういたしまして。

9 A：いい天気(てんき)ですね。

B：ええ、そうですね。

10 A：元気(げんき)ですか？

B：はい、元気(げんき)です。

①② ➡ p.44

No.	Bahasa Indonesia	ภาษาไทย	Tiếng Việt
1	A : Selamat siang. B : Selamat siang.	A : สวัสดีค่ะ B : สวัสดีครับ	A : Chào anh. (Xin chào) B : Chào chị (Xin chào)
2	A : Selamat pagi, Sensei. B : Pagi!	A : อาจารย์ สวัสดีตอนเช้าค่ะ B : สวัสดี	A : Chào thầy. B : Chào em.
3	A : Sampai besok ya, Emi. B : Ya, sampai besok!	A : เอมิ ไว้พบกันใหม่นะ B : อือ เจอกันพรุ่งนี้	A : Gặp lại sau nhé, Emi. B : Ờ, ngày mai gặp lại.
4	A : Saya pulang duluan. (harfiah: maaf saya duluan) B : Sampai nanti! (harfiah: terima kasih atas kerja kerasnya hari ini)	A : ขอตัวก่อนนะ B : เหนื่อยเลยสิ	A : Em xin phép về trước. B : Về đi nhé, hôm nay em vất vả rồi.
5	A : Ah, maafkan saya. B : Tidak apa-apa.	A : อุ้ย ขอโทษ B : ไม่เป็นไร	A : Ôi, em xin lỗi. B : Không sao, không có gì.
6	A : Saya pergi dulu. B : Hati-hati di jalan (harfiah: nanti kembali lagi ya)	A : ไปก่อนนะครับ B : แล้วเจอกัน	A : Anh đi đây B : Vâng anh đi nhé.
7	A : Saya pulang. (harfiah: saya telah kembali, saya sudah di rumah) B : Selamat datang. (harfiah: selamat pulang)	A : กลับมาแล้ว B : กลับแล้วเหรอ	A : Anh về rồi. B : Anh về rồi đấy à.
8	A : Terima kasih banyak. B : Sama-sama.	A : ขอบคุณมาก B : ไม่เป็นไร	A : Xin cám ơn rất nhiều. B : Dạ, không có gì ạ.
9	A : Hari ini cuacanya cerah, ya. B : Iya, ya.	A : อากาศดีจังนะครับ B : ค่ะ อากาศดี	A : Trời hôm nay đẹp nhỉ. B : Dạ, trời hôm nay đẹp quá anh nhỉ.
10	A : Bagaimana kabar Anda? B : Saya baik-baik saja.	A : สบายดีไหมครับ B : สบายดีค่ะ	A : Em khỏe không? B : Vâng, em khỏe ạ.

1 A：今(いま)、何時(なんじ)ですか？
B：9時(くじ)です。

2 A：今(いま)、何時(なんじ)？
B：4時(よじ)だよ。

3 A：昨日(きのう)、何時(なんじ)にねましたか？
B：11時半(じゅういちじはん)ぐらいです。

4 A：テストは何時(なんじ)からですか？
B：10時(じゅうじ)からですよ。

5 A：今日(きょう)は何日(なんにち)ですか？
B：4月1日(しがつついたち)です。

6 A：今日(きょう)は何曜日(なんようび)？
B：水曜日(すいようび)だよ。

7 A：誕生日(たんじょうび)はいつですか？
B：8月20日(はちがつはつか)です。

8 A：銀行(ぎんこう)は何時(なんじ)から何時(なんじ)までですか？
B：午前9時(ごぜんくじ)から午後3時(ごごさんじ)までです。

9 A：今年(ことし)は何年(なんねん)？
B：2021年(にせんにじゅういちねん)。令和3年(れいわさんねん)[3]だよ。

10 A：日本(にほん)に来(き)て、どのくらいですか？
B：1年3ヶ月(いちねんさんかげつ)です。

	Indonesia	ไทย	Tiếng Việt
1	A : Sekarang pukul berapa? B : Pukul 9.	A : ตอนนี้กี่โมงคะ B : เก้าโมงครับ	A : Bây giờ là mấy giờ? B : Bây giờ là 9 giờ.
2	A : Sekarang jam berapa, ya? B : Jam 4.	A : ตอนนี้กี่โมง B : สี่โมงน่ะ	A : Bây giờ mấy giờ? B : 4 giờ.
3	A : Kemarin Anda tidur pukul berapa? B : Sekitar pukul setengah 12.	A : เมื่อวาน นอนกี่โมงคะ B : ราวห้าทุ่มครึ่งครับ	A : Hôm qua mấy giờ anh ngủ? B : Tầm 11 giờ rưỡi.
4	A : Ujiannya mulai pukul berapa? B : Mulai pukul 10, ya.	A : สอบเริ่มกี่โมงครับ B : เริ่มสิบโมงค่ะ	A : Mấy giờ bắt đầu thi ạ? B : Bắt đầu từ 10 giờ.
5	A : Hari ini tanggal berapa? B : Tanggal 1 April.	A : วันนี้วันที่เท่าไหร่คะ B : วันที่ 1 เมษายนครับ	A : Hôm nay là ngày mấy? B : Ngày 1 tháng 4.
6	A : Hari ini hari apa? B : Hari Rabu.	A : วันนี้วันอะไร B : วันพุธ	A : Hôm nay là thứ mấy? B : Thứ 4.
7	A : Kapan hari ulang tahun Anda? B : Tanggal 20 Agustus.	A : คุณเกิดวันที่เท่าไหร่ B : 20 สิงหาคม	A : Sinh nhật của anh là khi nào? B : Ngày 20 tháng 8.
8	A : Bank buka dari pukul berapa sampai pukul berapa? B : Pukul 9 pagi sampai pukul 3 sore.	A : ธนาคารเปิดตั้งแต่กี่โมงถึงกี่โมงคะ B : ตั้งแต่9โมงเช้าถึงบ่าย3โมงครับ	A : Ngân hàng làm việc từ mấy giờ đến mấy giờ? B : Từ 9 giờ sáng đến 3 giờ chiều.
9	A : Tahun ini tahun berapa, ya? B : Tahun 2021. Tahun 3 Reiwa, lho.	A : ปีนี้ปีอะไร B : ปี2021 ปีเรวะที่ 3 น่ะ	A : Năm nay năm mấy? B : Năm 2021. Năm Reiwa (Lệnh Hoà) thứ 3.
10	A : Sudah berapa lama sejak Anda datang ke Jepang? B : 1 tahun 3 bulan.	A : มาญี่ปุ่นนานหรือยังคะ B : 1ปี 3เดือน ครับ	A : Anh đến Nhật được bao lâu rồi? B : Dạ, được 1 năm 3 tháng.

section 4

04

1 A：はじめまして。渡辺(わたなべ)です。
B：田中(たなか)です。どうぞよろしく。

2 A：マイケルさんですか？
B：はい、そうです。

3 A：田中(たなか)さんですか？
B：いいえ、中田(なかた)です。

4 A：英語(えいご)のschoolは日本語(にほんご)で何(なん)ですか？
B：schoolは学校(がっこう)ですよ。

5 A：あれは何(なん)ですか？
B：あ、あれは神社(じんじゃ)ですよ。

6 A：山田(やまだ)さんの部屋(へや)は何階(なんかい)ですか？
B：３階(さんがい)です。

7 F
A：お名前(なまえ)は？
B：ペドロです。
A：お国(くに)は？
B：スペインです。

8 A：ホットコーヒーのM(エム)、一つ(ひと)[④]ください。
B：はい、ホットコーヒーのM(エム)ですね。

9 A：駅(えき)までどのぐらいですか？
B：歩(ある)いて５分(ごふん)ぐらいです。

10 A：新宿駅(しんじゅくえき)はどこですか？
B：あそこですよ。

④ ➡ p.44

No.	Indonesian	Thai	Vietnamese
1	A : Perkenalkan, nama saya Watanabe.	A : ยินดีที่ได้รู้จัก ชื่อวาตานาเบะค่ะ	A : Xin chào, tôi là Watanabe.
	B : Saya Tanaka. Senang berkenalan dengan Anda.	B : ผมชื่อทานากะครับ ยินดีที่ได้รู้จัก	B : Tôi là Tanaka. Rất vui được biết chị.
2	A : Apakah Anda yang bernama Michael?	A : คุณไมเคิลใช่ไหมคะ	A : Anh có phải Michael không?
	B : Ya, benar.	B : ใช่ครับ	B : Vâng, tôi đây.
3	A : Apakah Anda yang bernama Tanaka?	A : คุณทานากะ ใช่ไหมคะ	A : Anh có phải là anh Tanaka không?
	B : Bukan, saya Nakata.	B : ไม่ใช่ ผมชื่อนากาตะ	B : Không, tôi là Nakata.
4	A : Apa bahasa Jepangnya untuk kata "school"?	A : คำว่า school ในภาษาอังกฤษ เรียกว่าอะไรในภาษาญี่ปุ่น	A : Từ "school" trong tiếng Anh tiếng Nhật là gì?
	B : "School" adalah "gakkoo".	B : school คือ กักโค ค่ะ	B : "school" là "gakkou"
5	A : Yang di sana itu apa?	A : เอ๊ะ นั่นอะไรครับ	A : Kia là cái gì vậy?
	B : Itu adalah Jinja, kuil Shinto.	B : อ๋อ นั่นคือศาลเจ้าชินโตน่ะค่ะ	B : À, đền thờ Thần Đạo đó em.
6	A : Kamar Bapak/Ibu Yamada ada di lantai berapa?	A : ห้องคุณยามาดะอยู่ชั้นอะไรคะ	A : Nhà anh Yamada ở tầng mấy?
	B : Lantai 3.	B : ชั้น3 ครับ	B : Ở tầng 3.
7	A : Siapa nama Anda?	A : คุณชื่ออะไรนะ	A : Tên anh là gì?
	B : Nama saya Pedro.	B : ชื่อ เปโดร ครับ	B : Em tên là Pedro.
	A : Dari negara mana Anda berasal?	A : มาจากประเทศไหน	A : Ở nước nào?
	B : Saya berasal dari Spanyol.	B : สเปน	B : Tây Ban Nha
8	A : Saya pesan 1 kopi panas ukuran sedang.	A : ขอกาแฟร้อนขนาดM 1 ที่	A : Cho tôi một cà phê nóng cỡ vừa.
	B : Baik. Pesanannya kopi panas ukuran sedang, ya.	B : ได้ค่ะ กาแฟร้อนขนาด M นะคะ	B : Vâng, một cà phê nóng cỡ vừa.
9	A : Berapa lama waktu yang dibutuhkan sampai stasiun?	A : ถึงสถานีรถไฟใช้เวลาเท่าไหร่	A : Từ đây đến ga còn bao xa?
	B : Sekitar 5 menit jalan kaki.	B : เดินไป5นาทีครับ	B : Tầm 5 phút đi bộ.
10	A : Di mana letak Stasiun Shinjuku?	A : สถานีชินจูกุอยู่ที่ไหนคะ	A : Ga Shinjuku ở đâu vậy?
	B : Ada di sana.	B : ตรงโน้นครับ	B : Ở kia kìa.

section 5

05

1 A：何才(なんさい)ですか？

B：２８才(にじゅうはっさい)です。

2 A：どんな映画(えいが)を見(み)ますか？

B：コメディーをよく見(み)ますね。

3 A：その赤(あか)いバラを３本(さんぼん)⑤ください。

B：はい、赤(あか)いバラ３本(さんぼん)ですね。

4 A：今日(きょう)はいい天気(てんき)ですね。

B：ええ、本当(ほんとう)に。

5 A：日本語(にほんご)の漢字(かんじ)はどうですか？

B：むずかしいですが、漢字(かんじ)の勉強(べんきょう)はおもしろいです。

6 A：週末(しゅうまつ)はどうでしたか？

B：友(とも)だちと会(あ)って、とても楽(たの)しかったです。

7 A：昨日(きのう)のテスト、むずかしかったですか？

B：いいえ、かんたんでしたよ。

8 A：鈴木(すずき)さんはどんな人(ひと)ですか？

B：親切(しんせつ)な人(ひと)ですよ。

9 A：このくつ、ちょっと大(おお)きいです。

D B：では、こちらのサイズはいかがでしょうか。

10 A：これ、きれいですね。

B：はい、とてもきれいですね。

⑤ ➡ p.44

	Bahasa Indonesia	ภาษาไทย	Tiếng Việt
1	A : Berapa usia Anda?	A : อายุเท่าไหร่คะ	A : Em bao nhiêu tuổi?
	B : 28 tahun.	B : 28 ปีครับ	B : Dạ, em 28 tuổi.
2	A : Film apa yang sering Anda tonton?	A : ชอบดูหนังแบบไหนคะ	A : Anh hay xem thể loại phim gì?
	B : Saya sering menonton film komedi.	B : ชอบดูหนังตลกครับ	B : Anh hay xem phim hài.
3	A : Saya minta mawar merah 3 tangkai.	A : ขอกุหลาบแดงนั้น 3 ดอกครับ	A : Lấy cho tôi 3 cành hoa hồng đỏ đó đi.
	B : Baik, mawar merah 3 tangkai, ya.	B : ได้ค่ะ กุหลาบแดง3 ดอกนะคะ	B : Vâng, 3 cành hoa hồng đỏ.
4	A : Hari ini cuacanya bagus, ya.	A : วันนี้ อากาศดีจังนะคะ	A : Thời tiết hôm nay đẹp nhỉ.
	B : Ya, benar sekali.	B : ใช่ อากาศดีมาก	B : Ừ, đẹp thật.
5	A : Bagaimana huruf Kanji Jepang menurut Anda?	A : คันจิในภาษาญี่ปุ่นเป็นอย่างไรคะ	A : Em thấy Hán tự trong tiếng Nhật như thế nào?
	B : Sulit, tapi menarik untuk dipelajari.	B : ยาก แต่เรียนคันจิแล้วสนุกครับ	B : Em thấy khó nhưng lại thích học Hán tự.
6	A : Bagaimana akhir pekan Anda?	A : วันหยุดสุดสัปดาห์ เป็นอย่างไรบ้างครับ	A : Cuối tuần vừa rồi thế nào?
	B : Saya bertemu dengan teman saya, dan mengasyikkan sekali.	B : ได้พบกับเพื่อน สนุกมากค่ะ	B : Mình gặp bạn, vui lắm.
7	A : Bagaimana ujian kemarin, apakah sulit?	A : สอบเมื่อวาน ยากไหมครับ	A : Bài thi hôm qua có khó lắm không?
	B : Tidak, mudah, kok.	B : ไม่เลย ง่ายมากค่ะ	B : Không khó, đơn giản lắm.
8	A : Bapak/Ibu Suzuki orangnya bagaimana?	A : คุณซูซูกิเป็นคนแบบไหนครับ	A : Anh/chị Suzuki là người như thế nào?
	B : Orang yang ramah, lho.	B : เป็นคนใจดีนะคะ	B : Anh/ chị ấy tốt bụng lắm.
9	A : Sepatu ini sedikit kebesaran.	A : รองเท้าคู่นี้ ใหญ่ไปหน่อยครับ	A : Đôi giày này khá rộng.
	B : Baik, bagaimana dengan ukuran sepatu yang ini?	B : ถ้างั้น ไซส์นี้เป็นอย่างไรคะ	B : Vậy thì, em đi thử cỡ này xem sao?
10	A : Ini cantik, ya.	A : อันนี้ สวยจังครับ	A : Cái này đẹp quá ha!
	B : Ya, sangat cantik.	B : ค่ะ สวยมากเลยค่ะ	B : Ừm, đẹp thật.

section 6

06

1 A：はじめまして。

B：はじめまして、どうぞよろしくお願(ねが)いします。

2 A：これ、どうぞ。

B：あー、どうもすみません[6]。いただきます。

3 A：お国(くに)はどちらですか？

B：韓国(かんこく)です。

4 A：日本(にほん)は、初(はじ)めてですか？

B：いいえ、３回目(さんかいめ)です。

5 A：和食(わしょく)は大丈夫(だいじょうぶ)ですか？

B：はい、大丈夫(だいじょうぶ)です。

6 A：そろそろ失礼(しつれい)します。

B：そうですか。じゃ、また。

7 A：わー、おいしそう。それ何(なん)ですか？

B：これ？ 中国(ちゅうごく)のおかしです。一(ひと)つどうですか？

8 A：どんなゲームが好(す)き？

B：一番好(いちばんす)きなのはＲＰＧ(アールピージー)[7]かな。

（エレベーターで）

9 A：何階(なんかい)ですか？

B：あ、８階(はちかい)お願(ねが)いします。

10 A：こんどの休(やす)み、どこ行(い)くの？

B：友(とも)だちと海(うみ)に行(い)きます。

⑥➡ p.44 ⑦➡ p.45

No.	Bahasa Indonesia	ภาษาไทย	Tiếng Việt
1	A : Senang berkenalan dengan Anda. B : Senang berkenalan dengan Anda juga. (harfiah: mohon bantuannya/ kerjasamanya.)	A : ยินดีที่ได้รู้จักครับ B : ยินดีที่ได้รู้จัก ขอฝากเนื้อฝากตัวด้วยค่ะ	A : Xin chào chị. B : Xin chào anh, rất vui được gặp anh.
2	A : Ini, silakan. B : Ah! Terima kasih. Saya makan.	A : เชิญทานครับ B : โอ้ ขอบคุณค่ะ รับประทานเลยนะคะ	A : Đây, xin mời chị. B : Ôi, cám ơn anh, tôi xin phép.
3	A : Anda berasal dari negara mana? B : Dari Korea.	A : คุณมาจากประเทศไหนคะ B : เกาหลีครับ	A : Em đến từ đâu? (Em là người nước nào?) B : Em đến từ Hàn Quốc. (Em là người Hàn Quốc.)
4	A : Apakah ini pertamakalinya Anda ke Jepang? B : Tidak, ini yang ketiga kalinya.	A : มาญี่ปุ่น ครั้งแรกเหรอคะ B : เปล่า มาครั้งที่ 3 แล้วครับ	A : Em mới đến Nhật lần đầu à? B : Không, đây là lần thứ 3
5	A : Apakah Anda tidak masalah dengan masakan Jepang? B : Ya, saya tidak ada masalah dengan itu.	A : อาหารญี่ปุ่น กินได้ไหมคะ B : ได้ครับ	A : Em ăn món Nhật có được không? B : Dạ, được ạ.
6	A : Saya harus segera pamit. B : Oh, begitu? baiklah, sampai jumpa.	A : ต้องขอตัวก่อนนะคะ B : จะไปแล้วเหรอ งั้นไว้เจอกันใหม่นะ	A : Em xin phép về đây. B : Vậy à? Vậy thì mai gặp lại nhé!
7	A : Wah, sepertinya enak, ya. Itu apa? B : Ini? Ini kue Tiongkok. Mau mencoba satu?	A : โห น่ากินจัง นั่นอะไรเหรอ B : นี่เหรอ ขนมของจีน รับสักหนึ่งชิ้นไหมครับ	A : Ôi, trông ngon quá! Cái đó là gì vậy? B : Cái này hả? Bánh kẹo Trung Quốc đó. Ăn thử một cái không?
8	A : Game apa yang kamu sukai? B : Kurasa RPG yang paling aku sukai.	A : ชอบเกมแบบไหนเหรอ B : ที่ชอบมากที่สุดคือ RPG มั้ง	A : Anh thích chơi game nào? B : Có lẽ thích nhất là RPG.
9	(Di Lift) A : Anda lantai berapa? B : Ah, tolong lantai delapan.	(ในลิฟต์โดยสาร) A : ไปชั้นไหนคะ B : เอ่อ ขอชั้น8ครับ	(Ở thang máy) A : Anh đi tầng mấy? B : Dạ, tôi muốn lên tầng 8.
10	A : Selama liburan ini mau pergi ke mana? B : Mau pergi ke laut bersama teman.	A : วันหยุดครั้งหน้า จะไปไหนเหรอ B : จะไปทะเลกับเพื่อนค่ะ	A : Kì nghỉ lần này em định đi đâu? B : Em sẽ đi biển với bạn.

section 7

07

1 A：ねー、学校(がっこう)のWi-Fi(ワイファイ)、わかる？

C B：わかるよー。はい、これ見(み)て。

2 A：シングルの部屋(へや)はいくらですか？

F B：はい、一泊8000円(いっぱくはっせんえん)でございます。

3 A：昨日(きのう)、スマホ[8]を買(か)いました。

B：へー、どこで買(か)いましたか？

4 A：ジョンさんのうちはどこですか？

B：新宿(しんじゅく)です。学校(がっこう)の近(ちか)くです。

5 A：パクさんの先生(せんせい)はどんな人(ひと)ですか？

B：私(わたし)の先生(せんせい)は明(あか)るくてやさしい人(ひと)です。

6 A：山田(やまだ)さん、しゅみは何(なん)ですか？

B：しゅみ？　うーん、ボルダリングかな。

7 A：日本(にほん)のアニメはどうですか？

B：ストーリーがとてもいいと思(おも)います。

8 A：これ、見(み)てください。スイスの写真(しゃしん)です。

B：わー、雪(ゆき)がきれい。アルプスですね！

9 A：クリスさんの国(くに)は今(いま)とても寒(さむ)いでしょう？　何度(なんど)くらいですか？

B：そうですね、私(わたし)の町(まち)は北(きた)のほうなので、マイナス10度(じゅうど)くらいです。

10 A：お名前(なまえ)の横(よこ)に印鑑(いんかん)をお願(ねが)いします。

B：えー？　今日(きょう)は持(も)って来(き)ませんでした。

	Indonesian	Thai	Vietnamese
1	A : Hai, kamu tahu Wifi sekolah? B : Tahu dong. Nih, lihat ini.	A : นี่ wi-fi ของโรงเรียน อันไหนรู้ไหม B : รู้สิ นี่ไง ดูนี่	A : Ê, biết mật khẩu Wifi của trường không? B : Biết chứ. Đây, vào thử đi. (dịch theo từ: xem đi)
2	A : Berapa biaya untuk single room? B : Baik, biayanya 8000 yen per malam.	A : ห้องเดี่ยว ราคาเท่าไหร่ครับ B : คืนละ 8000 เยนค่ะ	A : Phòng đơn có giá bao nhiêu vậy em? B : Dạ, 8,000 yên một đêm ạ.
3	A : Kemarin saya membeli ponsel pintar. B : Wah! Beli di mana?	A : เมื่อวานนี้ ซื้อสมาร์ทโฟนแล้วครับ B : เหรอ ซื้อที่ไหนคะ	A : Hôm qua anh mới mua điện thoại smartphone. B : Vậy hả? Anh mua ở đâu vậy?
4	A : Rumah Anda (John) di daerah mana? B : Di Shinjuku. Dekat sekolah.	A : บ้านคุณจอห์นอยู่ที่ไหนคะ B : ชินจูกุ ใกล้กับโรงเรียนครับ	A : Nhà của John ở đâu vậy? B : Ở Shinjuku. Gần trường.
5	A : Guru Anda (Paku) orang yang bagaimana? B : Guru saya orang yang ceria dan baik hati.	A : อาจารย์ของคุณพัค เป็นคนแบบไหนครับ B : อาจารย์ของฉัน เป็นคนที่ร่าเริงและใจดีค่ะ	A : Thầy của Paku là người như thế nào? B : Thầy mình rất vui vẻ và dễ tính.
6	A : Pak Yamada, hobi Anda apa? B : Hobi saya? Hmm, bouldering saya kira.	A : คุณยามาดะ มีงานอดิเรกอะไรเหรอคะ B : งานอดิเรกเหรอ อืม ปีนหน้าผาจำลองมั้ง	A : Anh Yamada, sở thích của anh là gì? B : Sở thích hả? Ừm, để xem, có lẽ là môn leo khối đá.
7	A : Bagaimana menurut Anda tentang anime Jepang? B : Menurut saya jalan ceritanya sangat bagus.	A : อะนิเมะของญี่ปุ่นเป็นอย่างไรคะ B : คิดว่าเนื้อเรื่องดีมากนะครับ	A : Em thấy phim hoạt hình Nhật Bản như thế nào? B : Em thấy nội dung phim rất hay.
8	A : Ini, lihatlah ini. Ini adalah foto Swiss. B : Wah, saljunya cantik. Pegunungan Alpen, kan!	A : ดูนี่สิ รูปของสวิสเซอร์แลนด์ครับ B : โอ้โฮ หิมะสวยจัง เทือกเขาแอลป์สินะคะ	A : Em xem nè. Đây là hình Thụy Sỹ đấy. B : Ôi, tuyết đẹp quá! Dãy Alps phải không?
9	A : Negara Anda saat ini sangat dingin kan, Chris? Sekitar berapa derajat sekarang? B : Ya, betul. Kota saya berada di utara, jadi sekarang sekitar minus 10 derajat.	A : ประเทศของคุณคริสตอนนี้คง หนาวสินะ ประมาณกี่องศาเหรอคะ B : อืม เมืองของผมอยู่ทางตอนเหนือ ติดลบราว10องศาครับ	A : Đất nước của Chris lạnh lắm đúng không? Khoảng mấy độ? B : Đúng vậy, nơi em sống ở phía Bắc nên nhiệt độ khoảng âm 10 độ.
10	A : Mohon bubuhkan stempel di samping nama Anda. B : Aduh! Saya tidak membawanya hari ini.	A : กรุณาประทับตราชื่อที่ข้าง ๆ ชื่อของคุณด้วยคะ B : อ้าว วันนี้ไม่ได้เอามาด้วยน่ะครับ	A : Anh vui lòng đóng dấu ngay kế bên tên của mình. B : Hả? Hôm nay tôi quên mang theo rồi.

section 8

08

1 A：ご家族は何人ですか？
F B：4人です。両親と兄と私です。

（授業中）

2 A：先生、すみません。トイレに行ってもいいですか？
B：はい、どうぞ。

3 A：ジョンさん、今日、どこでお昼⑨を食べますか？
B：そうですねー。どこにしましょうか。

4 A：先生、すみません。今、何時ですか？
B：あ、もう時間ですね。じゃ、これで終わりましょう。

5 A：いらっしゃいませ。お二人ですか？
F B：いえ、あとからもう一人来ます。

6 A：昨日のサッカー、見た？
C B：ううん、あまり好きじゃないから。

7 A：うわー。帽子、かわいいね。
C B：本当？　ありがとう。

8 A：あれ？　山田さん、どこ行くの？
C B：ちょっとそこまで。

9 A：あのー、すみません。次の電車は何時に来ますか？
B：あ、今の電車が終電ですよ。始発は明日の午前5時です。

10 A：この部屋、日当たりがいいし、静かだしいいよね。
B：うん、家賃もまあまあだし…、ここに決めようか。

⑨ ➡ p.45

1

A : Keluarga Anda berjumlah berapa orang?
B : Empat orang. Saya, orang tua saya, dan kakak laki-laki saya.

A : ครอบครัวคุณมีกี่คน
B : สี่คน พ่อแม่ พี่ชายและผมครับ

A : Gia đình em có mấy người?
B : Dạ, 4 người. Cha mẹ, anh trai và tôi.

2

(Saat Kelas Berlangsung)
A : Sensei, maaf. Bolehkah saya ke belakang?
B : Ya, silakan.

(ระหว่างเรียน)
A : อาจารย์ครับ ขออนุญาตไปห้องน้ำได้ไหมครับ
B : เชิญจ้ะ

(Trong lớp)
A : Cô ơi, em đi vệ sinh được không ạ?
B : Được, đi đi.

3

A : John, hari ini mau makan siang di mana?
B : Wah, iya, ya... Baiknya di mana, ya?

A : คุณจอห์น วันนี้ จะทานอาหารกลางวันที่ไหนคะ
B : ไม่รู้สิ จะทานที่ไหนกันดีล่ะครับ

A : John ơi, trưa nay ăn ở đâu?
B : Để xem, không biết hôm nay ăn ở đâu đây?

4

A : Sensei, maaf. Sekarang pukul berapa, ya?
B : Oh! Sudah waktunya, ya. Kalau begitu mari kita akhiri sampai di sini.

A : อาจารย์คะ ขอโทษค่ะ ตอนนี้กี่โมงแล้วคะ
B : อ้อ หมดเวลาแล้วสินะ ถ้างั้นวันนี้พอแค่นี้ละกัน

A : Thưa thầy, bây giờ mấy giờ rồi?
B : Ôi, tới giờ rồi ha. Hôm nay chúng ta dừng ở đây nhé.

5

A : Selamat datang. Apakah untuk dua orang?
B : Tidak, nanti akan datang satu orang lagi.

A : ยินดีต้อนรับ มาสองท่านใช่ไหมคะ
B : ไม่ใช่ เดี๋ยวจะตามมาอีกหนึ่งคนครับ

A : Xin chào quý khách. Quý khách đi hai người ạ?
B : Không, tí nữa một người nữa sẽ đến sau.

6

A : Kamu nonton sepak bola kemarin?
B : Enggak, soalnya aku enggak begitu suka.

A : แข่งฟุตบอลเมื่อวานนี้ ได้ดูไหม
B : ไม่ได้ดู ไม่ค่อยชอบน่ะ

A : Hôm qua em có coi bóng đá không?
B : Không, em không thích lắm nên ...

7

A : Wah! Topinya manis, ya.
B : Benarkah? Terima kasih.

A : โอ้โฮ หมวกน่ารักจัง
B : จริงเหรอ ขอบคุณที่ชม

A : Trời ơi! Cái mũ dễ thương quá!
B : Thật hả? Cám ơn nhé!

8

A : Eh! Pak Yamada, mau pergi ke mana?
B : Cuma ke sana sebentar.

A : อ้าว คุณยามาดะจะไปไหนเหรอ
B : จะไปแถวนี้หน่อยน่ะ

A : Ủa, Anh Yamada đi đâu thế?
B : Mình ra đây một tí.

9

A : Permisi, maaf mengganggu. Kereta berikutnya tiba pukul berapa, ya?
B : Oh, kereta ini kereta terakhir, lo! Kereta pertama berangkat besok jam 5 pagi.

A : เอ่อ ขอโทษนะ รถไฟเที่ยวต่อไปจะมากี่โมงคะ
B : อ้อ รถไฟเที่ยวนี้เป็นเที่ยวสุดท้ายแล้ว เที่ยวแรกจะเป็นพรุ่งนี้ตี5ครับ

A : Anh ơi cho hỏi, chuyến tiếp theo mấy giờ đến vậy ạ?
B : À, Chuyến này là chuyến cuối rồi. Chuyến đầu chạy vào 5 giờ sáng mai.

10

A : Kamar ini bagus, ya! pencahayaannya baik, dan juga tenang.
B : Ya, selain itu biaya sewanya tidak terlalu mahal juga. Apa kita pilih di sini saja?

A : ห้องนี้ แสงแดดส่องถึง แล้วก็เงียบด้วยดีนะ
B : ใช่ ค่าเช่าก็ไม่แพงเท่าไหร่ เอาที่นี่แล้วกัน

A : Căn phòng này vừa sáng, vừa yên tĩnh, thích quá ha.
B : Ừ, giá cả cũng phải chăng, lấy căn này nha.

section 9

1 A：すみません、この近(ちか)くにエレベーターありますか？
B：はい、すぐそこにありますよ。

2 A：山田(やまだ)さんの部屋(へや)は新(あたら)しいですか？
B：いえ、古(ふる)いです。でもきれいですよ。

3 A：田中(たなか)さんの部屋(へや)はきれいですか？
B：いえ、きれいじゃありません。でも新(あたら)しいです。

4 A：あ～、今日(きょう)は暑(あつ)いですねー。
B：そうですねー。こんな日(ひ)はビールがおいしいですね。

5 A：サラさんは字(じ)がきれいですね。
B：ありがとうございます。毎日練習(まいにちれんしゅう)しています。

6 A：え、こんな日(ひ)にジョギング？ 寒(さむ)くないですか？
B：はい、今(いま)は寒(さむ)いです。でも、走(はし)るとだんだん暖(あたた)かくなりますよ。

7 A：映画(えいが)、どうでしたか？
B：うーん、まあまあでした。

8 A：いい自転車(じてんしゃ)ですね。買(か)いましたか？
B：あ、いいえ。アパートの大家(おおや)さんに借(か)りました。

9 A：ドラッグストアに行(い)ったら、マスクが売(う)り切(き)れでした。
B：あー、今(いま)、インフルエンザのシーズンだからね。

10 A：今晩(こんばん)、ひまですか？ 一緒(いっしょ)に焼肉(やきにく)はどうですか？
B：すみません。私(わたし)、ベジタリアンなので、焼肉(やきにく)はちょっと…[10]。

⑩ ➡ p.45

	Indonesia	ไทย	Tiếng Việt
1	A : Maaf, di sekitar sini apakah ada lift? B : Ya, ada di sebelah sana.	A : ขอโทษค่ะ ใกล้ ๆ นี้ มีลิฟต์ไหมคะ B : มี อยู่ตรงนั้นเองไม่ไกลครับ	A : Anh ơi cho hỏi, gần đây có thang máy không? B : Có ạ, ngay ở bên đó đó chị.
2	A : Apakah kamarnya Pak Yamada baru? B : Tidak, kamar lama. Tapi bersih, lo!	A : ห้องคุณยามาดะใหม่ไหมคะ B : ไม่ใหม่ครับ เก่าแต่สะอาดนะ	A : Phòng anh Yamada mới không? B : Không, cũ rồi. Nhưng được cái sạch sẽ.
3	A : Apakah kamar Pak Yamada bagus? B : Tidak, tidak bagus. Tapi baru.	A : ห้องคุณทานากะสะอาดไหมคะ B : ไม่สะอาด แต่ใหม่ครับ	A : Phòng của anh Tanaka đẹp không? B : Không, chẳng đẹp. Nhưng được cái mới.
4	A : Ahh! Hari ini panas, ya! B : Iya, ya. Di hari seperti ini bir akan terasa enak ya.	A : เฮ้อ วันนี้ร้อนจังนะคะ B : นั่นสินะ วันอย่างนี้ ดื่มเบียร์จะอร่อยมากเลยนะครับ	A : Trời ơi, hôm nay nóng quá nhỉ. B : Thật luôn. Trời này mà uống bia thì tuyệt lắm luôn.
5	A : Sara, tulisannya bagus, ya. B : Terima kasih. Saya berlatih setiap hari.	A : คุณซาร่าลายมือสวยนะครับ B : ขอบคุณค่ะ ฝึกทุกวันเลยค่ะ	A : Chữ của chị Sara đẹp quá nhỉ! B : Cám ơn anh, ngày nào tôi cũng luyện viết.
6	A : Eh! joging di hari seperti ini? Apa Anda tidak kedinginan? B : Ya, kalau sekarang dingin. Tapi, nanti kalau sudah berlari akan berangsur hangat, kok.	A : เอ๊ะ วันอย่างนี้มาวิ่งจ๊อกกิ้ง ไม่หนาวเหรอคะ B : หนาว ตอนนี้ก็หนาวครับ แต่พอวิ่งแล้วจะรู้สึกอุ่นขึ้นครับ	A : Hả? Đi bộ vào ngày này sao? Không thấy lạnh hả? B : Có chứ, bây giờ lạnh, nhưng chạy một tí là ấm dần lên thôi.
7	A : Filmnya bagaimana? B : Yaah, lumayan lah.	A : หนังเมื่อวานเป็นยังไงบ้างคะ B : อืม ก็งั้น ๆ นะครับ	A : Phim thế nào? B : Ừm, cũng tàm tạm.
8	A : Sepedanya bagus, ya. Anda membelinya? B : Oh, tidak. Saya meminjamnya dari pemilik apartemen.	A : รถจักรยานดูดีจัง ซื้อมาเหรอครับ B : เปล่าหรอก ขอยืมเจ้าของอพาร์ตเมนต์ที่เช่าอยู่น่ะค่ะ	A : Xe đạp trông tốt quá ha. Chị mới mua hả? B : À, không. Tôi mượn của ông chủ nhà.
9	A : Saat saya pergi ke toko obat, maskernya sudah habis terjual. B : Oh, itu karena sekarang ini sedang musim influenza, ya.	A : พอไปที่ร้านขายยา แมสก์ก็ขายหมดเกลี้ยงแล้วค่ะ B : อ๋อ ตอนนี้เป็นฤดูกาลไข้หวัดใหญ่น่ะครับ	A : Tôi đến tiệm thuốc tây rồi nhưng chẳng còn cái khẩu trang nào. B : À, bây giờ đang mùa cúm mà.
10	A : Apakah malam ini luang? Bagaimana kalau makan yakiniku bersama? B : Maaf, saya vegetarian, jadi saya tidak makan yakiniku.	A : คืนนี้ ว่างไหม ไปทานเนื้อย่างกันไหมครับ B : ขอโทษค่ะ ฉันเป็นมังสวิรัติ กินเนื้อย่างไม่ได้	A : Tối nay rảnh không? Đi ăn thịt nướng với mình không? B : Xin lỗi nhé! Mình ăn chay nên chắc thịt nướng thì ...

section 10

10

1 C
A：見て、これ。
B：わー、すごいあざ。どうしたの？
A：昨日、自転車でころんじゃってさ～。
B：病院行ったほうがいいんじゃない？

2 D
A：すみません。切符を間違えて買っちゃったんですけど。
B：あ、では、切符をお返しください。
A：はい、これです。
B：210円ですね。じゃ、こちらの210円お返しします。

3 D
A：これは何ですか？
B：これ？　あー、これはお好み焼き⑪。
A：え？　お好み…？
B：うん、お好み焼き。おいしいよ。

4 C
A：試合、どうだった？
B：うーん、ゲームは最高だったけど、客のマナーがねー。
A：悪かったの？
B：うん。ヤジ⑫がひどくて…、選手たちがかわいそうだったよ。

5 F
A：パスポートの申請ですか？　こちらの用紙に記入してお待ちください。
B：はい。あのー、どれくらい時間がかかりますか？
A：そうですね。これからだと2時間半ほどですね。
B：は～、2時間半ですか。

（郵便局で）

6
A：これ、ブラジルにEMS⑬でお願いします。
B：はい、ブラジルですね。400グラムですから2400円になります。
A：今週中に着きますか？
B：はい。今日は火曜日ですから、今週中に着きますよ。

⑪⑫⑬ ➡ p.45

1

A : Lihatlah ini.
B : Wah! Memar banget. Apa yang terjadi?
A : Kemarin aku jatuh dari sepeda.
B : Apa tidak sebaiknya kamu pergi ke rumah sakit?

A : ดูนี่สิ
B : โอ้ เขียวช้ำไปหมด ไปทำอะไรมาเหรอ
A : เมื่อวานนี้ ขี่จักรยานล้มน่ะ
B : ไปโรงพยาบาลดีกว่ามั้ง

A : Em xem nè.
B : A, sao bầm tím vậy. Có chuyện gì thế?
A : Hôm qua anh bị té xe đạp.
B : Anh nên đi bệnh viện đi thì hơn.

2

A : Maaf, saya salah membeli tiket.
B : Oh, kalau begitu, tolong dikembalikan tiketnya.
A : Baik, ini.
B : 210 yen, ya. Nah, ini saya kembalikan 210 yen Anda.

A : ขอโทษค่ะ ซื้อตั๋วผิดไปน่ะ
B : อ้อ ถ้างั้น ขอตั๋วคืนครับ
A : นี่ค่ะ ตั๋ว
B : ตั๋ว210เยนนะครับ นี่ครับ เงินคืน 210เยนครับ

A : Xin lỗi, tôi mua lộn vé rồi.
B : À, nếu vậy thì chị trả lại vé cho chúng tôi.
A : Vâng, đây ạ.
B : 210 yên đúng không ạ? Tôi gửi lại chị 210 yên.

3

A : Ini apa?
B : Ini? Oh, ini okonomiyaki.
A : Apa? Okonomi....?
B : Okonomiyaki. Enak, lho!

A : นี่อะไรครับ
B : เนี่ยเหรอ อ้อ โอโคโนมิยากิ จ้ะ
A : อะไรนะ โอโคโนมิ....
B : ใช่แล้ว โอโคโนมิยากิ อร่อยมากนะ

A : Đây là món gì vậy ạ?
B : Món này hả? À, Đây là Okonomiyaki.
A : Hả? Okonomi ...?
B : Ừ, Okonomiyaki. Ngon lắm đấy!

4

A : Pertandingannya bagaimana?
B : hmm, pertandingannya sih bagus banget, tapi sopan santun penontonnya, aduh...
A : Buruk, ya?
B : Ya. Teriakan penontonnya sangat keterlaluan... Pemainnya jadi kasihan, kan.

A : การแข่งขัน ผลเป็นยังไง
B : อืม เกมสนุกสุด ๆ เลย แต่ผู้ชมมารยาทไม่ค่อย...
A : แย่มากเลยเหรอ
B : ใช่ มีคนพาลเยอะ น่าสงสารพวกนักกีฬา

A : Trận đấu thế nào?
B : Ừm, trận đấu thì tuyệt vời nhưng thái độ khán giả thì ...
A : Tệ lắm hả?
B : Ừm, bọn quấy rối ghê lắm... Tội nghiệp vận động viên quá chừng.

5

A : Apakah Anda sedang mengajukan paspor? Silahkan isi formulir ini, kemudian mohon menunggu.
B : Baik. Maaf, kira-kira butuh waktu berapa lama, ya?
A : Mungkin... Sekitar 2,5 jam dari sekarang.
B : Apa! 2,5 jam?!

A : ยื่นขอทำหนังสือเดินทางหรือ กรุณากรอกข้อมูลในแบบฟอร์มนี้แล้วรอนิดนะคะ
B : ได้ค่ะ เอ่อ ใช้เวลาเท่าไหร่ครับ
A : นั่นสินะ น่าจะประมาณสองชั่วโมงครึ่งค่ะ
B : โอ สองชั่วโมงครึ่งเชียวหรือครับ

A : Xin cấp hộ chiếu à? Anh điền vào đơn này và chờ một chút nhé.
B : Dạ, mất khoảng bao lâu vậy ạ?
A : Để tôi xem, nếu làm từ bây giờ chắc mất khoảng 2 tiếng rưỡi.
B : Ôi! 2 tiếng rưỡi cơ à?

6

(Di Kantor Pos)

A : Tolong kirim (barang) ini ke Brazil menggunakan EMS.
B : Baik, ke Brazil, ya. Beratnya 400 gram, jadi biayanya 2,400 yen.
A : Apakah akan sampai dalam minggu ini?
B : Ya. Karena hari ini hari Rabu, jadi akan sampai dalam minggu ini.

(ที่ไปรษณีย์)

A : อันนี้ ส่ง EMS ไปบราซิลครับ
B : ไปบราซิลนะคะ 400 กรัม ราคา 2400เยนค่ะ
A : จะไปถึงภายในสัปดาห์นี้ไหมครับ
B : วันนี้วันอังคาร ส่งถึงภายในสัปดาห์นี้ค่ะ

(Ở bưu điện)

A : Tôi muốn gửi cái này bằng EMS đến Brazil.
B : Đến Brazil à. 400 gram, 2400 yên.
A : Trong tuần này tới được không chị?
B : Vâng, hôm nay là thứ ba, trong tuần này sẽ tới.

解説　Penjelasan คำอธิบาย Giải thích

① お先(さき)に失礼(しつれい)します

仕事が終わって職場を出る時に、まだ仕事をしている人に言う挨拶です。

Salam yang disampaikan kepada orang yang masih bekerja ketika pekerjaan kita selesai dan kita akan meninggalkan tempat kerja terlebih dahulu.

เป็นคำทักทายพูดกับคนที่กำลังทำงานอยู่ เวลาที่ตัวเองเสร็จงานแล้วจะออกจากที่ทำงาน

Cách nói này được dùng để chào những người vẫn còn ở lại làm nhưng bạn đã xong phần việc của mình và chuẩn bị rời công ty.

② おつかれさま

仕事が終わった時にお互いにする挨拶「おつかれさまでした」のカジュアルな言い方です。

Cara penyampaian non-formal dari ungkapan "おつかれさまでした", salam yang diucapkan satu sama lain ketika pekerjaan mereka telah selesai.

เป็นคำทักทายซึ่งกันและกันหลังเลิกงาน เป็นคำพูดแบบไม่เป็นทางการของ おつかれさまでした

Đây là hình thức ngắn của câu「おつかれさまでした」Câu này mọi người nói để chào nhau khi đã xong việc.

③ 令和(れいわ)3年(さんねん)

日本では西暦の他に、日本の年号も使われています。2019年に天皇が新しくなり令和という年号がスタートしました。2021年は令和3年になります。

Di Jepang, selain menggunakan kalender Masehi, digunakan juga tahun Jepang. Dengan dinobatkannya kaisar baru pada tahun 2019, tahun Reiwa (yang merupakan nama era tersebut) dimulai. Sehingga, tahun 2021 disebut dengan tahun 3 Reiwa.

ที่ญี่ปุ่นนอกจากคริสตศักราชแล้วยังใช้ ปีศักราชของญี่ปุ่นด้วย ในปี 2019 ได้มีจักรพรรดิองค์ใหม่ขึ้น จึงเริ่มต้นศักราชใหม่ ชื่อ เรวะ ดังนั้นปี ค.ศ.2021 จึงเทียบเท่ากับปีเรวะที่ 3

Ở Nhật, ngoài lịch dương, người ta còn dùng Niên hiệu truyền thống của Nhật. Năm 2019, Thiên Hoàng mới lên ngôi, bắt đầu một triều đại mới có niên hiệu là Reiwa (Lệnh Hoà). Năm 2021 được gọi là năm Reiwa thứ 3.

④ 一(ひと)つ

物の数え方で、「1」の意味です。小さい物、丸い物、四角い物などを数える時に使います。

Merupakan cara menghitung benda dan mempunyai arti 1. Digunakan saat menghitung benda kecil, benda bulat, benda persegi, dll.

วิธีนับสิ่งของ มีความหมายว่า หนึ่ง ใช้เวลานับของชิ้นเล็ก ๆ กลม ๆ หรือ เหลี่ยม ๆ

Đơn vị đếm vật và có nghĩa là 1. Dùng để đếm những vật nhỏ, có hình tròn, hình vuông v.v..

⑤ 3本(さんぼん)

物の数え方で、「3」の意味です。「本」は、ビン、木、花、傘など長い物を数える時に使います。

Merupakan cara menghitung benda dan mempunyai arti 3. "本 (hon)" digunakan saat menghitung benda panjang seperti botol, pohon, payung, dll.

เป็นวิธีนับสิ่งของ หมายถึง สาม คำว่า hon ใช้นับสิ่งของที่มีลักษณะยาว เช่น ขวด ต้นไม้ ดอกไม้ ร่ม

Đơn vị đếm vật và có nghĩa là 3.「本」được dùng để đếm vật dài như chai lọ, cây, hoa, dù v.v..

⑥ すみません

①謝る、②お礼を言うの2つの意味があります。ここでは、②の意味です。

Memiiki dua makna, yaitu untuk ① meminta maaf dan ② berterima kasih. Di sini, mempunyai makna kedua.

มีสองความหมาย ① ขอโทษ ② ขอบคุณ ในที่นี้ ใช้ในความหมายที่สอง

Có 2 nghĩa : ① Xin lỗi, ② cảm ơn. Trong trường hợp này nó mang ý nghĩa số 2.

⑦ RPG
アールピージー

「ロールプレイングゲーム(Role-playing-game)」の略です。

Singkatan dari role playing game.

เป็นคำย่อของคำว่า role playing game

Đây là cách viết tắt của từ "role playing game" (trò chơi nhập vai).

⑧ スマホ

「スマートフォン (smart-phone)」の略です。

Singkatan dari "スマートフォン (smartphone, ponsel pintar)."

เป็นคำย่อของคำว่า スマートフォン (smart phone)

Đây là cách viết tắt của từ「スマートフォン (smart-phone)」. (điện thoại thông minh)

⑨ お昼
ひる

お昼ご飯のことです。

Kata ini mengacu pada makan siang.

หมายถึง อาหารมื้อกลางวัน

Ở đây có nghĩa là : bữa trưa.

⑩ ちょっと…

「ちょっと…」はここでは、あまりよくない / 悪いという意味です。はっきり言いたくない時に使います。

Di sini, "ちょっと..." bermakna "tidak begitu baik/ buruk". Digunakan saat kita tidak ingin mengungkapkan sesuatu dengan terlalu jelas.

คำว่า ちょっと… ในที่นี้ใช้สื่อความหมาย ไม่ค่อยดี มักจะใช้ในกรณีที่พูดอ้อม ๆ ไม่อยากพูดให้ชัดเจน

Từ「ちょっと」ở đây mang nghĩa không tốt/ nghĩa xấu. Sử dụng khi không muốn nói rõ một việc gì đó.

⑪ お好み焼き
この や

鉄板の上で焼くピザのような料理です。お好み焼きは大阪と広島が有名です。

Hidangan semacam pizza yang dipanggang di atas panggangan besi datar. Okonomiyaki terkenal di Osaka dan Hiroshima.

อาหารคล้ายพิซซ่าย่างบนแผ่นเหล็ก โอโคโนมิยากิเป็นอาหารขึ้นชื่อของโอซากาและฮิโรชิมา

Đây là món ăn giống dạng pizza được nướng trên tấm sắt. Okonomiyaki là món ăn nổi tiếng ở Osaka và Hiroshima.

⑫ ヤジ

スポーツの試合などで、観客が選手などに向かって大きい声で言う文句のことです。

Kata-kata ketidakpuasan yang diteriakkan penonton terhadap para pemain atau lainnya seperti pada pertandingan olahraga.

เป็นเสียงบ่นที่ผู้ชมตะโกนหรือตะคอกใส่นักกีฬา ในการแข่งขันกีฬา

Nghĩa là những tiếng chửi rủa hò hét lớn tiếng của khán giả nhằm vào các vận động viên trong những trận đấu.

⑬ EMS
イーエムエス

「国際スピード郵便 (Express Mail Service)」のことです。

Singkatan dari Express Mail Service (layanan surat kilat).

เป็นคำย่อของ Express Mail Service (บริการไปรษณีย์ด่วนพิเศษ)

Đây là từ viết tắt của Express Mail Service (dịch vụ chuyển phát nhanh quốc tế)

コラム ❶
kolom
คอลัมน์
Chuyên mục

早口言葉

Permainan *Tongue Twisters*

ฝึกพูดเร็ว

Cụm từ khó phát âm hoặc nhanh

母語を話すときと日本語を話すときでは、舌の使い方や使う顔の筋肉が違います。そこで、日本語をなめらかに話すための練習として早口言葉をご紹介します。シャドーイングをする前に練習してみましょう。
まずは口を大きく開けて、ゆっくりはっきり発音してみましょう。徐々に話すスピードを上げて、スラスラと3回言えることを目指しましょう。

Pada saat Anda berbicara dengan bahasa Ibu dan bahasa Jepang, otot lidah dan wajah yang digunakan berbeda. Untuk memperlancar berbicara bahasa Jepang, kita harus menyatukan beberapa pergerakan lidah. Berlatihlah sebelum melakukan *shadowing*. Pertama-tama, bukalah mulut lebar-lebar dan ucapkan secara perlahan dan jelas. Tingkatkan secara perlahan kecepatan dalam pengucapan, usahakan untuk mengucapkannya dengan lancar sebanyak tiga kali.

เวลาพูดภาษาแม่กับเวลาพูดภาษาญี่ปุ่น จะใช้ลิ้นและกล้ามเนื้อบนใบหน้าแตกต่างกัน ดังนั้น
จึงขอแนะนำวิธีฝึกพูดเร็วเพื่อให้สามารถพูดภาษาญี่ปุ่นได้คล่อง ลองฝึกฝนดูก่อนที่จะฝึกแชโดอิ้ง
เริ่มจากอ้าปากกว้าง ๆ ออกเสียงช้า ๆ ชัด ๆ แล้วค่อย ๆ เพิ่มระดับความเร็วขึ้น
เป้าหมายคือพยายามพูดให้ได้เร็วและคล่อง ๆ 3 ครั้งติดกัน

Khi chúng ta nói tiếng mẹ đẻ và nói tiếng Nhật thì cách sử dụng lưỡi và cơ trên mặt khác nhau. Vì vậy, tôi xin giới thiệu một cách luyện tập để giúp các bạn nói tiếng Nhật được một cách lưu loát, đó là cách luyện nói "những cụm từ khó phát âm hoặc nhanh". Chúng ta hãy thử luyện tập với những cụm từ này trước khi chúng ta bắt đầu Shadowing.
Đầu tiên, chúng ta mở to miệng và luyện đọc rõ với tốc độ từ từ. Sau đó dần dần tăng tốc, có gắng đặt mục tiêu có thể phát âm lưu loát những từ này 3 lần.

① バス　ガス　ばくはつ
バスガス爆発

② このすしは　すこし　すが　ききすぎだ
この寿司は少し酢がききすぎだ

③ かった　かたたたきき　たかかった
買った肩叩き機高かった

④ となりの　きゃくは　よく　かき　くう　きゃくだ
隣の客はよく柿食う客だ

⑤ かえる　ぴょこぴょこ　みぴょこぴょこ
あわせて　ぴょこぴょこ　むぴょこぴょこ

Unit 2

少し長い表現にもチャレンジしてみましょう。
相手を誘ったり、依頼したり、状況を簡単に
説明したりすることができるようになります。

Mari mencoba berekspresi sedikit lebih panjang. Anda akan dapat mengundang seseorang, mengajukan permintaan, atau menjelaskan tentang suatu keadaan dengan sederhana.

ลองฝึกสำนวนที่ยาวขึ้นอีกนิด
เราจะสามารถชักชวน ขอร้อง หรือ
อธิบายสถานการณ์อย่างง่าย ๆ ได้

Chúng ta cùng thử những mẫu câu dài hơn một chút. Có thể mời mọc, yêu cầu, giải thích tình huống một cách đơn giản cho ai đó.

レベル 2

初級 Tingkat Dasar ชั้นต้น Sơ cấp	初中級 Tingkat Dasar-menengah	ชั้นต้น-กลาง Sơ trung cấp		中級 Tingkat Menengah ชั้นกลาง Trung cấp
◎可能形 ◎た形 ◎意向形 ◎縮約形	Bentuk Potensial Bentuk -ta Bentuk Kehendak Bentuk Singkat	รูปสามารถ รูปta รูปตั้งใจ รูปย่อ	Thể khả năng Thể ~ta Thể ý chí Thể rút gọn	◎もう / まだ ◎～ませんか ◎～つもり ◎～んです ◎～てみる ◎～ている ◎～らしい（推量） ◎てもらう / くれる ◎～そうです（伝聞） ◎～たら ◎～たことがある etc

section 1

1 A：どこ行くの？

C B：ちょっとそこまで。

2 A：どこ行くんですか？

B：ちょっと、コンビニ①にお弁当を買いに行ってきます。

3 A：一緒にお昼食べませんか？

B：はい、いいですね。何食べましょうか？

4 A：ねー、一緒にお昼食べない？

C B：うん、いいよ。あ、でも、食べる前にちょっと友だちに電話してもいい？

5 A：もう、お昼食べましたか？

B：いいえ、まだです。山田さんは？

6 A：血液型、何型？

C B：私はA型だよ。マリちゃんは？

7 A：ずいぶん涼しくなりましたね。

B：そうですね。

8 A：山田さんって、おいくつですか？

D B：えっ、ひみつ。聞かないで。

9 A：この漢字の読みかた、教えて。

C B：う～ん、なんだろう、わかんない。他の人に聞いてみて。

10 A：もしもし？　今、大丈夫ですか？

D B：うん、大丈夫だよ。

① ➡ p.68

No.	Bahasa Indonesia	ภาษาไทย	Tiếng Việt
1	A : Mau (pergi) ke mana?	A : ไปไหนอ่ะ	A : Em đi đâu đấy?
	B : Cuma mau ke sana.	B : ไปแถวนี้	B : Em ra đây một lát.
2	A : Mau pergi ke mana?	A : จะไปไหนคะ	A : Anh đi đâu thế?
	B : Hanya mau pergi sebentar ke mini market untuk membeli bento.	B : จะไปซื้อข้าวกล่องที่ร้านสะดวกซื้อครับ	B : À, Mình ra cửa hàng tiện lợi mua hộp cơm.
3	A : Mau makan siang dengan saya?	A : ไปกินอาหารกลางวันด้วยกันไหมครับ	A : Chị đi ăn cơm trưa với tôi không?
	B : Ya, tentu. Mau makan apa?	B : ดีเหมือนกัน กินอะไรดีคะ	B : Được chứ. Chúng ta ăn gì bây giờ?
4	A : Hei, mau makan siang bareng?	A : นี่ ไปกินกลางวันด้วยกันไหม	A : Ê, đi ăn cơm trưa không?
	B : Ya, mau. Eh, tapi sebelum makan aku telepon temanku sebentar, boleh?	B : เอาสิ อ้อ แต่ก่อนกินขอโทรหาเพื่อนแป๊บนึงนะ	B : Ừ, đi. Mà nè, trước khi ăn mình gọi điện cho bạn chút được không?
5	A : Apakah Anda sudah makan siang?	A : กินอาหารกลางวันแล้วหรือยังครับ	A : Chị ăn trưa chưa?
	B : Belum, saya belum. Bapak (Yamada) sudah?	B : ยังเลยค่ะ คุณยามาดะล่ะ	B : Chưa, còn anh Yamada thì sao?
6	A : Golongan darahmu apa?	A : คุณเลือดกรุ๊ปอะไร	A : Em nhóm máu gì?
	B : Aku golongan darah A. Kalau kamu (Mari)?	B : ของฉันกรุ๊ปเอ มารีล่ะ	B : Mình nhóm máu A. Mari thì sao?
7	A : Benar-benar dingin sekarang, ya.	A : อากาศเย็นลงมากแล้วนะครับ	A : Trời bắt đầu mát mẻ rồi nhỉ.
	B : Iya, ya.	B : นั่นสิคะ	B : Đúng thế.
8	A : Kak Yamada, usia kakak berapa, ya?	A : คุณยามาดะ อายุเท่าไหร่แล้วครับ	A : Chị Yamada ơi, chị bao nhiêu tuổi?
	B : Eh?! Rahasia. Jangan tanya!	B : เป็นความลับ ห้ามถามนะ	B : Hả? Bí mật, đừng hỏi tuổi mà.
9	A : Beritahu aku cara baca kanji ini.	A : ช่วยสอนหน่อย วิธีเขียนคันจิตัวนี้	A : Chỉ tôi cách đọc từ Hán tự này đi.
	B : Hmm, apa ya... Aku nggak tahu. Coba tanyakan ke orang yang lain.	B : อืม เขียนยังไง ไม่แน่ใจ ลองไปถามคนอื่นดูนะ	B : Ừ..m, Đọc sao ta, không biết. Hỏi thử người khác xem.
10	A : Halo? Apakah saya tidak mengganggu jika menelepon sekarang?	A : ฮัลโหล ตอนนี้คุยได้ไหม	A : A-lô, bây giờ nói chuyện được không?
	B : Ya, tidak apa-apa.	B : อ๋อ ได้สิ	B : Ừm, được chứ.

section 2

1 A：昨日(きのう)、暑(あつ)かったね。

C B：本当(ほんとう)。暑(あつ)くて暑(あつ)くて…、眠(ねむ)れなかったよ。

2 A：田中(たなか)さんの彼女(かのじょ)ってどの人(ひと)ですか？

D B：ほら[2]、あそこで電話(でんわ)してる人(ひと)。

3 A：今夜(こんや)、飲(の)みに行(い)きませんか？

B：いいですね。行(い)きましょう。

4 A：「パンを食(た)べる」の「を」って、パソコンでどう打(う)つんですか？

B：ＷＯ(ダブリューオー)ですよ。

5 A：あれ？　あんまり食(た)べないね。

D B：はい、今日(きょう)は体調(たいちょう)があまり良(よ)くないんです。

6 A：明日(あした)の夜(よる)、あいてますか？

D B：うん、あいてるよ。どうして？

7 A：あ～、食(た)べすぎた～。おなかいっぱい。

C B：私(わたし)も～。おなかがパンパン[3]。

8 A：あれ？　ここ携帯(けいたい)使(つか)えないんだ。

C B：うん。山奥(やまおく)だからね。

9 A：日本(にほん)に来(き)てどれくらいになりますか？

B：２年半(にねんはん)になります。

10 A：鈴木(すずき)さんはどこに住(す)んでいるの？

C B：中野駅(なかのえき)のそば。ピーターさんは？

②③ ➡ p.68

	Bahasa Indonesia	ภาษาไทย	Tiếng Việt
1	A : Kemarin panas, ya!	A : เมื่อวานนี้ ร้อนจังเลย	A : Trời hôm qua nóng quá nhỉ.
	B : Benar. Benar-benar panas... Aku sampai nggak bisa tidur, lo!	B : จริง ร้อนมาก ๆ นอนไม่หลับเลย	B : Thiệt luôn. Nóng ơi là nóng, nóng ngủ không được luôn đó.
2	A : Pacarnya Pak Tanaka, orangnya yang mana, sih?	A : แฟนของคุณทานากะ คนไหนเหรอคะ	A : Bạn gái của anh Tanaka là ai vậy?
	B : Tuh! Orang yang lagi menelepon di sana.	B : นั่นไง คนที่กำลังคุยโทรศัพท์อยู่น่ะ	B : Đấy, người đang nói điện thoại ở kia đấy.
3	A : Malam ini, mau tidak pergi minum?	A : คืนนี้ไปดื่มกันไหมคะ	A : Tối nay đi uống không?
	B : Boleh juga. Mari pergi.	B : ดีครับ ไปกันครับ	B : Ừ, đi.
4	A : Bagaimana mengetik "を" pada kalimat "パンを食べる" di komputer?	A : ตัวอักษร を ในคำว่า パンを食べる พิมพ์ในคอมฯ พิมพ์ยังไงครับ	A : Trợ từ "を" trong "パンを食べる" gõ bằng máy tính như thế nào?
	B : Ketik saja "WO."	B : พิมพ์ wo ไง	B : Gõ chữ WO đó.
5	A : Eh?! Makannya sedikit, ya!	A : เอ๊ ทำไมไม่ค่อยทานอะไรเลยล่ะ	A : Ủa? Hôm nay sao ăn ít vậy?
	B : Ya, aku merasa kurang enak badan hari ini.	B : อือ วันนี้ อาการไม่ค่อยดีน่ะ	B : Dạ, hôm nay người nó không được khoẻ.
6	A : Besok malam waktumu luang?	A : คืนพรุ่งนี้ ว่างไหม	A : Tối mai rảnh không?
	B : Ya, luang. Kenapa?	B : ว่างสิ มีอะไรเหรอ	B : Ừ, rảnh. Có gì không?
7	A : Wah...! Aku kebanyakan makan! Kekenyangan.	A : เฮ้อ กินเยอะไปหน่อย อิ่มแปร้เลย	A : Ôi, ăn nhiều quá! Căng cứng cả bụng.
	B : Aku juga... Perutku jadi buncit.	B : ฉันเหมือนกัน พุงกางเลย	B : Tôi cũng vậy, no óc ách luôn.
8	A : Eh?! Di sini ponsel tidak bisa digunakan?	A : เอ๊ะ ที่นี่ใช้มือถือไม่ได้นี่	A : Chán ghê, ở đây không dùng được điện thoại.
	B : Ya. Karena kita berada jauh di pegunungan.	B : ใช่ อยู่บนเขาลึกเลยอ่ะนะ	B : Đúng rồi, trên đỉnh núi mà.
9	A : Sudah berapa lama Anda di Jepang?	A : มาถึงญี่ปุ่นนานเท่าไหร่แล้วคะ	A : Anh đến Nhật được bao lâu rồi?
	B : Sudah dua setengah tahun.	B : จะสองปีครึ่งแล้วครับ	B : Được 2 năm rưỡi rồi.
10	A : Pak Suzuki tinggal di mana?	A : คุณซูซูกิ อาศัยอยู่ที่ไหนเหรอ	A : Anh Suzuki sống ở đâu vậy?
	B : Di samping statiun Nakano. Kalau Peter, di mana?	B : ข้างสถานีรถไฟนากาโนะ คุณปีเตอร์ล่ะ	B : Gần ga Nakano. Còn anh Peter thì sao?

section 3

1 A：日本語、すごく上手になったね。
B：ありがとうございます。でも、だんだんむずかしくなってきました。

2 A：日本語の勉強に使えるアプリ、知ってる？
B：キムさんなら知ってるかも。聞いてみたら？

3 A：いい天気だね。
B：うん。どこか行きたいね。

4 A：この辺は、春になるとさくらがきれいでしょうね。
B：ええ、すばらしいですよ。

5 A：大阪に行ったら、知らない日本語をたくさん聞きました。
B：あー、それは方言ですよ。日本も地方によって言葉がちがうんです。

6 A：この新しいスマホ、前よりも写真がきれいにとれるんだ。
B：へー、そうなんだ！　それはいいね。

7 A：あまり飲みませんね。
B：ええ。私、お酒弱いんです。

（自習室[4]で）

8 A：ここは勉強するところですから、おしゃべりする人は、別の部屋へ行ってくださいね。
B：あ、すみません。わかりました。

9 A：あれ？　めがね…。どこいったかな。
B：ん？　めがね？　どっかで見たよ。

10 A：あれ？　もう食べないの？
B：うん。さっき軽く食べちゃったんだ。

④ ➡ p.68

1
A : Wah! Kamu sudah lancar berbahasa Jepang ya.
B : Terima kasih. Tapi semakin ke sini semakin sulit.

A : ภาษาญี่ปุ่น เก่งขึ้นมากเลยนะ
B : ขอบคุณค่ะ แต่ว่า เริ่มยากขึ้นเรื่อย ๆ แล้วค่ะ

A : Tiếng Nhật của chị giỏi lên thấy rõ luôn.
B : Cám ơn. Nhưng mà mức độ càng ngày càng khó lên.

2
A : Kamu tahu aplikasi yang bisa digunakan untuk belajar Bahasa Jepang?
B : Sepertinya Kim tahu. Bagaimana kalau coba tanya ke dia.

A : รู้จักแอพที่ใช้เรียนภาษาญี่ปุ่นไหม
B : คุณคิมน่าจะรู้นะ ลองถามเขาดูสิ

A : Có biết ứng dụng nào dùng để học tiếng Nhật không?
B : Có lẽ anh (chị) Kim biết đấy. Thử hỏi anh ấy (chị ấy) xem.

3
A : Cuacanya bagus, ya.
B : Ya. Jadi pengen pergi ke suatu tempat, ya.

A : อากาศดีจังเลย
B : ใช่ อยากไปเที่ยวเนอะ

A : Thời tiết dễ chịu quá nhỉ.
B : Ừm, muốn đi đâu đó nhỉ.

4
A : Di sekitar sini, ketika musim semi, bunga sakuranya indah, bukan?
B : Ya, luar biasa, lho!

A : แถวนี้ พอเข้าฤดูใบไม้ผลิ ดอกซากุระจะสวยมาก
B : ใช่ งดงามทีเดียวครับ

A : Khu vực này cứ đến mùa xuân là hoa anh đào nở đẹp lắm nhỉ.
B : Đúng vậy, đẹp tuyệt vời luôn.

5
A : Ketika pergi ke Osaka, saya banyak mendengar bahasa Jepang yang tidak saya ketahui.
B : Oh, itu dialek. Di Jepang juga bahasanya akan berbeda menurut daerahnya.

A : ไปที่โอซาก้า ได้ยินภาษาญี่ปุ่นที่ไม่รู้จักเยอะเลยครับ
B : อ้อ นั่นเป็นภาษาถิ่นน่ะค่ะ ที่ญี่ปุ่นก็มีคำพูดที่ต่างกันไปแต่ละท้องถิ่น

A : Đến Osaka là nghe được vô số tiếng Nhật mà chưa biết đến.
B : À, cái đó là tiếng địa phương. Ở nước Nhật tùy từng vùng có những từ ngữ khác nhau.

6
A : Ponsel pintar baru ini dapat mengambil gambar lebih baik dari sebelumnya.
B : Wah, benar kah! Bagus sekali, ya.

A : สมาร์ทโฟนใหม่เครื่องนี้ สามารถถ่ายรูปได้สวยกว่าเมื่อก่อนนะ
B : โอ อย่างนั้นเหรอ ก็ดีนะ

A : Điện thoại thế hệ mới này, chất lượng hình ảnh đẹp hơn so với trước.
B : Vậy hả? Vậy thì tốt quá!

7
A : Anda tidak begitu banyak minum, ya.
B : Ya. Saya lemah terhadap minum beralkohol.

A : ไม่ค่อยดื่มเลยนะครับ
B : ค่ะ ฉันดื่มเหล้าไม่เก่งค่ะ

A : Em hình như không uống được nhiều nhỉ.
B : Ừm, tửu lượng em yếu lắm.

8
(Di Ruang Belajar Mandiri)
A : Karena di sini adalah tempat untuk belajar, yang mau berbincang-bincang silakan ke ruangan yang lain, ya.
B : Ah! maaf, saya mengerti.

(ที่ห้องศึกษาค้นคว้าด้วยตนเอง)
A : ที่นี่เป็นที่สำหรับเรียน คนที่จะคุยขอให้ไปที่ห้องอื่นค่ะ
B : โอ๊ะ ขอโทษ รับทราบครับ

(Ở phòng tự học)
A : Đây là phòng học, ai muốn nói chuyện vui lòng chuyển sang phòng khác.
B : Thành thật xin lỗi, em biết rồi ạ.

9
A : Waduh! Kaca mataku... Di mana, ya?
B : Kaca mata? Sepertinya tadi aku lihat (di suatu tempat).

A : เอ๊ะ แว่นตาหายไปไหนน้อ
B : หือ แว่นเหรอ เหมือนกับเห็นที่ไหนนะ

A : Trời ơi! Mất kính … đâu mất rồi.
B : Hả? Mắt kính hả? Tôi thấy nó đâu đây thôi.

10
A : Lo? Kok enggak dihabiskan makanannya?
B : Ya. Tadi sudah ngemil.

A : อ้าว ไม่กินแล้วเหรอ
B : ใช่ เมื่อกี้กินรองท้องไปแล้วน่ะ

A : Ê, không ăn nữa à?
B : Ừ, nãy ăn nhẹ nhẹ cái gì đó rồi.

section 4

1 A：いつも日曜日(にちようび)、何(なに)してるの？
C B：うーん、YouTube(ユーチューブ)見(み)たりマンガ読(よ)んだり…。ゴロゴロ[5]してるよ。

2 A：あれ？　この服(ふく)、安(やす)くなってる！
C B：本当(ほんとう)だ。70%(ななじゅっパーセント)オフだって。買(か)いだね[6]。

3 A：夏休(なつやす)みはどうするの？
D B：今年(ことし)は一人(ひとり)で中国(ちゅうごく)に行(い)くつもりです。

4 A：日本(にほん)の生活(せいかつ)はどう？　もうなれた？
D B：ええ。納豆(なっとう)も食(た)べられるようになりました。

5 A：あ、リサさん、ひさしぶり。今(いま)、何(なに)をしているんですか？
B：今(いま)、新宿(しんじゅく)にあるIT(アイティー)企業(きぎょう)で働(はたら)いています。

6 A：学校(がっこう)までどうやって来(く)るんですか？
B：うちから山手線(やまのてせん)で一本(いっぽん)[7]です。

7 A：そろそろ行(い)きませんか？
B：あ、すみません。その前(まえ)にちょっとお手洗(てあら)い、いいですか？

8 A：ねー、もう宿題(しゅくだい)した？
C B：ううん。土日(どにち)にするつもり。

9 A：山田(やまだ)さんはどちらにお住(す)まいですか？
F B：この近所(きんじょ)に住(す)んでいます。すぐそこです。

10 A：週末(しゅうまつ)、山登(やまのぼ)りに行(い)きませんか？
B：いいですね。でも、週末(しゅうまつ)は天気(てんき)が崩(くず)れる[8]らしいですよ。

⑤⑥⑦➡ p.68 ⑧➡ p.69

	Indonesia	Thai	Vietnam
1	A : Apa yang kamu lakukan setiap hari Minggu? B : Hmm.. Nonton YouTube, baca komik atau kegiatan semacamnya. Ya, bermalas-malasan, lah.	A : ปกติวันอาทิตย์ ทำอะไรเหรอ B : อืม ดูยูทูบบ้าง อ่านการ์ตูนบ้าง นั่ง ๆ นอน ๆ เล่นน่ะ	A : Anh thường làm gì vào Chủ Nhật? B : Ừm, tôi thường xem YouTube, đọc truyện tranh... Chỉ ở nhà nghỉ ngơi thư giãn thôi.
2	A : Wah! Baju ini jadi murah! B : Benar. Diskon sampai 70%. Harus beli, nih.	A : โอ๊ะ เสื้อผ้านี้ ราคาถูกลงแล้ว B : จริงด้วย ลดตั้ง70% ต้องซื้อเสียแล้ว	A : Xem nè, mấy bộ quần áo này đang giảm giá nè! B : Thiệt luôn, giảm tới 70%. Mua luôn đi.
3	A : Apa yang akan kamu lakukan di musim panas nanti? B : Saya berniat pergi seorang diri ke Tiongkok tahun ini.	A : ปิดภาคฤดูร้อน จะทำอะไรเหรอ B : ปีนี้ตั้งใจว่าจะไปประเทศจีนคนเดียวค่ะ	A : Nghỉ hè này bạn tính làm gì? B : Năm nay tôi tính một mình đi Trung Quốc.
4	A : Bagaimana hidupmu di Jepang? Sudah terbiasa? B : Ya. Bahkan saya bisa makan Natto (makanan fermentasi kedelai) juga.	A : ชีวิตความเป็นอยู่ที่ญี่ปุ่นเป็นไง ชินแล้วหรือยัง B : ค่ะ เดี๋ยวนี้กินนัตโต(ถั่วหมัก)เป็นแล้วค่ะ	A : Cuộc sống ở Nhật thế nào? Quen chưa? B : Vâng, mình quen rồi. Ăn được cả đậu Natto luôn rồi đó.
5	A : Ah! Hai Risa, lama tak jumpa. Kamu sibuk apa sekarang? B : Saya sekarang bekerja di sebuah perusahaan IT yang ada di Shinjuku.	A : อ้าว ลิซ่า ไม่เจอกันนานเลย ตอนนี้ทำอะไรอยู่เหรอคะ B : ตอนนี้ ทำงานที่บริษัทIT แถวชินจูกุค่ะ	A : À chị Lisa nè, lâu quá không gặp. Bây giờ chị đang làm gì? B : Tôi đang làm cho công ty IT ở Shinjuku.
6	A : Bagaimana cara Anda sampai ke sekolah? B : Dari rumah cukup naik jalur Yamanote saja.	A : มาโรงเรียนยังไงเหรอคะ B : นั่งรถไฟสายยามาโนะเตะต่อเดียวจากที่บ้านครับ	A : Em đến trường thế nào? B : Từ nhà em chỉ cần lên tàu tuyến Yamate là đến được.
7	A : Bagaimana kalau kita pergi sekarang? B : Ah, maaf. Sebelum pergi saya mau ke toilet dulu sebentar, boleh?	A : เตรียมตัวไปกันไหมคะ B : อ้อ ขอโทษค่ะ เดี๋ยวขอเข้าห้องน้ำก่อนได้ไหมคะ	A : Chuẩn bị đi chưa? B : Xin lỗi, trước khi đi tôi đi vệ sinh chút được không?
8	A : Hei, sudah mengerjakan PR? B : Belum. Rencananya mau aku kerjakan pada hari Sabtu dan Minggu.	A : นี่ ทำการบ้านแล้วหรือยัง B : ยังเลย ตั้งใจว่าจะทำเสาร์อาทิตย์	A : Nè, làm bài tập chưa? B : Chưa, con tính thứ bảy, chủ nhật làm luôn.
9	A : Pak Yamada, Anda tinggal di mana? B : Saya tinggal di dekat sini. Itu, di situ.	A : คุณยามาดะ อาศัยอยู่ที่ไหนเหรอคะ B : อาศัยอยู่ที่ละแวกนี้แหละครับ อยู่ไม่ไกล	A : Anh Yamada sống ở đâu vậy? B : Tôi sống gần đây. Ngay ở đó đó.
10	A : Akhir pekan ini, maukah pergi mendaki gunung? B : Boleh juga, nih. Tapi, sepertinya cuaca akhir pekan ini memburuk.	A : สุดสัปดาห์นี้ ไปปีนเขากันไหมครับ B : ดีเหมือนกัน แต่สุดสัปดาห์ได้ยินว่าอากาศจะแปรปรวนนะคะ	A : Cuối tuần đi leo núi không? B : Được đó. Nhưng mà cuối tuần nghe nói thời tiết không được đẹp lắm đâu.

section 5

1 A：すみません。もう一度言ってください。
　B：はい、「おおてまち」です。

2 A：木村先生って、どんな人だっけ？
　B：ほら、めがねかけてて、背が高い先生だよ。

3 A：寒くないですか？
　B：大丈夫です。ありがとうございます。

4 A：山田さんの送別会、何時からでしたっけ？
　B：明日の8時からだと思うよ。

5 A：見て、この写真。
　B：あ～、なつかしいね。

6 A：ここのレストラン、ランチタイムはビール200円なんだって。
　B：へー、知らなかった。それは安いね。

7 A：先生、どうして日本語の先生になったんですか？
　B：いろいろな国の人に会えて、楽しいと思ったんです。

8 A：まだ雨、降っていますか？
　B：いいえ、もう降っていませんよ。

9 A：まだ雪、降っていますか？
　B：いいえ、もうやみましたよ。

10 A：アイさん、そのスカート、とっても似合ってるね。
　B：え、本当？　どうもありがとう。

Unit 2

1

A : Maaf. Tolong ucapkan sekali lagi.
B : Tentu. "Ootemachi."

A : ขอโทษ กรุณาพูดอีกครั้งนะครับ
B : ได้ค่ะ โอเทมาจิ

A : Xin lỗi, làm ơn nhắc lại một lần nữa giúp tôi.
B : Được chứ, "Ootemachi"

2

A : Kimura-sensei itu, orangnya yang seperti apa, ya?
B : Tuh, sensei yang berkaca mata dan berbadan tinggi.

A : อาจารย์คิมุระ เป็นคนแบบไหนเหรอคะ
B : นั่นไง อาจารย์ที่สวมแว่นตา ตัวสูง ๆ นะครับ

A : Cô Kimura như thế nào nhỉ?
B : À, là người đeo mắt kính, dáng dong dỏng cao.

3

A : Tidak merasa dingin?
B : Tidak masalah. Terima kasih.

A : ไม่หนาวเหรอครับ
B : ไม่เป็นไร ขอบคุณค่ะ

A : Em không thấy lạnh à?
B : Dạ không, cám ơn anh quan tâm.

4

A : Acara perpisahan Bapak/ Ibu Yamada, mulainya jam berapa, ya?
B : Sepertinya mulai jam 8 besok.

A : งานอำลาอาจารย์ยามาดะ จะเริ่มกี่โมงนะ
B : คิดว่าเริ่มตั้งแต่ 8 โมงวันพรุ่งนี้นะ

A : Tiệc chia tay anh/ chị Yamada bắt đầu lúc mấy giờ nhỉ?
B : Chắc là 8 giờ ngày mai.

5

A : Hei, lihat foto ini!
B : Aah, terkenang masa lalu ya..

A : ดูรูปนี้สิ
B : โอ คิดถึงวันนั้นจัง

A : Xem tấm ảnh này nè.
B : Trời ơi, nhớ quá!

6

A : Kudengar, restoran ini, saat makan siang harga birnya 200 yen.
B : Oh ya? Aku enggak tahu sebelumnya. Murah, ya.

A : ได้ยินว่าภัตตาคารแห่งนี้ อาหารกลางวันมีเบียร์200เยนนะ
B : เหรอ เพิ่งรู้นะเนี่ย ถูกจัง

A : Nhà hàng này vào giờ trưa bia có 200 yên thôi.
B : Thật không? Không biết luôn. Vậy thì rẻ quá!

7

A : Sensei, kenapa jadi guru bahasa Jepang?
B : Saya rasa akan menyenangkan karena bisa bertemu dengan orang lain dari berbagai negara.

A : อาจารย์ ทำไมถึงมาเป็นอาจารย์สอนภาษาญี่ปุ่น
B : คิดว่าเป็นงานที่สนุกที่ได้มีโอกาสพบคนจากหลาย ๆ ชาตินะคะ

A : Thưa cô, sao cô lại muốn trở thành giáo viên tiếng Nhật vậy?
B : Cô thấy vui vì được gặp nhiều người nước ngoài.

8

A : Apakah masih hujan?
B : Tidak, sudah tidak hujan, kok.

A : ฝนยังตกอยู่ไหมครับ
B : ไม่ตกแล้วค่ะ

A : Trời vẫn mưa à?
B : Không, tạnh rồi.

9

A : Apakah masih turun salju?
B : Tidak, sudah berhenti, kok.

A : หิมะยังตกอยู่ไหมคะ
B : หยุดตกแล้วครับ

A : Tuyết vẫn đang rơi à?
B : Không, hết rơi rồi.

10

A : Ai, rok itu cocok sekali untukmu, ya.
B : Benarkah? Terima kasih.

A : คุณไอ กระโปรงตัวนั้น ใส่แล้วดูดีมากเลยค่ะ
B : จริงเหรอ ขอบคุณที่ชมค่ะ

A : Cái đầm này hợp với chị Ai lắm!
B : Thật vậy hả? Cám ơn nhé!

section 6

1 A：ねー、ねー、あのさー。

C B：あ、ごめんね、今(いま)ちょっと…。あとでもいい？

2 A：すみませんが、しょうゆ取(と)ってくれませんか？

B：はい、どうぞ。

3 A：来週(らいしゅう)の土曜(どよう)、映画(えいが)に行(い)くんですけど、一緒(いっしょ)に行(い)きませんか？

D B：あ、ごめん。土曜日(どようび)は用事(ようじ)があって…。

4 A：昨日(きのう)飲(の)みすぎて頭(あたま)が痛(いた)い。

C B：大丈夫(だいじょうぶ)？　薬(くすり)を飲(の)んだほうがいいよ。

5 A：実(じつ)は昨日(きのう)ね、メイさんとデートしたんだ。

C B：え～、マジで[9]？

6 A：今日(きょう)は午後(ごご)から台風(たいふう)が来(く)るそうですね。

D B：うん、早(はや)く帰(かえ)ったほうがいいね。

7 A：ねー、バス、まだ来(こ)ないの？

C B：うん、遅(おそ)いね。

8 A：あれ？　この時計(とけい)、合(あ)ってる？

C B：うん、合(あ)ってるよ。私(わたし)のと同(おな)じ時間(じかん)だよ。

9 A：イベントのチラシ、これでいいですか？

B：あー、いいですね。これでいきましょう。

10 A：明日(あした)の飲(の)み会(かい)、来(こ)られる？

C B：うん、ちょっと遅(おく)れるけど、行(い)くよ。

⑨ ➡ p.69

No.	Bahasa Indonesia	ภาษาไทย	Tiếng Việt
1	A : Eh, eh, tahu enggak....	A : นี่เธอ ๆ	A : Nè, nè, bạn có biết ...
	B : Eh, sori, jangan sekarang. Kalau nanti, bagaimana?	B : อุ๊ย ขอโทษ ตอนนี้ยังไม่สะดวก ทีหลังได้ไหม	B : Xin lỗi nhé! Bây giờ mình đang bận tí... Một lát nữa được không?
2	A : Maaf, boleh tolong ambilkan kecap asinnya?	A : ขอโทษ ช่วยหยิบซอสโชยุให้หน่อยได้ไหมคะ	A : Làm ơn, lấy hộ tôi chai nước tương được không?
	B : Ya, ini, silahkan.	B : นี่ครับ	B : Được chứ, đây của chị.
3	A : Sabtu depan aku mau pergi nonton film, kamu mau ikut?	A : วันเสาร์หน้าจะไปดูหนัง ไปด้วยกันไหมคะ	A : Thứ bảy tuần sau em tính đi xem phim, anh đi cùng không?
	B : Aduh, maaf. Hari Sabtu aku ada keperluan...	B : โอ๊ะขอโทษนะ วันเสาร์มีธุระแล้วอ่ะ	B : Xin lỗi nhé! Thứ bảy anh có việc rồi.
4	A : Kepalaku sakit nih, karena kebanyakan minum kemarin.	A : เมื่อวานนี้ ดื่มหนักไปหน่อย ปวดหัวเลย	A : Hôm qua tôi uống hơi quá giờ đau đầu quá.
	B : Enggak apa-apa (jika dibiarkan begitu saja)? Sebaiknya kamu minum obat.	B : เป็นอะไรรึเปล่า ควรกินยานะ	B : Có sao không? Tôi nghĩ anh nên uống thuốc đi!
5	A : Sebenarnya kemarin, aku kencan dengan Mei.	A : คือว่า เมื่อวานนี้ ไปเดทกับคุณเมย์มาครับ	A : Kể cho nghe, hôm qua mình đi hẹn hò với em May.
	B : Wah, yang benar??	B : ห๊ะ จริงอ่ะ	B : Hả? Thiệt hả?
6	A : Katanya mulai siang (PM) ini akan ada badai.	A : วันนี้ มีไต้ฝุ่นเข้าตั้งแต่ช่วงบ่ายนะคะ	A : Nghe nói chiều nay bão tới đó.
	B : Iya ya, sebaiknya kita pulang lebih cepat.	B : ใช่ กลับเร็วหน่อยดีกว่านะ	B : Ừ, chúng ta nên về nhanh đi.
7	A : Ah, bisnya masih belum datang juga?	A : นี่ รถเมล์ยังไม่มาเหรอ	A : Ủa, xe buýt chưa tới nữa hả?
	B : Iya ya, lama banget, ya.	B : ใช่ ช้าจัง	B : Ừ, trễ quá rồi.
8	A : Lho kok....? Jam ini, waktunya tepat?	A : เอ๊ะ นาฬิกานี่ เดินตรงรึเปล่า	A : Ủa, đồng hồ này chạy có đúng không ta?
	B : Ya, tepat, kok. Waktunya sama dengan jamku.	B : ตรงนะ เวลาเดียวกับของฉันเลย	B : Đúng mà. Cùng giờ với cái của em mà.
9	A : Untuk pamflet acaranya, kalau seperti ini sudah cukup?	A : โบรชัวร์งาน แบบนี้ใช้ได้ไหมคะ	A : Tờ quảng cáo sự kiện như thế này được không?
	B : Wah, ini bagus ya. Mari kita pakai ini.	B : โอ้ ดีใช้ได้ เอาแบบนี้แหละครับ	B : Ồ, được đó. Làm theo mẫu này đi.
10	A : Kamu bisa datang ke acara minum besok?	A : งานสังสรรค์พรุ่งนี้ มาได้ไหม	A : Tiệc ngày mai em đến được không?
	B : Ya, aku pasti datang, walau mungkin akan sedikit terlambat.	B : ได้ อาจจะไปช้าหน่อย แต่ไปนะ	B : Dạ, có lẽ em đến trễ một chút nhưng đi được.

section 7

1 A：駅に着いたら、電話してください。迎えに行きます。
B：ありがとうございます。よろしくお願いします。

2 A：すみません。ちょっとよろしいですか？
D B：あ、リカルドさん、何ですか？

3 A：昨日の夜の歌番組、見ましたか？
B：見ました！　大好きなグループが出たので、うれしかったです。

4 A：まだ仕事？
C B：うん、まだ終わらないんだ。

5 A：今日、何しようか。
C B：雨だし、ピザ食べながら、映画見ようよ。

6 A：ワールドカップ、どこが優勝すると思う？
C B：うーん、どこかな。でも、日本にがんばってほしいなー。

7 A：すみません、ちょっと道を教えてもらえませんか？
B：はい、いいですよ。どこですか？

8 A：あ、財布忘れちゃった！
C B：大丈夫、貸してあげるよ。

9 A：会議が終わったら、連絡もらえますか。
B：わかりました。

10 A：昨日行ったレストラン、おいしかったね。
C B：うん、とくにデザートがね。

	Indonesian	Thai	Vietnamese
1	A : Jika sudah sampai stasiun, telponlah saya. Saya akan jemput ke sana.	A : ถึงสถานีรถไฟแล้วโทรมานะ จะไปรับครับ	A : Đến ga thì gọi điện cho mình. Mình đến đón.
	B : Terima kasih. Mohon bantuannya.	B : ขอบคุณมาก รบกวนด้วยนะคะ	B : Cám ơn nhiều lắm. Giúp mình nhé.
2	A : Maaf, boleh saya mengganggu sebentar?	A : ขอโทษนะ ขอเวลานิดหนึ่งสะดวกไหมครับ	A : Xin lỗi, cho tôi xin mấy phút được không?
	B : Ah, Ricardo, ada apa?	B : อ้อ คุณริคาร์โด มีอะไรเหรอคะ	B : A, anh Ricardo, có chuyện gì vậy?
3	A : Kamu lihat acara menyanyi di TV tadi malam, tidak?	A : รายการดนตรีเมื่อคืนนี้ ได้ดูหรือเปล่าครับ	A : Em có xem chương trình ca nhạc tối qua không?
	B : Ya, aku lihat! Ada penampilan grup yang kusuka, jadi aku senang!	B : ดูแล้ว พอดีมีกรุ๊ปที่ชอบมาก ดีใจมากเลยค่ะ	B : Có xem, có nhóm nhạc em thích, vui ơi là vui.
4	A : Masih kerja juga?	A : ยังทำงานอยู่เหรอ	A : Vẫn còn làm à?
	B : Ya, ini belum selesai kerjaannya.	B : ใช่ ยังไม่เสร็จเลย	B : Ừ, chưa xong nữa.
5	A : Hari ini enaknya ngapain, ya?	A : วันนี้ ทำอะไรกันดี	A : Hôm nay làm gì giờ ta.
	B : Nonton film sambil makan pizza, yuk. Lagian hujan juga.	B : ฝนก็ตก ไปกินพิซซ่าและดูหนังกัน	B : Trời đang mưa, vừa ăn pizza vừa coi tivi vậy.
6	A : Menurutmu, negara mana yang bakal menang di Piala Dunia nanti?	A : เวิลด์คัพ คิดว่าทีมไหนจะได้ชัยชนะ	A : Em đoán xem ai sẽ vô địch World Cup?
	B : Hmm, negara mana, ya? Tapi aku ingin Jepang yang memenangkannya. (harfiah: Jepang lebih berusaha lagi)	B : อืม ทีมไหนน้า แต่ก็อยากให้ทีมญี่ปุ่นได้นะ	B : Ừm... chả biết nữa. Nhưng vẫn hy vọng Nhật Bản cố gắng hơn nữa.
7	A : Maaf, boleh tanya jalan?	A : ขอโทษ รบกวนช่วยบอกทางให้หน่อยได้ไหมครับ	A : Xin lỗi, làm ơn chỉ đường giúp tôi được không?
	B : Ya, boleh. Anda mau ke mana?	B : อ๋อได้สิคะ จะไปไหนคะ	B : Được chứ, anh muốn đi đâu?
8	A : Aduh, dompetku ketinggalan!	A : โอ๊ะ ลืมกระเป๋าสตางค์	A : Chết! Quên mang bóp rồi.
	B : Tenang, nanti pakai uangku dulu. (harfiah: aku akan meminjamkan uang kepadamu.)	B : ไม่เป็นไร เดี๋ยวให้ยืมก่อนได้	B : Không sao, em cho mượn.
9	A : Bisakah Anda menghubungi saya setelah rapat?	A : เลิกประชุมแล้ว ช่วยติดต่อมาหน่อยนะครับ	A : Họp xong gọi cho tôi nhé!
	B : Baiklah.	B : รับทราบค่ะ	B : Vâng, tôi biết rồi.
10	A : Restoran yang kita datangi kemarin, enak, ya.	A : ภัตตาคารที่ไปเมื่อวาน อร่อยมากเลยเนอะ	A : Nhà hàng hôm qua đồ ăn ngon nhỉ.
	B : Ya, terutama hidangan penutupnya, ya.	B : ใช่ โดยเฉพาะของหวาน	B : Ừ, đặc biệt là món tráng miệng.

section 8

1 A：どこ行(い)こうか？

B：ボーリングに行(い)きたいな。

2 A：今夜(こんや)、飲(の)みに行(い)きませんか？

B：今夜(こんや)ですか…。今夜(こんや)はちょっときびしい[10]ですね。

3 A：最近(さいきん)、暖(あたた)かくなってきたね。

B：やっと春(はる)だね。

4 A：パクチー食(た)べられる？

B：いや、ちょっと、あの匂(にお)いが苦手(にがて)で。

5 A：すみません、もう少(すこ)しゆっくり話(はな)してください。

B：はい、わかりました。これくらいで大丈夫(だいじょうぶ)ですか？

6 A：今週中(こんしゅうちゅう)にプレゼン[11]資料(しりょう)作(つく)らなくちゃ。

B：あ、そうなんだ。がんばって！

7 A：パン、作(つく)ったことありますか？

B：ええ、子(こ)どもが卵(たまご)アレルギーなので、いつも手作(てづく)りしています。

8 A：金曜日(きんようび)に、みんなでご飯(はん)に行(い)こうと思(おも)っています。一緒(いっしょ)にどうですか？

B：いいですね。他(ほか)にはだれが行(い)きますか？

9 A：早(はや)く帰(かえ)ろうよ。

B：ちょっと待(ま)って。すぐ片付(かたづ)けるから。

10 A：かっこいいね、その携帯(けいたい)！

B：ありがとう。昨日(きのう)機種変(きしゅへん)[12]したばっかりなんだ。

⑩⑪⑫ ➡ p.69

No.	Bahasa Indonesia	ภาษาไทย	Tiếng Việt
1	A : Ke mana enaknya kita pergi?	A : ไปไหนกันดี	A : Đi đâu không?
	B : Aku ingin pergi main boling, nih.	B : อยากไปเล่นโบว์ลิ่งเนอะ	B : Em muốn đi chơi bowling.
2	A : Mau pergi minum nanti malam?	A : คืนนี้ ไปดื่มอะไรกันไหมครับ	A : Tối nay đi uống không?
	B : Malam ini? Sepertinya agak susah kalau malam ini...	B : คืนนี้เหรอครับ คืนนี้น่าจะยากหน่อยนะครับ	B : Tối nay hả? Tối nay coi bộ khó à.
3	A : Akhir-akhir ini cuaca mulai menghangat, ya.	A : หมู่นี้ เริ่มหนาวขึ้นมาแล้วนะ	A : Mấy nay trời ấm dần lên rồi.
	B : Akhirnya musim semi tiba, ya.	B : ใกล้ฤดูใบไม้ผลิแล้วนะ	B : Đúng là sang xuân rồi ha.
4	A : Kamu bisa makan seledri?	A : ผักชีกินได้ไหม	A : Anh ăn được ngò không?
	B : Ah, gimana ya, aku tidak tahan baunya.	B : อื๋อ ไม่ค่อยชอบกลิ่นเท่าไหร่	B : Không, tôi không thích cái mùi đó lắm.
5	A : Maaf, boleh sedikit diperlambat bicaranya?	A : ขอโทษนะคะ กรุณาพูดช้า ๆ อีกนิดนะคะ	A : Xin lỗi, làm ơn nói chậm thôi.
	B : Baik. Kalau begini apakah sudah cukup?	B : ได้ครับ ประมาณนี้โอเคไหมครับ	B : Được chứ, nói cỡ vầy được chưa?
6	A : Aku harus membuat materi presentasi dalam minggu ini.	A : ภายในสัปดาห์นี้ ต้องทำเอกสารนำเสนอแล้ว	A : Trong tuần này phải chuẩn bị tài liệu thuyết trình.
	B : Begitu kah? Semangat, ya!	B : อ้อ ยังงั้นเหรอ พยายามเข้านะ	B : Vậy à? Cố lên!
7	A : Apakah Anda pernah membuat roti?	A : เคยทำขนมปังไหม	A : Chị từng làm bánh chưa?
	B : Ya, saya selalu membuatnya sendiri karena anak saya alergi telur.	B : เคยค่ะ ลูกแพ้ไข่ ก็เลยต้องทำเองตลอดค่ะ	B : Rồi, con tôi bị dị ứng với trứng nên lúc nào cũng tự phải tự tay làm.
8	A : Kami semua berencana pergi makan di hari Jumat nanti. Anda mau ikut bersama kami?	A : วันศุกร์ คิดว่าจะไปกินข้าวด้วยกัน ไปด้วยกันไหมครับ	A : Mọi người định đi ăn vào thứ sáu. Đi cùng không?
	B : Boleh. Siapa lagi yang ikut?	B : ดีเหมือนกัน คนอื่นมีใครไปบ้างล่ะคะ	B : Được đó. Còn ai đi nữa không?
9	A : Ayo cepat pulang!	A : กลับเร็ว ๆ กันเถอะ	A : Về sớm thôi.
	B : Tunggu sebentar. Aku mau beresin ini dulu.	B : รอเดี๋ยว ขอเก็บของก่อนนะ	B : Chờ chút, phải dọn vệ sinh xong đã.
10	A : Wah, ponselmu keren, ya!	A : เท่จัง มือถือนั่น	A : Cái điện thoại đó đẹp đấy!
	B : Terima kasih. Baru kemarin aku tukar tambah dengan model yang baru. (harfiah: menukar modelnya)	B : ขอบใจ เมื่อวานเพิ่งจะเปลี่ยนรุ่นน่ะ	B : Cám ơn. Mới đổi máy hôm qua.

section 9

19

1 A：マンションはいいよね。

C B：え？　なんで？

A：庭(にわ)の手(て)入(い)れ[13]をしなくていいから。

B：あ～、たしかに。楽(らく)だよね。

2 A：おいしいカレーの店(みせ)、知(し)りませんか？

B：秋葉原(あきはばら)にありますよ。

A：どの辺(へん)ですか？

B：南口(みなみぐち)を出(で)てすぐですよ。

3 A：あ、やばい[14]！

C B：ん？　どうしたの？

A：昨日(きのう)の宿題(しゅくだい)、うちに忘(わす)れてきちゃった。

B：大丈夫(だいじょうぶ)、明日(あした)までだよ。

4 A：来週(らいしゅう)の土曜日(どようび)、バーベキューするんですが、山田(やまだ)さんも来(き)ませんか？

B：土曜日(どようび)？　土曜日(どようび)は先約(せんやく)があって…。

A：そうですか。残念(ざんねん)ですね。

B：行(い)きたかったです。また誘(さそ)ってください。

5 A：これ、作(つく)ってみたんだ。ちょっと味見(あじみ)してみて。

D B：え、自分(じぶん)で作(つく)ったんですか？　じゃ、一口(ひとくち)。

A：どう？

B：うわー！　サクサク[15]していておいしいです。

6 A：夏休(なつやす)みに沖縄(おきなわ)に行(い)こうと思(おも)っているんですが。

B：いいですね。沖縄(おきなわ)には有名(ゆうめい)な水族館(すいぞくかん)がありますよ。

A：そうなんですか。

B：一度(いちど)行(い)ったことがありますが、とても楽(たの)しかったですよ。

⑬⑭⑮ ➡ p.69

	Bahasa Indonesia	ภาษาไทย	Tiếng Việt
1	A : Lebih enak tinggal di apartemen, ya.	A : อยู่แมนชั่น ดีจังเลย	A : Mình thích ở nhà chung cư.
	B : Oh ya? Kenapa?	B : ห๊ะ ทำไมเหรอ	B : Sao? Sao lại thích?
	A : Karena kamu tidak perlu merawat kebun.	A : ไม่ต้องดูแลสวนน่ะ	A : Thì không cần phải chăm sóc vườn tược.
	B : Ah, benar juga. Jadi simpel ya.	B : อ้อ ก็จริงนะ สบายเลย	B : Ừ, thật luôn, đỡ mệt nhỉ.
2	A : Apakah Anda tahu di mana warung kare yang enak?	A : รู้จักร้านข้าวแกงกระหรี่อร่อย ๆ ไหมครับ	A : Có biết tiệm nào bán cà-ri ngon không?
	B : Ada di Akihabara.	B : มีที่อาคิฮาบาระค่ะ	B : Ở Akihabara có đó.
	A : Di sebelah mana?	A : แถวไหนเหรอครับ	A : Ở khu nào vậy?
	B : Persis ada di dekat pintu keluar selatan.	B : ออกจากประตูทิศใต้ปุ๊บก็เห็นเลยค่ะ	B : Ra khỏi cửa Nam là thấy ngay.
3	A : Aduh, gawat!	A : โอ๊ะ ตายละ	A : Ôi, Chết thật!
	B : Eh? Ada apa?	B : หือ มีอะไรเหรอ	B : Hả? Có chuyện gì vậy?
	A : PR kemarin ketinggalan di rumah.	A : การบ้านเมื่อวานนี้ ลืมไว้ที่บ้านน่ะสิ	A : Bài tập hôm qua em quên ở nhà rồi.
	B : Tenang, masih sampai besok, kan.	B : ไม่เป็นไร ส่งได้ถึงวันพรุ่งนี้	B : Không sao, hạn chót là ngày mai mà.
4	A : Hari Sabtu depan saya akan mengadakan barbeque. Apakah Anda (Yamada) bisa datang?	A : วันเสาร์หน้า จะย่างบาร์บีคิวกัน คุณยามาดะมาไหมคะ	A : Thứ bảy tuần sau tổ chức tiệc nướng, anh Yamada đến không?
	B : Hari Sabtu, ya? Hari Sabtu saya sudah ada janji...	B : วันเสาร์เหรอ วันเสาร์มีนัดแล้วครับ	B : Thứ bảy hả? Tôi có cuộc hẹn khác vào thứ bảy rồi ...
	A : Yah, sayang sekali...	A : ว้า น่าเสียดายจังเลยค่ะ	A : Vậy à? Tiếc nhỉ?
	B : Padahal saya ingin sekali datang. Lain kali undang saya lagi, ya.	B : อยากไปนะ ไว้ชวนใหม่นะครับ	B : Thực tình tôi muốn đi lắm. Lần sau nhớ rủ tôi nhé!
5	A : Aku mencoba membuat ini. Coba dicicipi.	A : นี่ ฉันลองทำเอง ลองชิมดูหน่อยสิ	A : Tôi mới làm thử cái này. Thử một miếng không?
	B : Wah, kamu membuatnya sendiri? Baiklah akan kucoba sesuap.	B : หา ทำเองเลยเหรอ ถ้างั้น ขอชิมสักคำ	B : Ghê! Tự làm luôn hả? Vậy thì, tôi thử một miếng.
	A : Bagaimana?	A : เป็นไง	A : Thấy sao?
	B : Wah! Renyah dan enak!	B : โอ้ กรอบอร่อยดีค่ะ	B : Ui! Giòn giòn, ngon lắm!
6	A : Saya berencana pergi ke Okinawa pada saat libur musim panas nanti.	A : ฤดูร้อนตั้งใจว่าจะไปโอกินาวาครับ	A : Tôi tính đi Okinawa vào kì nghỉ hè.
	B : Kedengarannya bagus. Di Okinawa ada akuarium yang terkenal, lho.	B : ดีจัง ที่โอกินาวามีพิพิธภัณฑ์สัตว์น้ำที่มีชื่อเสียงนะคะ	B : Thích vậy. Ở Okinawa có cái hồ cá nổi tiếng lắm đó.
	A : Benarkah?	A : อย่างนั้นเหรอครับ	A : Vậy hả?
	B : Aku baru ke sana sekali, dan sangat menyenangkan.	B : เคยไปมาหนหนึ่ง สนุกมากเลยล่ะค่ะ	B : Từng đi đến đó một lần rồi, vui lắm!

section 10

1
A：最近、冷えますね。
B：本当に。寒くなりましたね。
A：インフルエンザが流行ってるらしいですよ。
B：そうなんですか？　気をつけなくちゃ。

2 D
A：新しい仕事には、もうなれた？
B：はい、おかげさまで。でも…。
A：どうしたの？
B：朝のラッシュはまだまだなれません。

3 F
A：初めまして、田中と申します。
B：初めまして。中村です。
A：これからよろしくお願いいたします。
B：こちらこそ、お世話になります。

4 C
A：今週末の予定、何かある？
B：ううん、特にないよ。
A：よかったら、ボルダリング行かない？
B：うん。久しぶりにいいね。

5 C
A：週末、台風来るらしいよ。
B：えー、週末出張なんだ。飛行機飛ぶかな。
A：なんとか飛ぶといいね。
B：欠航はいやだな～。

6
A：今度、彼女と一泊で旅行に行きたいんです。
B：いいですね。
A：都内からだと、どこがおすすめですか？
B：河口湖とか、どうですか？　目の前に富士山が見えて人気がありますよ。

1

A : Akhir-akhir ini cuaca mulai sejuk, ya.
B : Benar sekali. Makin dingin, ya.
A : Saya dengar influenza sedang mewabah, lho.
B : Benarkah? Kita harus lebih berhati-hati.

A : หมู่นี้ อากาศเย็นนะครับ
B : จริงด้วย หนาวขึ้นแล้วนะคะ
A : ได้ข่าวว่า ไข้หวัดใหญ่กำลังระบาดนะครับ
B : จริงเหรอ งั้นก็ต้องระวังตัวหน่อยแล้ว

A : Gần đây lạnh quá ha.
B : Thật luôn, lạnh hẳn lên.
A : Mùa này hay dễ bị cúm lắm.
B : Vậy à? Phải cẩn thận thôi.

2

A : Apakah kamu sudah terbiasa dengan pekerjaan barumu?
B : Ya, berkat bantuan semuanya. Tapi...
A : Ada apa?
B : Aku belum terbiasa dengan jam sibuk di pagi hari.

A : งานใหม่ ชินแล้วหรือยัง
B : ครับ ขอบคุณที่ถามนะครับ แต่ว่า
A : มีอะไรเหรอ
B : ยังไม่ชินกับช่วงเวลาเร่งด่วนตอนเช้าเลยครับ

A : Đã quen với công việc mới chưa?
B : Dạ rồi, có điều ...
A : Có chuyện gì sao?
B : Vẫn chưa quen lắm với tình hình ùn tắc mỗi sáng.

3

A : Perkenalkan, nama saya Tanaka.
B : Perkenalkan, saya Nakamura.
A : Saya berharap dapat bekerja sama dengan Anda. (harfiah: mohon berbaik hati kepada saya.)
B : Sama-sama, mohon bantuannya. (harfiah: saya akan banyak merepotkan Anda.)

A : ยินดีที่ได้รู้จัก ชื่อทานากะค่ะ
B : ยินดีที่ได้รู้จัก ผมนากามุระครับ
A : จากนี้ไป ก็ขอฝากเนื้อฝากตัวด้วยนะคะ
B : ทางนี้ต่างหาก ต้องขอความกรุณาด้วย

A : Xin chào, tôi tên là Tanaka.
B : Xin chào, tôi là Nakamura.
A : Từ giờ mong được hợp tác với anh.
B : Mong anh giúp đỡ.

4

A : Apakah kamu sudah punya rencana di akhir minggu ini?
B : Belum, kok.
A : Mau pergi bouldering? (sejenis olahraga panjat dinding)
B : Wah, sudah lama tidak main itu. Boleh juga.

A : สุดสัปดาห์นี้มีแผนทำอะไรบ้างหรือเปล่า
B : เปล่า ไม่มีอะไรเป็นพิเศษ
A : ถ้างั้น ไปปีนหน้าผาจำลองไหม
B : ดีเหมือนกัน ไม่ได้ไปนานแล้ว

A : Cuối tuần này có lịch gì không?
B : Không, chẳng có gì.
A : Nếu rảnh thì đi leo núi không?
B : Đi, lâu lắm rồi không đi.

5

A : Katanya akan ada badai di akhir minggu ini.
B : Gawat, akhir minggu nanti aku ada perjalanan dinas. Penerbangannya tetap ada enggak, ya? (harfiah: Pesawat akan tetap terbang tidak, ya?)
A : Semoga tetap ada, ya. (harfiah: semoga tetap terbang, ya)
B : Aku enggak suka kalau penerbangannya dibatalkan.

A : สุดสัปดาห์นี้ ได้ข่าวว่าจะมีไต้ฝุ่นเข้านะ
B : หา สุดสัปดาห์นี้ต้องไปงานต่างจังหวัด เครื่องบินจะบินได้ไหมเนี่ย
A : ถ้าเครื่องบินบินได้ก็ดีนะ
B : ไม่อยากให้งดเที่ยวบินเลย

A : Cuối tuần nghe nói có bão đó.
B : Vậy hả? Cuối tuần phải đi công tác. Chẳng biết máy bay có bay không?
A : Mong sao nó bay bình thường.
B : Ghét nhất là hủy chuyến.

6

A : Aku akan pergi berlibur satu malam dengan pacarku.
B : Wah, senangnya.
A : Ada tempat yang kamu rekomendasikan di sekitar Tokyo?
B : Bagaimana kalau Danau Kawaguchi? Tempatnya terkenal karena Gunung Fuji langsung terlihat di depan mata.

A : คราวหน้า อยากจะไปเที่ยวกับแฟนแบบค้างหนึ่งคืน
B : ดีจัง
A : ถ้าเดินทางจากในเมือง มีที่ไหนแนะนำไหม
B : ไปทะเลสาบคาวางุจิดีไหม คนนิยมไปกันเพราะเห็นภูเขาฟูจิตรงหน้าเลย

A : Sắp tới mình đi du lịch ở lại qua đêm với bạn gái.
B : Đã hen.
A : Có nơi nào đèm đẹp cách Tokyo không giới thiệu mình đi?
B : Hồ Kawaguchi thì sao? Chỗ đó thấy được núi Phú Sỹ, nổi tiếng lắm đó!

解説 Penjelasan คำอธิบาย Giải thích

① コンビニ

「コンビニエンスストア」の略です。

Singkatan dari "コンビニエンスストア" (convenience store, minimarket)

คำย่อของ コンビニエンスストア

Viết tắt của " コンビニエンスストア " (cửa hàng tiện lợi)

② ほら

相手に見て欲しいときや気づいて欲しいときに注意を促す表現です。

Ini adalah ungkapan untuk menarik perhatian ketika Anda ingin orang yang sedang bersama Anda melihat atau memperhatikan sesuatu.

เป็นสำนวนที่ใช้กระตุ้นหรือสะกิดให้คู่สนทนามองหรือตระหนักถึงอะไรบางอย่าง

Cách nói gây sự chú ý cho người nghe, khi muốn người nghe xem hoặc để ý.

③ パンパン

膨らんでいる様子を表した擬態語です。お腹がいっぱいという意味です。

Ungkapan onomatope ini menandakan perut yang penuh, yang berarti kenyang.

คำแสดงอาการที่พองโต ในที่นี้หมายถึงอาหารเต็มท้อง

Từ tượng hình diễn tả trạng thái căng phình. Trong câu này mang ý nghĩa no bụng.

④ 自習室（じしゅうしつ）

図書館などにある、自分の勉強をするための部屋のことです。

Ini adalah ruangan tempat belajar mandiri, seperti di dalam perpustakaan.

หมายถึงห้องที่ใช้สำหรับเรียนรู้ด้วยตนเอง มีในห้องสมุดด้วย

Là nơi được dùng cho việc tự học như là thư viện.

⑤ ゴロゴロ

転がる様子を表した擬態語です。ここでは外出などせず、のんびりするという意味です。

Ungkapan onomatope ini menunjukkan aktivitas berguling-guling. Artinya bersantai di rumah dan tidak bepergian.

คำแสดงอาการเกลือกกลิ้ง ในที่นี้หมายถึง ไม่ออกไปไหน นอนเล่นอยู่บ้านสบาย ๆ

Từ tượng hình diễn tả hành động lăn tròn. Trong câu này mang ý nghĩa không ra ngoài, nằm trong nhà thư giãn.

⑥ 買（か）いだね

普段よりも安いので、今買ったほうがいいと思った時に使う言葉です。

Kosakata ini digunakan pada saat Anda merasa harus membeli sesuatu karena harganya lebih murah dari biasanya.

เป็นคำที่ใช้เวลาที่คิดว่า ควรจะซื้อสินค้านั้นทันทีเนื่องจากถูกกว่าราคาปกติ

Từ này sử dụng khi nói một vật gì đó rẻ hơn so với giá thông thường nên đáng bỏ tiền ra mua.

⑦ 山手線（やまのてせん）で一本（いっぽん）

山手線以外に乗り換えなくても行けるという意味です。

Ini berarti Anda dapat menempuh suatu tujuan hanya dengan naik satu jalur kereta (Yamanote) tanpa harus berpindah.

หมายถึง สามารถเดินทางไปด้วยสายยามาโนะเตะได้ โดยไม่ต้องเปลี่ยนรถไฟไปสายอื่น

Mang ý nghĩa chỉ cần đi tuyến Yamate là có thể đến nơi, không cần đổi tàu khác.

⑧ 天気が崩れる（てんき くず）

雨や雪などが降って天気が悪くなるという意味です。

Artinya adalah cuaca yang memburuk, seperti turunnya hujan, salju, dan lain-lain.

หมายถึงสภาพอากาศที่แย่เช่น ฝนตก หิมะตก เป็นต้น

Diễn tả thời tiết xấu như mưa rơi, tuyết rơi v.v..

⑨ マジで

「本当に」という意味です。特に若い人が使う表現です。

Artinya "benarkah?" atau "kamu serius?". Ungkapan ini lazim digunakan di kalangan anak muda.

หมายถึง "จริงดิ" เป็นสำนวนที่วัยรุ่นนิยมใช้

Có ý nghĩa tương tự như "Thật không?". Từ này thường được người trẻ sử dụng.

⑩ きびしい

ここでは断りの意味を表します。他に「むずかしい」などもよく使います。

Ini adalah ungkapan yang digunakan untuk menolak sesuatu. Selain kosakata ini, kosakata "むずかしい" juga sering digunakan.

ในที่นี้มีความหมายในเชิงปฏิเสธ นอกจากนี้ยังมีคำที่นิยมใช้เช่น むずかしい

Mang ý nghĩa từ chối trong câu này. Ngoài ra từ " むずかしい " cũng có thể được dùng để thay thế.

⑪ プレゼン

「プレゼンテーション」の略です。

Kependekan dari "プレゼンテーション" (presentasi)

เป็นคำย่อของ プレゼンテーション

Viết tắt của từ " プレゼンテーション "

⑫ 機種変（きしゅへん）

携帯電話の機種を変更したという意味で、「機種変更」の略です。

Kependekan dari "機種変更(mengganti model)" yang berarti menukar model ponsel.

มีความหมายว่า เปลี่ยนรุ่นของโทรศัพท์ใหม่ ย่อมาจาก 機種変更

Mang ý nghĩa đổi dòng điện thoại khác. Cách nói ngắn của" 機種変更 "

⑬ 手入れ（て い）

いい状態にするということです。ここでは掃除や草刈りをするという意味です。

Artinya menjaga sesuatu dalam kondisi baik. Dalam hal ini berarti menyapu halaman atau memotong rumput.

หมายถึง ดูแลให้อยู่ในสภาพที่ดี ในที่นี้ หมายถึง การทำความสะอาดหรือตัดหญ้า

Mang ý nghĩa giữ cho một vật gì đó ở tình trạng tốt. Trong câu này có nghĩa là dọn dẹp, cắt cỏ.

⑭ やばい

①とても悪い、②とてもいい、両方の意味があります。ここでは①の意味です。

Dapat berarti ①sangat buruk, atau ②sangat baik. Di sini artinya lebih ke ①.

เป็นคำที่มีความหมายตรงข้ามกัน คือ ① แย่มาก ② ดีมาก ในที่นี้เป็นความหมายที่ ①

Mang 2 nghĩa : 1. Cực kỳ tệ, 2. Cực kỳ tốt. Câu này mang ý nghĩa thứ 1.

⑮ サクサク

クッキーなどを噛んだ時の音を表した擬音語です。

Ungkapan onomatope ini menunjukkan bunyi yang garing dan renyah, seperti saat menggigit kue kering.

เป็นคำเลียนเสียงที่หมายถึงเสียงเคี้ยวขนม เช่น คุกกี้

Từ tượng thanh diễn tả âm thanh tạo ra khi dùng răng cắn miếng bánh.

コラム ❷
kolom
คอลัมน์
Chuyên mục

相手がいると楽しい

Lebih Menyenangkan Jika Anda Memiliki Teman Berlatih
ถ้ามีเพื่อนฝึกด้วยจะสนุก
Chúng ta càng vui hơn nếu có bạn cùng học.

シャドーイングに慣れてきたら、誰か相手を見つけてペアでシャドーイングすることをお勧めします。相手がいることで言葉に気持ちが入り、本当の会話らしくなります。アクセントやイントネーションだけでなく、顔の表情や身ぶり手ぶりまでが自然になり、まるで自分たちの会話をしているように楽しくシャドーイングできます。時にはそのままリアルな会話が続くこともあるでしょう。「話せる!」が実感できる瞬間です。

Setelah terbiasa melakukan *shadowing*, kami menganjurkan Anda mencari teman untuk berlatih shadowing bersama. Jika ada teman berlatih, Anda dapat mengucapkan kata dengan perasaan, dan dialog akan terasa lebih nyata. Tidak hanya aksen dan intonasi saja, ekspresi wajah dan gerakan tubuh Anda pun akan menjadi lebih natural. Hal ini akan menjadikan latihan lebih menyenangkan, seolah-olah Anda melakukan percakapan sebenarnya selama berlatih *shadowing*. Suatu saat, dialog ini akan berlangsung secara nyata. Itulah momen Anda merasa yakin "Aku bisa (berbicara)!".

พอคุ้นกับแชโดอิ้งแล้ว
แนะนำให้หาเพื่อนมาฝึกเป็นคู่ การที่มีเพื่อนฝึกด้วยจะทำให้เราใส่อารมณ์ในคำพูดได้ ทำให้บทสนทนาสมจริงมากขึ้น ไม่เพียงแต่เสียงสูงต่ำ หรือทำนองเสียงเท่านั้น สีหน้า ท่าทางมือไม้ก็จะเป็นธรรมชาติไปด้วย ราวกับว่ากำลังสนทนากันจริง ช่วยให้การฝึกแชโดอิ้งสนุกยิ่งขึ้น บางครั้งอาจนำบทสนทนานั้นไปใช้จริงเลยก็ได้ ตอนนั้นแหละคือช่วงที่เราจะรู้สึกได้ว่า "พูดได้แล้ว"

Khi chúng ta quen với phương pháp Shadowing, chúng tôi khuyến khích các bạn tìm một bạn cùng học để luyện tập phương pháp này theo cặp. Nếu chúng ta có bạn cùng luyện tập thì chúng ta dễ cảm nhận hơn sắc thái của từ ngữ và bài hội thoại của chúng ta sẽ trở nên tự nhiên và thật hơn. Không chỉ ngữ điệu, trọng âm mà biểu hiện khuân mặt, cử chỉ hành động cũng trở nên tự nhiên hơn giống như bản thân mình đang giao tiếp, việc luyện tập phương pháp Shadowing này sẽ càng trở nên vui và ý nghĩa hơn. Đôi khi cách giao tiếp thật, tự nhiên này cũng cần phải duy trì. Chúng ta sẽ thực sự cảm nhận được cảm giác "Tôi nói được!".

Unit 3

様々(さまざま)な場面(ばめん)での会話(かいわ)にチャレンジしましょう。相手(あいて)に合(あ)わせてフォーマルやカジュアルな話(はな)し方(かた)ができるとコミュニケーションがスムーズになります。

Mari kita coba bercakap-cakap dalam berbagai situasi. Komunikasi akan berjalan lebih lancar jika Anda dapat berbicara dalam bahasa yang formal dan non-formal, tergantung pada lawan bicara.

ทดลองฝึกบทสนทนาในหลากหลายสถานการณ์กัน
ถ้าเราสามารถเลือกใช้ภาษาทางการหรือไม่เป็นทางการ
ได้สอดคล้องกับคู่สนทนา
จะทำให้การสื่อสารของเราราบรื่นขึ้น

Chúng ta cùng thử hội thoại ở nhiều bối cảnh khác nhau. Bạn có thể giao tiếp trôi chảy nếu bạn vận dụng được cách nói thông thường với cách nói trang trọng tuỳ theo đối tượng.

レベル 3	初級	初中級	中級
	Tingkat Dasar ชั้นต้น Sơ cấp	Tingkat Dasar-menengah ชั้นต้น-กลาง Sơ trung cấp	Tingkat Menengah ชั้นกลาง Trung cấp

◎自／他動詞	Kata Kerja Intransitif/Transitif	อกรรมกริยา/สกรรมกริยา	Tự/ Tha động từ
◎受身形	Bentuk Pasif	รูปถูกกระทำ	Thể bị động
◎使役形	Bentuk Kausatif	รูปให้ทำ	Thể truyền khiến
◎縮約形	Bentuk Singkat	รูปย่อ	Thể rút gọn
◎尊敬語／謙譲語	Ragam Hormat Honorifik/Ragam Hormat Merendahkan Diri	คำสุภาพแบบยกย่อง/คำสุภาพแบบถ่อมตน	Kính ngữ/ Khiêm nhường ngữ
◎擬音語／擬態語	Onomatope	คำเลียนเสียง/คำเลียนอาการ	Từ tượng thanh/ từ tượng hình

◎～ている／ある
◎～する／したところ
◎～つもり
◎もらう／くれる／あげる
◎～ようにしている
◎～ことになった
◎～らしい
◎～みたい etc

section 1

21

1 A：ジョンさんの部屋(へや)は家賃(やちん)いくらですか？
B：月(つき)5(ご)万円(まんえん)です。

2 A：ホテル予約(よやく)してある？
C B：うん。昨日(きのう)しといた①よ。

3 A：あ、見(み)て！　昨日(きのう)の台風(たいふう)で木(き)が倒(たお)れてる！
C B：本当(ほんとう)だ。すごい風(かぜ)だったんだね。

4 A：リンさん、宿題(しゅくだい)は？
D B：すみません。今(いま)、母(はは)が来(き)ているので、来週(らいしゅう)出(だ)してもいいですか？

5 A：あれ？　今日(きょう)はお弁当(べんとう)ですか。自分(じぶん)で作(つく)ったんですか？
B：あ、いえ、彼女(かのじょ)に作(つく)ってもらいました。

6 A：山田(やまだ)さん、そのくつ大(おお)きくないですか？
D B：ううん、ぴったり②だよ。

7 A：あれ？　ドアが開(あ)いていますね。
B：本当(ほんとう)だ。だれが開(あ)けたんでしょうね。

8 A：ねー、聞(き)いた？　田中(たなか)さん、宝(たから)くじで100万円(ひゃくまんえん)当(あ)たったんだって。
C B：えー、すごいね！　おごってもらおう。

9 A：すみません、待(ま)ちましたか？
B：いえ、僕(ぼく)③も今(いま)来(き)たところです。

（デパ地下(ちか)④で）

10 A：これ、おいしそう！
C B：本当(ほんとう)だ。あ、試食(ししょく)があるから食(た)べてみよう。

	Indonesian	Thai	Vietnamese
1	A : Berapa harga sewa kamar Anda, John? B : 50.000 yen sebulan.	A : ห้องของคุณจอห์นค่าเช่าเท่าไหร่คะ B : เดือนละ 5หมื่นเยนครับ	A : Phòng anh John thuê có giá bao nhiêu tiền? B : 50,000 yên một tháng.
2	A : Hotelnya sudah kamu pesan? B : Ya. Sudah kupesan kemarin.	A : จองโรงแรมหรือยัง B : จองแล้ว เมื่อวานนี้	A : Anh đặt khách sạn chưa? B : Rồi, đặt hôm qua rồi.
3	A : Wow, lihat! Pohon itu tumbang karena badai kemarin! B : Beneran! Anginnya kencang sekali, ya.	A : อุ๊ย ดูนั่น ต้นไม้ล้มเพราะไต้ฝุ่นเมื่อวานนี้ B : จริงด้วย ลมคงแรงน่าดูเลยนะ	A : Xem kìa! Bão hôm qua làm cây đổ rồi kìa! B : Thiệt luôn. Gió hôm qua to nhề.
4	A : Lin, PR-mu mana? B : Maaf, karena ibu saya sedang datang, boleh saya kumpulkan minggu depan?	A : คุณลิน การบ้านล่ะ B : ขอโทษครับ ตอนนี้แม่มาเยี่ยม ขอส่งอาทิตย์หน้าได้ไหมครับ	A : Em Linh, bài tập đâu? B : Xin lỗi cô, hiện tại mẹ em đang ở đây, tuần sau em nộp có được không?
5	A : Wah, hari ini Anda bawa bekal, ya. Anda membuatnya sendiri? B : Oh, tidak. Ini dibuatkan oleh pacar saya.	A : โอ๊ะ วันนี้เอาข้าวกล่องมาเหรอ ทำเองเลยเหรอคะ B : อ้อ เปล่า แฟนทำให้น่ะครับ	A : Hả? Hôm nay mang cơm theo à? Tự mình nấu à? B : Không, bạn gái tôi nấu cho đấy.
6	A : Pak Yamada, apakah sepatu itu tidak kebesaran untuk Anda? B : Tidak, ukurannya pas sekali.	A : คุณยามาดะ รองเท้าคู่นั้นไม่ใหญ่ไปเหรอคะ B : ไม่นะ พอดีเป๊ะเลย	A : Anh Yamada, đôi giày đó chẳng phải hơi rộng sao? B : Đâu có, vừa y luôn đó.
7	A : Lo? Pintunya terbuka. B : Benar juga. Ada seseorang yang membukanya.	A : เอ๊ะ ประตูเปิดอยู่นี่ B : จริงด้วย ใครเปิดล่ะเนี่ย	A : Hả? Để cửa mở nha. B : Thiệt luôn. Ai mở ra vậy không biết.
8	A : Eh, kamu sudah dengar? Katanya, Tanaka menang lotere sebesar 1 juta yen, lho! B : Wah, keren! Minta ditraktir, yuk.	A : นี่ ได้ยินหรือเปล่า คุณทานากะถูกลอตเตอรี่ หนึ่งล้านเยนแน่ะ B : ใช่ เยี่ยมเลย เดี๋ยวไปให้เขาเลี้ยงดีกว่า	A : Nè, nghe biết gì chưa? Anh Tanaka trúng số 1 triệu yên đó. B : Ồ, đã ha. Nói anh ấy khao cái gì thôi.
9	A : Maaf, sudah menunggu lama, ya? B : Tidak kok, saya juga baru datang.	A : ขอโทษนะ รอนานไหม B : ไม่หรอก ผมก็เพิ่งมาถึงเมื่อกี้นี้	A : Xin lỗi, Chờ lâu chưa? B : Đâu có, tao mới tới thôi.
10	(Di Rubanah Toserba) A : Yang ini kelihatan enak! B : Benar juga. Lihat, mereka juga menyediakan sampel, mari kita mencicipinya.	(ที่ห้างสรรพสินค้าชั้นใต้ดิน) A : นี่ ท่าทางน่ากินจัง B : จริงด้วย โอ๊ะ มีให้ลองชิม ไปชิมกัน	(dưới tầng hầm trung tâm thương mại) A : Cái này trông có vẻ ngon đấy! B : Ừ, họ cho ăn thử đó, ăn thử một miếng xem sao.

section 2

1 A：袋(ふくろ)は有料(ゆうりょう)ですが、お入(い)れしますか？
F B：いえ、そのままで結構(けっこう)です。

2 A：来週(らいしゅう)、京都(きょうと)から友(とも)だちが来(く)るんだ。
C B：そうなんだ。楽(たの)しみだね。

3 A：再配達(さいはいたつ)、何時(なんじ)ごろ来(き)てくれるって？
C B：7時(しちじ)から9時(くじ)のあいだで頼(たの)んどいたけど…もう8時半(はちじはん)だね。

4 A：あれ？　電気(でんき)が切(き)れてますね。
B：え～！　先週(せんしゅう)、LED(エルイーディー)に変(か)えたばかりなんですけど…。

5 A：先生(せんせい)、大学合格(だいがくごうかく)しました。
D B：えっ！　すごい。おめでとう。

6 A：あれ？　ご飯(はん)食(た)べないんですか？
B：ええ、ダイエット中(ちゅう)なんで炭水化物(たんすいかぶつ)⑤は食(た)べないようにしています。

7 A：今日(きょう)の午後(ごご)、うかがってもよろしいですか？
F B：はい、お待(ま)ちしています。

8 A：昨日(きのう)、駅前(えきまえ)の商店街(しょうてんがい)で火事(かじ)があったらしいですね。
B：そうらしいですね。

9 A：明日(あした)の会議(かいぎ)の資料(しりょう)の準備(じゅんび)は大丈夫(だいじょうぶ)ですか？
B：はい。スライドも配布資料(はいふしりょう)も確認済(かくにんず)みです。

（書店(しょてん)で）
10 A：それ何(なに)？　あ、シャドーイングの本(ほん)？　よさそう？
C B：うん、すらすら⑥話(はな)せるようになるって書(か)いてあるよ。

⑤⑥ ➡ p.92

1 A : Kantongnya berbayar, apakah Anda akan menggunakannya?
B : Tidak perlu, begitu saja cukup.

2 A : Minggu depan, ada temanku datang dari Kyoto.
B : Begitu kah? Pasti akan menyenangkan, ya.

3 A : Jam berapa mereka akan mengirim ulang?
B : Aku sudah memesan (untuk diantar) antara pukul 7 sampai 9, tapi ini sudah pukul setengah 9, ya....

4 A : Hah? Lampunya mati.
B : Oh, tidak! Padahal baru minggu lalu aku menggantinya dengan LED.

5 A : Sensei, saya lulus ujian masuk universitas!
B : Wah, hebat! Selamat, ya!

6 A : Lo, Anda tidak makan?
B : Tidak. Saya sedang diet dan mencoba menghindari karbohidrat.

7 A : Bolehkah saya bertamu ke rumah Anda malam ini?
B : Boleh, saya akan menunggu kedatangan Anda.

8 A : Katanya kemarin ada kebakaran terjadi di kawasan pertokoan depan stasiun, ya.
B : Iya, katanya begitu.

9 A : Persiapan bahan untuk rapat besok apakah tidak ada masalah?
B : Ya. Baik slide maupun materi yang akan dibagikan sudah dicek.

(Di Toko Buku)

10 A : Itu apa? Oh, buku shadowing ya? Bagus enggak, ya?
B : Ya, di situ tertulis, kamu akan bisa lancar berbicara, lo.

A : ถุงนี่มีค่าใช้จ่าย จะรับไหมคะ
B : อ้อ ไม่ต้องเอาแบบนี้แหละครับ

A : สัปดาห์หน้า จะมีเพื่อนมาจากเกียวโตน่ะ
B : งั้นเหรอ ดีจังนะ

A : เรื่องมาส่งของใหม่ เขาบอกว่าจะมาถึงประมาณกี่โมงเหรอ
B : ขอไว้ตอนช่วง7-9โมงนะ แต่นี่8โมงครึ่งแล้วเนอะ

A : เอ๊ะ หลอดไฟเสียนี่นา
B : หา เมื่ออาทิตย์ที่แล้วเพิ่งจะเปลี่ยนเป็นไฟLEDเองนะ

A : อาจารย์ครับ ผมสอบเข้ามหาวิทยาลัยได้แล้วครับ
B : โอ้ เยี่ยมเลย ยินดีด้วยจ้ะ

A : เอ๊ะ ไม่กินข้าวเหรอ
B : ค่ะ กำลังอยู่ระหว่างลดความอ้วน เลยพยายามไม่กินอาหารประเภทคาร์โบไฮเดรต

A : บ่ายวันนี้ ไปขอพบได้ไหมครับ
B : ได้สิ จะรออยู่นะคะ

A : เมื่อวานนี้ ได้ยินว่าเกิดไฟไหม้ที่ร้านค้าหน้าสถานีรถไฟนะครับ
B : ได้ยินว่างั้นเหมือนกัน

A : เตรียมเอกสารการประชุมพรุ่งนี้เรียบร้อยไหมครับ
B : เรียบร้อย ทั้งสไลด์และเอกสารที่แจกตรวจสอบแล้วค่ะ

(ที่ร้านหนังสือ)

A : นั่นอะไรน่ะ อ้อ หนังสือแชโดอิ้ง ดีไหม
B : ค่ะ เขาเขียนว่า จะสามารถพูดได้คล่องน่ะค่ะ

A : Chúng tôi có tính tiền túi đựng, anh chị có dùng túi không?
B : Không, để nguyên vậy được rồi.

A : Tuần sau bạn tôi ở Kyoto đến.
B : Vậy hả? Vui quá ha.

A : Khi nãy nói tầm mấy giờ thì người ta đến giao đồ lại?
B : Đăng ký từ 7 giờ đến 9 giờ ... 8 rưỡi rồi mà chưa thấy nữa.

A : Hả? Đèn cháy rồi.
B : Không phải chứ! Tuần trước mới thay thành đèn LED mà...

A : Cô ơi! Em đậu đại học rồi.
B : Giỏi lắm! Chúc mừng em.

A : Ủa? Không ăn cơm à?
B : Ừ, đang ăn kiêng nên tránh ăn mấy thứ có nhiều tinh bột.

A : Chiều tối nay tôi đến có được không?
B : Được, tôi chờ.

A : Hôm qua nghe nói khu mua sắm trước ga bị cháy hay sao ấy.
B : Hình như vậy đó.

A : Tài liệu họp ngày mai chuẩn bị xong chưa?
B : Rồi ạ. Cả slide chiếu lẫn tài liệu đã sẵn sàng.

(Trong tiệm sách)

A : Gì đây? À, cuốn sách dạy học theo phương pháp lấp bóng sao? Có vẻ hay?
B : Ừ, Cuốn sách dạy nói sao cho lưu loát đó.

section 3

1 A：ねー、そのクッキー、一口ちょうだい[7]。
C B：いいよ。一口じゃなくて一枚[8]あげる。はい、どうぞ。

2 A：あー、雨が降ってきましたね。
F B：傘、お持ちですか？　良かったら、これお使いください。

3 A：お茶、どうぞ。熱いのでお気をつけください。
F B：あ、すみません。いただきます。

4 A：もしもし、山田さんですか？　佐藤です。今、話して大丈夫ですか？
B：あ、今、電車の中なんです。駅に着いたら、こちらからかけ直します。

5 A：ねー、聞いた？　マリエさん、結婚するんだって。
C B：うん、おめでた[9]らしいね。

6 A：日本に来るとき、緊張しましたか？
B：はい、外国での一人暮らしは初めてですから。

7 A：ねー、もっときれいに書いたほうがいいよ。これ、なんて書いたの？
C B：あー、なんだっけ…。自分でも読めない。

8 A：夏休みはスウェーデンに帰りますか？
B：帰りたいんですけどねー。ハイシーズンなので飛行機のチケットが高くて…。

9 A：も～！　遅れるなら、ちゃんと連絡してよね。
C B：ごめん！　ミーティングがなかなか終わらなかったんだよ。

10 A：今度、ご飯でも[10]いかがですか？
F B：あ、いいですね。ぜひ。

⑦ ➡ p.92　⑧⑨⑩ ➡ p.93

1

A : Hey, kue kering itu, aku minta secuil ya.
B : Boleh. Bukan hanya secuil, tapi akan kuberi satu yang utuh. Ini, silahkan.

A : นี่ คุกกี้นั่น ขอกินคำนึงสิ
B : ได้สิ ไม่ต้องแค่คำนึ่ง เอาไปทั้งชิ้นเลย เอานี่ครับ

A : Này, cho thử miếng bánh đó đi.
B : Đây, cho hẳn một cái luôn. Đấy, ăn đi.

2

A : Aduh, hujan mulai turun, ya.
B : Apakah Anda bawa payung? Jika Anda berkenan, Anda bisa menggunakan ini.

A : ว้า ฝนตกลงมาแล้วนะคะ
B : มีร่มไหมครับ ถ้าไม่รังเกียจ เอาร่มนี้ไปใช้สิครับ

A : Không, trời đổ mưa rồi.
B : Anh có mang dù không? Nếu không thì dùng cái này đi.

3

A : Silahkan ini tehnya. Hati-hati masih panas.
B : Aduh, terima kasih.

A : เชิญดื่มชา ร้อนนะ ระวังด้วย
B : โอ ขอบคุณครับ

A : Mời dùng trà, coi chừng nóng đấy.
B : Cám ơn, em xin phép.

4

A : Halo, apakah benar ini Bapak Yamada? Saya Sato. Apakah ada waktu untuk bicara sebentar?
B : Oh, sekarang saya sedang ada di dalam kereta. Saya akan menelepon Anda sesampai di stasiun.

A : ฮัลโหล คุณยามาดะ ผมซาโต้ ตอนนี้สะดวกคุยไหม
B : โอ๊ะ ตอนนี้กำลังอยู่บนรถไฟ เดี๋ยวถึงสถานีแล้วจะโทรกลับไปนะ

A : A-lô, phải anh Yamada không? Sato đây. Bây giờ nói chuyện chút được không?
B : À, bây giờ đang trên xe điện, tới nơi tôi gọi lại cho.

5

A : Eh, sudah dengar, belum? Katanya, Marie akan menikah, lo.
B : Ya, katanya dia sedang hamil, ya.

A : นี่ได้ยินไหม คุณมาริเอะ จะแต่งงานล่ะ
B : อ้อ ได้ข่าวว่ามีน้องแล้วน่ะ

A : Ê, biết chuyện gì chưa? Chị Marie sắp kết hôn đó.
B : Ừ, Nghe đâu chị ấy đang có thai ấy.

6

A : Apakah Anda merasa gugup saat datang ke Jepang?
B : Ya, karena ini pertama kalinya saya hidup seorang diri di luar negeri.

A : ตอนจะมาที่ญี่ปุ่น รู้สึกประหม่าไหมครับ
B : ค่ะ เพราะว่าเป็นครั้งแรกที่มาอาศัยอยู่ต่างประเทศนะคะ

A : Lúc mới đến Nhật em có cảm thấy lo không?
B : Có chứ, lần đầu sống một mình ở nước ngoài mà.

7

A : Eh, sebaiknya kamu menulisnya dengan lebih rapi. Ini apa yang kamu tulis?
B : Hmm, apa ya... Aku juga enggak bisa membacanya.

A : นี่ เขียนให้สวยหน่อยสิ นี่ เขียนว่าอะไรเหรอคะ
B : เอ เขียนว่าอะไรน้า ตัวเองก็ยังอ่านไม่ออกเลย

A : Này, tôi nghĩ anh nên ghi đàng hoàng một chút. Ghi cái gì vậy không biết?
B : Cái gì đây ta. Chính tôi còn không đọc được.

8

A : Apakah Anda akan pulang ke Swedia pada saat liburan musim panas ini?
B : Sebenarnya aku ingin pulang, tapi harga tiketnya sangat mahal karena musim liburan...

A : หยุดภาคฤดูร้อน จะกลับสวีเดนไหมคะ
B : อยากจะกลับเหมือนกันครับ แต่ช่วงไฮซีซั่นตั๋วเครื่องบินแพง

A : Kì nghỉ hè này có về lại Thụy Điển không?
B : Muốn về lắm cơ mà đang mùa cao điểm nên giá vé sẽ rất mắc.

9

A : Hei, kalau mau terlambat, kasih kabar, dong.
B : Maaf! Tadi rapatnya enggak selesai-selesai, sih.

A : โธ่ ถ้าจะมาสาย น่าจะติดต่อมาแจ้งกันหน่อย
B : ขอโทษนะ ประชุมยาวไม่ยอมเลิกน่ะ

A : Này, Nếu có đến trễ phải gọi báo cáo đàng hoàng chứ!
B : Xin lỗi! Buổi họp lâu quá, mãi mà không dứt.

10

A : Lain waktu, bagaimana kalau kita pergi makan bersama?
B : Wah, sepertinya bagus. Saya sangat menantikannya.

A : คราวหน้า ไปกินข้าวด้วยกันไหมคะ
B : ดีครับ ไปกัน

A : Lần sau đi ăn không?
B : Được thôi, chắc chắn.

section 4

1 A：健康のために、何かしてますか？
B：はい。毎朝 30 分はウォーキングするようにしています。

2 A：タンさん、日本の生活で大変なことはありませんか？
B：ありがとうございます。おかげさまで[11]、今のところ大丈夫です。

3 A：すみません。データが送れないんですけど…、どうしましょう。
B：あ、じゃ、田中さんにちょっと聞いてみてください。

4 A：今、父親からLINEが来てさー、今週出張で東京に来るって。
B：じゃー、久しぶりに会えるじゃん[12]。良かったね。

5 A：田中さん、明日までに今日の議事録作っておいてくださいね。
B：はい、わかりました。

6 A：ねー、聞いてよ。昨日の店、ビールと焼き鳥だけで4000円もしたんだ。
B：え～、それは高い。ぼったくり[13]だね。

7 A：あれ？　その本、何？　面白そう。見せて。
B：うん、いいよ。この本、ベストセラーなんだ。

8 A：ビーガンの人が食べられるラーメン屋、知ってますか？
B：あ、うちの近所にありますよ。野菜だしのスープがおいしいですよ。

9 A：いい辞書アプリ探しているんだけど、何かおすすめある？
B：アプリのことなら、パクさんに聞いたら？　いろいろ知ってるよ。

10 A：ちょっと会わないうちに、ずいぶん日本語が上手になったね。
B：またまた～[14]。でも、ありがとう。

⑪⑫⑬⑭ ➡ p.93

1
A : Apakah Anda melakukan sesuatu untuk kesehatan Anda?
B : Ya, saya membiasakan berjalan kaki selama 30 menit setiap pagi.

A : ทำอะไรเพื่อรักษาสุขภาพหรือเปล่าคะ
B : ครับ ทุกเช้าจะเดิน 30 นาทีครับ

A : Bạn làm gì để giữ gìn sức khỏe tốt?
B : À, mỗi ngày đều đi bộ tầm 30 phút.

2
A : Bapak Tan, apakah Anda menemukan kesulitan selama tinggal di Jepang?
B : Terima kasih telah bertanya. Berkat bantuan Anda, saya baik-baik saja.

A : คุณทัง ใช้ชีวิตที่ญี่ปุ่นมีอะไรที่ลำบากบางไหมคะ
B : ขอบคุณที่ถาม ตอนนี้ ยังไม่มีปัญหาอะไรครับ

A : Anh Thanh, anh có gặp khó khăn gì không?
B : Cám ơn anh, nhìn chung cho đến bây giờ vẫn ổn.

3
A : Maaf, saya tidak dapat mengirim datanya. Apa yang harus saya lakukan?
B : Ah, kalau begitu, coba tanyakan kepada Bapak/Ibu Tanaka.

A : ขอโทษ ส่งข้อมูลไม่ได้ ทำยังไงดีคะ
B : ถ้างั้น ลองสอบถามกับคุณทานากะดูซิครับ

A : Xin hỏi, tôi không gửi dữ liệu được, bây giờ tôi phải làm sao?
B : À, anh hỏi thử chị Tanaka xem.

4
A : Barusan aku menerima pesan LINE dari ayahku, dia akan datang ke Tokyo untuk urusan bisnis dalam minggu ini.
B : Wah, sudah lama kamu tidak bertemu beliau, bukan? Syukurlah.

A : ตอนนี้ พ่อส่งไลน์มา บอกว่าจะมาดูงานที่โตเกียวสัปดาห์นี้ครับ
B : ถ้างั้น ก็ดีสิ นาน ๆ จะได้พบกับท่านสักที

A : Tôi mới nhận được tin nhắn trên LINE của ba tôi, ông ấy nói tuần này ông ấy công tác ở Tokyo.
B : Vậy hả? Lâu lắm mới có cơ hội gặp lại. Tốt quá nhỉ.

5
A : Ibu Tanaka, mohon membuat perincian hasil rapat hari ini, paling lambat besok.
B : Baik, akan saya kerjakan.

A : คุณทานากะ ช่วยทำรายงานการประชุมของวันนี้ให้เสร็จภายในพรุ่งนี้นะครับ
B : รับทราบค่ะ

A : Chị Tanaka, chị cố gắng viết cho xong nội dung cuộc họp của ngày hôm nay trước ngày mai nhé!
B : Vâng, tôi biết rồi.

6
A : Hei, tahukah kamu? Di warung kemarin, hanya bir dan sate ayam saja, harganya 4000 yen.
B : Ya ampun, mahal banget! Kayak diperas saja!

A : นี่ ได้ยินไหม ร้านเมื่อวานกินแค่เบียร์กับไก่ย่างเสียไปตั้ง 4000 เยนแน่ะ
B : โอ้ แพงจัง นี่มันขูดรีดกันชัด ๆ

A : Này, biết sao không, quán hôm qua ấy, chỉ có bia với gà nướng thôi mà những 4,000 yên đấy.
B : Vậy hả? Mắc quá! Chặt chém quá nhỉ!

7
A : Wah, buku apa itu? Kelihatannya menarik. Lihat, dong.
B : Boleh. Buku ini yang sedang laris di pasaran.

A : เอ๊ะ หนังสือเล่มนั้น อะไรเหรอ ท่าทางน่าอ่าน ขอดูหน่อย
B : ได้สิ หนังสือเล่มนี้ หนังสือยอดนิยมนะ

A : Này, cuốn sách đó là gì vậy? Trông có vẻ hấp dẫn, đưa tôi xem xem.
B : Ừm, đây. Cuốn sách này đang là cuốn bán chạy đấy.

8
A : Apakah Anda tahu warung ramen untuk vegetarian?
B : Oh, ada di dekat tempat tinggal saya. Sup kaldu sayurannya enak, lo.

A : รู้จักร้านบะหมี่ที่คนมังสวิรัติไปกินได้ไหมคะ
B : อ้อ แถวบ้านผมมีนะครับ ซุปน้ำผักอร่อยทีเดียว

A : Anh có biết quán mì nào mà người ăn chay có thể ăn không?
B : À, Gần khu này có đấy. Nước súp rau củ ngon cực.

9
A : Aku sedang mencari aplikasi kamus yang bagus, apakah ada yang kamu rekomendasikan?
B : Kalau tentang aplikasi, bagaimana kalau kamu bertanya pada Kak Pak? Dia tahu banyak tentang itu.

A : กำลังหาแอพพจนานุกรมดี ๆ สักอันมีคำแนะนำไหมคะ
B : ถ้าเป็นแอพ ลองถามคุณพัคดูสิ เขารู้จักเยอะนะ

A : Tôi đang kiếm một ứng dụng từ điển nào đó hay hay. Anh có giới thiệu gì cho tôi không?
B : Ứng dụng điện thoại hả? Anh thử hỏi anh Pak xem, anh ấy biết nhiều lắm đấy!

10
A : Kemampuanmu berbahasa Jepang menjadi jauh lebih baik dalam waktu singkat sejak terakhir kali kita bertemu, ya.
B : Ah, hentikanlah. Tapi, terima kasih, ya.

A : ไม่ได้เจอกันนาน ภาษาญี่ปุ่นเก่งขึ้นเยอะเลยนะ
B : ชมเกินไป ขอบคุณนะ

A : Lâu lắm rồi không gặp tiếng Nhật anh lên dữ ha.
B : Không có đâu, nhưng dù gì cũng cám ơn anh.

section 5

25

1 A：そのセーターいい色(いろ)ですね。
B：ありがとうございます。でも、ちょっとチクチク[15]するんです。

2 A：スマホでお金払(かねはら)うのって、便利(べんり)ですか？
B：すごく便利(べんり)ですよ。ポイントもたまるし。

3 A：あれ？　髪(かみ)の毛(け)切(き)った？　いいな、私(わたし)も切(き)ろうかな。
D　B：短(みじか)くするとすごく楽(らく)ですよ。おすすめです。

4 A：今日(きょう)から新(あたら)しいバイトなんだ。緊張(きんちょう)するなー。初日(しょにち)だから早(はや)めに行(い)こうかな。
C　B：うん、それがいいよ。がんばって！

5 A：もしよろしければ、こちらのパンフレットもお読(よ)みください。
D　B：あっ、どうも。

6 A：田中(たなか)さん、昨日(きのう)、渋谷(しぶや)で男(おとこ)の人(ひと)と一緒(いっしょ)に歩(ある)いてたでしょう。
C　B：え～、見(み)たの？　実(じつ)はね、新(あたら)しい彼氏(かれし)なの。

7 A：映画(えいが)を見(み)るなら、やっぱり映画館(えいがかん)の大(だい)スクリーンだよね？
C　B：うん。でも、プロジェクター使(つか)えば、うちでもけっこう大画面(だいがめん)が楽(たの)しめるよ。

8 A：ハックション！
B：あれ、風邪(かぜ)？　大丈夫(だいじょうぶ)ですか？
A：あー、今年(ことし)も花粉症(かふんしょう)が始(はじ)まったんです。ハ、ハ、ハックション！

9 A：今晩(こんばん)、何(なに)食(た)べたい？
C　B：そうだなー。久(ひさ)しぶりにステーキはどう？

10 A：このチーズ、おいしいですね。どちらのですか？
F　B：こちらはフランス産(さん)でございます。

⑮ ➡ p.94

1 A : Sweater itu warnanya bagus, ya.
B : Terima kasih. Tapi bahannya sedikit menusuk kulit.

A : เสื้อสเวตเตอร์ สีสวยดีนะ
B : ขอบคุณ แต่ มันคัน ๆ น่ะ

A : Màu áo len này đẹp quá nhỉ!
B : Cám ơn chị, nhưng mà mặc nó cứ đâm vào người sao ấy.

2 A : Apakah praktis membayar melalui ponsel?
B : Sangat praktis, lo. Selain itu kita juga bisa mengumpulkan poin.

A : จ่ายเงินทางสมาร์ทโฟน สะดวกไหม
B : สะดวกมากเลยล่ะ มีสะสมคะแนนได้ด้วยนะ

A : Trả tiền bằng điện thoại anh thấy tiện không?
B : Tiện lắm, tích được cả điểm luôn.

3 A : Eh, kamu potong rambut, ya? Bagus ya, apa sebaiknya aku potong rambut juga, ya?
B : Rambut pendek terasa lebih nyaman, lo. Aku menyarankannya.

A : อ้าว ตัดผมด้วยเหรอ ดีจัง ฉันไปตัดบ้างดีไหมน้า
B : ตัดสั้นแล้วรู้สึกสบาย แนะนำให้ตัดจ้ะ

A : Này, mới cắt tóc à? Nhìn đẹp nhỉ, chắc tôi cũng đi cắt quá.
B : Cắt ngắn đi thấy cũng thoải mái lắm. Thử cắt đi nè.

4 A : Hari ini aku mulai bekerja paruh waktu di tempat baru. Rasanya gugup. Apakah sebaiknya aku berangkat lebih awal karena ini hari pertama, ya?
B : Ya, mungkin sebaiknya begitu. Semangat, ya!

A : วันนี้เริ่มงานพิเศษใหม่น่ะ เกร็ง ๆ นิดนึง วันแรกตั้งใจว่าจะไปเร็วหน่อย
B : ดี ๆ พยายามเข้านะ

A : Hôm nay tôi bắt đầu làm thêm ở chỗ mới. Cảm thấy hơi lo lo. Ngày đầu chắc đi sớm sớm một chút.
B : Ừ, đúng đó. Cố lên!

5 A : Jika Anda berkenan, silahkan baca pamflet ini juga.
B : Oh, terima kasih.

A : ถ้าไม่รังเกียจ กรุณารับแผ่นพับนี้ไปอ่านด้วยนะคะ
B : ครับ ขอบคุณ

A : Nếu được vui lòng đọc nội dung tờ rơi này.
B : À, cám ơn.

6 A : Kak Tanaka, kemarin kamu jalan bersama seorang pria di Shibuya, kan?
B : Hah, kamu lihat, ya? Sebenarnya, itu pacar baruku.

A : คุณทานากะ เมื่อวานนี้ เห็นเดินกับผู้ชายแถวชิบุย่านี่ใช่ไหม
B : อุ้ย เห็นเหรอ คือว่า นั่นแฟนคนใหม่น่ะ

A : Chị Tanaka, hôm qua chị đi chung với anh nào đó ở Shibuya đúng không?
B : Ủa? Thấy rồi hả? Thực ra thì … bạn trai mới của tôi đó.

7 A : Kalau mau nonton film, memang paling pas di layar besar bioskop, kan ya?
B : Benar. Tapi, dengan proyektor, kamu tetap bisa menikmati layar besar di rumah, kok.

A : ถ้าจะดูหนัง ก็ควรดูโรงที่มีจอใหญ่ ๆ เนอะ
B : ใช่ แต่ถ้าใช้โปรเจคเตอร์ ก็ดูจอใหญ่ที่บ้านได้เหมือนกันนะ

A : Nói tới xem phim thì coi ở rạp có màn hình lớn là ổn nhất nhỉ?
B : Ừ, nhưng mà nếu dùng máy chiếu thì ở nhà cũng có thể xem được trên màn ảnh lớn đó.

8 A : Hatsyi!
B : Ah, kamu kena flu? Tidak apa-apa?
A : Aduh, alergi bungaku kambuh lagi tahun ini. Ha, ha, hatsyi!

A : ฮัดเช่ย
B : อ้าว หวัดเหรอ ไม่สบายรึเปล่า
A : เฮ้อ ปีนี้ก็เริ่มมีอาการแพ้ละอองเกสรดอกไม้อีกแล้ว ฮัด ฮัดเช่ย

A : Ắt xì
B : Sao vậy? Bị cảm à? Thấy trong người thế nào?
A : À, năm nay lại bắt đầu dị ứng phấn hoa. Ắt …ắt … ắt xì!

9 A : Malam ini mau makan apa?
B : Hmm, sudah lama enggak makan steak, bagaimana kalau makan steak saja?

A : เย็นนี้ อยากกินอะไร
B : อืม นาน ๆ ที ไปกินสเต๊กกันไหม

A : Tối nay muốn ăn gì?
B : Để coi coi. Lâu rồi không ăn bít tết, anh thấy sao?

10 A : Keju ini enak. Ini buatan mana?
B : Ini buatan Prancis.

A : ชีสนี่ อร่อยดีนะคะ ของที่ไหนเหรอคะ
B : นี่เป็นผลิตภัณฑ์ของฝรั่งเศส

A : Loại phô mai này ngon nhỉ. Nước nào sản xuất thế?
B : Đây là hàng của Pháp ạ.

section 6

26

1 A：あ～、あと半年で卒業。４月から社会人だよ。

C B：本当だねー。今のうちにやりたいことやっておかなくちゃ。

2 A：あのー、すみません。明日から国に帰るので、バイト二週間休ませていただけませんか？

D B：えっ、困るな～。もっと早く言ってくれないと…。

3 A：洋服は燃えるゴミ。アルミホイルは燃えないゴミだよ。

C B：あ～、日本のゴミの分別[16]は本当に複雑！

4 A：赤ワインは体にいいって言われてるので、ついたくさん飲んでしまうんです。

B：でも、飲みすぎはよくないんじゃないですか？

5 A：試合、頑張ってくださいね！　みんなで応援に行きますから。

B：ありがとうございます。全力で頑張ります！

6 A：明日の飲み会、行こうかな、やめようかな、どうしようかな。

C B：もう行くって言ってあるんでしょ？　じゃー、行かなくちゃ。

（アルバイト先で）

7 A：土日のシフトも大丈夫ですか？

B：すみません。土曜日はちょっと…。でも、日曜日は大丈夫です。

8 A：グッチって、どこのブランド？

C B：イタリアのブランドだよ。知ってそうで、意外と知らないんだね。

9 A：あー、後で食べようと思ってたのに…。私のケーキ食べたの、だれ？

C B：あ、ごめん。食べてもいいのかと思っちゃった。

10 A：ご注文はお決まりですか？

D B：えーと、じゃー、とりあえずビール[17]で。

⑯⑰ ➡ p.94

1

A : Wah..., setengah tahun lagi kita lulus. Mulai April kita sudah terjun ke dunia kerja, nih.

B : Iya, ya... Kita harus melakukan hal yang kita inginkan selagi bisa.

A : โอ อีกแค่ครึ่งปีก็จะเรียนจบแล้ว ตั้งแต่เมษายนก็จะต้องทำงานแล้ว

B : จริงด้วย ต้องรีบทำอะไรที่อยากทำตั้งแต่ตอนนี้

A : Ôi, còn nửa năm nữa là tốt nghiệp rồi. Từ tháng 4 trở đi tôi trở thành người đóng góp cho xã hội rồi.

B : Thật hả? Bây giờ còn tự do thì muốn làm gì thì làm cho hết đi.

2

A : Permisi.... Maaf, saya besok akan pulang ke negara saya, bisakah saya mengambil cuti kerja selama dua minggu?

B : Apa? Wah, repot nih.. Seharusnya kamu bilang lebih awal...

A : เอ่อ ขอโทษ จะกลับประเทศพรุ่งนี้ ขออนุญาตลาหยุดงานพิเศษ 2 สัปดาห์ได้ไหมคะ

B : หา แบบนี้ก็แย่สิ น่าจะบอกกันเร็วกว่านี้นะ

A : Làm ơn, ngày mai tôi về nước, có thể cho tôi nghỉ làm thêm hai tuần được không?

B : Hả? Cậu làm khó tôi quá, nói sớm một chút thì đỡ biết mấy.

3

A : Pakaian adalah sampah terbakar (bisa terurai), sedangkan aluminium foil adalah sampah tidak terbakar (tidak terurai), gitu lho!

B : Wah! pemilahan sampah di Jepang memang benar-benar rumit.

A : เสื้อผ้าเป็นขยะเผาได้ อลูมิเนียมฟอยล์เป็นขยะเผาไม่ได้นะ

B : โอ แยกขยะที่ญี่ปุ่นนี่ ยุ่งยากจริง ๆ

A : Quần áo cho vào rác cháy được. Những phôi nhôm phải cho vào rác không cháy được chứ.

B : Ôi, phân loại rác ở Nhật khó thiệt!

4

A : Karena katanya anggur merah baik untuk tubuh, jadi aku minum banyak.

B : Tapi, bukankah tidak baik untuk tubuh kalau minum terlalu banyak?

A : ว่ากันว่าไวน์แดงดีต่อสุขภาพ ก็เลยดื่มเสียเยอะเลย

B : แต่ ดื่มมากเกินไปก็ไม่ดีต่อสุขภาพไม่ใช่เหรอ

A : Tôi lỡ uống hơi nhiều một chút vì người ta nói rượu đỏ có lợi cho sức khỏe.

B : Tuy nhiên uống nhiều quá cũng chẳng tốt lành gì đâu.

5

A : Semangat ya, buat pertandingannya. Kami semuanya akan datang mendukungmu.

B : Terima kasih. Saya akan berusaha sekuat tenaga.

A : แข่งให้เต็มที่นะ พวกเราจะไปเชียร์นะคะ

B : ขอบคุณนะ จะสู้ให้สุดความสามารถครับ

A : Cố gắng thi đấu cho thật tốt nhé! Mọi người sẽ đi ủng hộ cho cậu.

B : Cám ơn nhiều, tôi sẽ cố gắng hết sức!

6

A : Pesta minum besok, baiknya pergi enggak, ya.. Apa enggak usah aja? baiknya gimana, ya..

B : Bukannya kamu sudah bilang kalau mau pergi? Nah, kalau begitu ya harus pergi.

A : สังสรรค์พรุ่งนี้ ไปดีไหม หรือไม่ไปดี เอาไงดีนา

B : อ้าว บอกว่าไปแล้วไม่ใช่เหรอ ถ้างั้นก็ต้องไปสิ

A : Tiệc tùng ngày mai, đi hay không đây. Khó nghĩ quá!

B : Chẳng phải đã nói là đi rồi sao? Phải đi thôi.

(Di tempat bekerja (Kerja Paruh Waktu)

7

A : Apakah Anda tidak masalah mendapat giliran kerja Sabtu Minggu?

B : Maaf, sepertinya kalau hari Sabtu tidak bisa. Tapi hari Minggu tidak masalah.

(ที่ทำงานพิเศษ)

A : ทำงานกะวันเสาร์อาทิตย์ได้หรือเปล่าครับ

B : ขอโทษ วันเสาร์ไม่สะดวก แต่วันอาทิตย์สะดวกค่ะ

(Ở chỗ làm thêm)

A : Lịch làm thứ bảy, Chủ Nhật thấy sao?

B : Xin lỗi, thứ bảy có lẽ là ... cơ mà Chủ Nhật thì được.

8

A : Gucchi tuh merk dari mana, sih?

B : Merk dari Italia. Kupikir kamu tahu, ternyata enggak tahu, ya.

A : กุชชี่ เป็นแบรนด์ของที่ไหนเหรอ

B : แบรนด์ของอิตาลีน่ะ เหมือนจะรู้จักดี แต่บางทีก็ไม่รู้เนอะ

A : Nhãn hiệu Gucci là của nước nào thế?

B : Là hàng của Ý. Tưởng anh biết hóa ra anh chả biết gì.

9

A : Wah! Padahal rencananya mau kumakan nanti... Siapa yang makan kueku?

B : Aduh, sori! kupikir enggak masalah kalau kumakan.

A : อ้าว นึกว่าจะเก็บไว้กินทีหลัง ใครมากินเค้กของฉันไปล่ะเนี่ย

B : โอ๊ะ ขอโทษ นึกว่ากินได้อ่ะ

A : Trời ạ, để đó định tý nữa ăn, ai ăn mất cái bánh của tôi rồi?

B : Xin lỗi, tôi tưởng là ăn được.

10

A : Apakah pesanannya sudah ditentukan?

B : Hmm, oke, untuk sementara bir dulu.

A : ตัดสินใจสั่งอาหารได้หรือยังคะ

B : เอ่อ ถ้างั้น เอาเบียร์มาก่อนแล้วกัน

A : Quý khách đã chọn được món chưa ạ?

B : Ờ, ờm, tạm thời cứ bia đã.

section 7

1 A：あ、このリモコンこわれてる。
C B：こわれてるじゃなくて、こわしたんでしょ？

2 A：来月（らいげつ）、結婚（けっこん）することになりました。
B：え、本当（ほんとう）？　それはおめでとうございます。

3 A：どうぞ、たくさん召（め）し上（あ）がってくださいね。
F B：ありがとうございます。遠慮（えんりょ）なくいただきます。

4 A：こちらのシュークリーム、保冷剤（ほれいざい）をおつけしますか？
F B：あ、お願（ねが）いします。

5 A：見（み）て、この時計（とけい）、500万円（ごひゃくまんえん）だって！
C B：うん、ロレックスだし、ダイヤもついているからね。

6 A：もしもし、俺（おれ）[18]だけど、今（いま）何（なに）してる？
C B：ん？　寝（ね）ようとしてたとこだけど…何（なに）？

7 A：ホワイトボード、消（け）しましょうか？
B：あ、いいですよ、そのままで。後（あと）で消（け）しますから。

8 A：どうしたの？　勉強（べんきょう）に集中（しゅうちゅう）できてないようだけど。
D B：はい、ちょっと気（き）になることがありまして。

9 A：ごめーん。待（ま）った？
C B：遅（おそ）いよー！　映画（えいが）、もう始（はじ）まっちゃうよ！

10 A：ヘアドライヤーなら、今（いま）これが一番（いちばん）のおすすめです！
B：そうですか。ちょっと試（ため）してみてもいいですか？

⑱ ➡ p.94

	Bahasa Indonesia	ภาษาไทย	Tiếng Việt
1	A : Wah, remote control ini rusak.	A : โอ๊ะ รีโมทคอนโทรลอันนี้เสียแล้ว	A : Ôi, cái điều khiển từ xa bị hư rồi.
	B : Bukan rusak, tapi kamu yang merusakkannya, kan?	B : ไม่ใช่เสียแล้ว เธอทำเสียไม่ใช่เหรอ	B : Không phải bị hư mà mày làm hư nó, đúng không?
2	A : Bulan depan saya akan menikah.	A : เดือนหน้า จะแต่งงานค่ะ	A : Tôi quyết định tháng sau đám cưới.
	B : Wah, benarkah? Selamat!	B : จริงเหรอ ยินดีด้วยนะครับ	B : Vậy hả? Chúc mừng nha.
3	A : Silakan makan yang banyak, ya.	A : เชิญ รับประทานเยอะ ๆ นะคะ	A : Xin mời! Ăn nhiều vào nhé!
	B : Terima kasih. Saya akan menikmatinya. (harfiah: saya tidak akan ragu-ragu menyantapnya.)	B : ขอบคุณ ถ้างั้นไม่เกรงใจนะครับ	B : Cám ơn nhiều, tôi sẽ không khách sáo đâu.
4	A : Apakah perlu saya sertakan kantong es pada kue sus ini?	A : ชูครีมนี้ จะให้ใส่สารรักษาความเย็นไหมคะ	A : Chị có muốn miếng giữ lạnh cho mấy cái bánh su kem này không?
	B : Oh, ya. Tolong.	B : ครับ รบกวนด้วย	B : À, có, làm ơn nhé!
5	A : Lihat jam ini! Harganya 5 juta yen, lo!	A : ดูนาฬิกานี้สิ ราคาตั้ง 5ล้านเยนแน่ะ	A : Nhìn nè! Cái đồng hồ này những 5 triệu yên!
	B : Ya, itu karena merk Rolex dan ada berliannya.	B : ใช่ นาฬิกาโรเล็กซ์ ฝังเพชรด้วยน่ะ	B : Ừ, Rolex sản xuất, lại còn đính kim cương nữa.
6	A : Halo, ini aku, lagi ngapain?	A : ฮัลโหล นี่ผมพูดนะ ตอนนี้ทำไรอยู่	A : A-lô, tao đây, đang làm gì đấy?
	B : Eh, kamu? Aku baru mau tidur, sih. Ada apa?	B : หรือ กำลังจะเข้านอนแล้ว มีอะไรเหรอ	B : Hử? Đang tính đi ngủ... có gì không?
7	A : Bagaimana kalau saya hapus papan tulisnya?	A : ไวท์บอร์ด ลบให้ไหมคะ	A : Em xóa bảng được không?
	B : Oh, tidak perlu. Biarkan seperti itu saja. Akan saya hapus nanti.	B : อ้อ ไม่เป็นไรครับ ทิ้งไว้อย่างนั้นเดี๋ยวค่อยลบทีหลัง	B : Thôi được rồi, để đó đi. Tí tôi lau sau.
8	A : Kamu kenapa? Sepertinya tidak bisa konsentrasi belajar?	A : เป็นอะไรเหรอ ดูเหมือนจะไม่มีสมาธิเรียนเลย	A : Có chuyện gì vậy? Trông có vẻ em không được tập trung lắm.
	B : Ya, ada sedikit kepikiran sesuatu, nih.	B : ครับ มีเรื่องไม่สบายใจนิดหน่อยน่ะครับ	B : Dạ, có điều khiến em lo lắng một chút ạ.
9	A : Maaf... Sudah lama menunggu, ya?	A : ขอโทษ รอนานไหม	A : Xin lỗi! Chờ lâu chưa?
	B : Kamu lama! Filmnya sudah mau mulai, lo!	B : มาช้าจัง หนังจะเริ่มอยู่แล้ว	B : Trễ vậy! Phim chiếu mất tiêu rồi đó!
10	A : Kalau pengering rambut, inilah rekomendasi terbaik saat ini.	A : หากจะซื้อไดร์เป่าผม ตอนนี้แนะนำอันนี้เลยครับ	A : Máy sấy tóc à, cái này đang thịnh hành trên thị trường đấy!
	B : Oh, begitu ya? Bolehkah saya mencobanya sebentar?	B : เหรอคะ ขอลองดูหน่อยได้ไหมคะ	B : Vậy hả? Tôi dùng thử chút được không?

section 8

28

1 A：ランチ、何(なん)にする？

C B：そうだなー、ラーメンは？

A：またラーメン？　ちょっとマンネリ[19]じゃない？

B：じゃあ、何(なに)がいい？

2 A：山田(やまだ)さんって、いつもタイミングがいいよね。

C B：うん、何(なに)かおいしいものを食(た)べようとすると、いつも来(く)るよね。

A：本当(ほんとう)だね。

B：どこかで見(み)てるのかなって思(おも)うくらいだよね。

3 A：ねー、来週(らいしゅう)のプレゼン、準備(じゅんび)してある？

D B：あ、すみません。これからするところです。

A：あ、そう。ちゃんとしといてね。

B：はい、了解(りょうかい)です。

（歯科医院(しかいいん)で）

4 A：痛(いた)み止(ど)めを出(だ)しておきますから、後(あと)で飲(の)んでください。

B：先生(せんせい)、今(いま)飲(の)んでもいいですか？　麻酔(ますい)が切(き)れるのこわいんです。

A：いいですよ。じゃ、これ一錠(いちじょう)飲(の)んでください。

B：ありがとうございます。

（区役所(くやくしょ)で）

5 A：すみません。

B：はい。

A：転出(てんしゅつ)の手続(てつづ)きをしたいんですけど…。

B：はい、ではそちらの転出届(てんしゅつとどけ)の用紙(ようし)に記入(きにゅう)してください。

6 A：ねー、僕(ぼく)、何(なん)だか山田(やまだ)さんに嫌(きら)われてるみたいなんだ。

C B：え、どうして？

A：最近(さいきん)、全然話(ぜんぜんはな)してくれないし、あいさつもしてくれないし…。

B：なんか怒(おこ)らせるようなことでも言(い)ったんじゃない？

⑲ ➜ p.94

1
A : Mau makan siang apa?
B : Makan apa, ya? sebentar... Bagaimana kalau ramen?
A : Ramen lagi? Bosan enggak, sih?
B : Kalau begitu, apa dong?

2
A : Pak/Bu Yamada itu selalu nongol di waktu yang tepat, ya.
B : Ya, dia selalu muncul pas kita mau makan sesuatu yang enak kan, ya.
A : Ya, betul.
B : Seolah-olah dia sedang mengawasi kita dari suatu tempat, ya.

3
A : Hei, presentasi minggu depan sudah dipersiapkan?
B : Ah! Maaf, baru mau saya kerjakan sekarang.
A : Oh, begitu. Persiapkan dengan baik, ya.
B : Baik, saya mengerti.

(Di Klinik Gigi)

4
A : Saya akan memberikan obat penghilang rasa sakit, jadi tolong diminum, ya.
B : Dokter, bolehkah saya meminumnya sekarang? Saya takut efek biusnya hilang.
A : Boleh, kok. Nah, ini silakan diminum satu.
B : Terima kasih.

(Di kantor Kecamatan)

5
A : Permisi.
B : Ya.
A : Saya ingin mengurus kepindahan.
B : Baik, kalau begitu silakan Anda isi formulir permohonan pindah yang ada di sebelah sana.

6
A : Hei, entah kenapa, sepertinya aku tuh dibenci oleh Pak/Bu Yamada.
B : Lo, kenapa?
A : Akhir-akhir ini dia enggak mau berbicara padaku. Menyapa pun enggak...
B : Atau barang kali kamu ngomong sesuatu yang bikin dia marah?

A : อาหารกลางวัน กินอะไรดี
B : อือ บะหมี่ดีไหม
A : บะหมี่อีกแล้วเหรอ ไม่เบื่อบ้างหรือไง
B : ถ้างั้น เอาอะไรดีล่ะ

A : คุณยามาดะ มาจังหวะเหมาะทุกที
B : ใช่ เวลาเราจะมีอะไรอร่อย ๆ กิน โผล่เขามาทุกที
A : จริงด้วย
B : นึกว่าคอยมองเราอยู่ที่ไหนสักแห่งเลยเชียว

A : นี่ การนำเสนอในสัปดาห์หน้า เตรียมพร้อมแล้วหรือยัง
B : โอ๊ะ ขอโทษ กำลังจะเตรียม
A : งั้นเหรอ เตรียมให้ดี ๆ นะ
B : รับทราบครับ

(ที่โรงพยาบาลทันตกรรม)
A : จะให้ยาระงับปวด ไปกินทีหลังนะครับ
B : คุณหมอ กินตอนนี้ได้ไหม กลัวยาชามันหมดฤทธิ์น่ะค่ะ
A : ก็ได้ ถ้างั้น ก็กินนี่ไป 1 เม็ด นะครับ
B : ขอบคุณ ค่ะ

(ที่สำนักงานเขต)
A : ขอโทษครับ
B : ค่ะ
A : อยากจะมาทำเรื่องย้ายออกน่ะครับ
B : ค่ะ กรุณากรอกแบบคำร้องขอย้ายออกอันนั้นได้เลยค่ะ

A : นี่ ผมรู้สึกเหมือนกับว่า คุณยามาดะจะไม่ชอบขี้หน้าผมเท่าไหร่
B : อ้าว ทำไมล่ะ
A : หมู่นี้ไม่คุยด้วย ทักทายก็ไม่ทักตอบ
B : ไปพูดอะไรที่ทำให้เขารู้สึกเคืองหรือเปล่าล่ะ

A : Trưa nay ăn gì?
B : Để coi, Mì không?
A : Lại mì à? Ăn hoài không chán hả?
B : Ờ, vậy thì ăn gì?

A : Anh/ chị Yamada lúc nào cũng đến đúng lúc hết.
B : Ừ, lúc nào bàn về ăn cái gì ngon cũng thấy anh/ chị ấy đến.
A : Thiệt luôn.
B : Cứ như anh/ chị ấy ở đâu quan sát tụi mình ấy.

A : Này, buổi thuyết trình tuần sau chuẩn bị tới đâu rồi??
B : Thành thật xin lỗi, bây giờ bắt đầu làm.
A : Vậy hả? Làm đàng hoàng chút nhé!
B : Vâng, em biết rồi ạ.

(Ở phòng khám nha khoa)
A : Tôi kê thuốc giảm đau cho anh, tí nữa uống liền đi nhé!
B : Bác sỹ, bây giờ uống luôn được không? Tôi sợ hết hơi thuốc mê lắm.
A : Cũng được, vậy thì giờ uống liền một viên đi.
B : Cám ơn bác sỹ.

(Ở phường)
A : Xin hỏi.
B : Vâng!
A : Tôi muốn làm thủ tục chuyển địa chỉ.
B : Vâng, vui lòng điền thông tin vào đơn đăng ký chuyển này ạ.

A : Này, có vẻ tôi bị anh Yamada ghét rồi phải không?
B : Có chuyện đó hả, sao vậy?
A : Gần đây không thèm nói chuyện với tôi, ngay cả chào cũng không buồn chào...
B : Chắc anh nói cái gì khiến anh ấy buồn rồi đúng không?

section 9

1 A：ねー、IOCって知ってる？

C B：知ってるよ。国際オリンピック委員会のことでしょ？

A：ピンポーン[20]！　じゃ、JOCは？

B：JOCは日本オリンピック委員会。それぐらい誰でも知ってるよ。

（ピアノコンクールで）

2 A：この度は、最優秀賞受賞おめでとうございます。

F B：ありがとうございます。大変光栄です。

A：今回は5回目の挑戦だそうですが、ついに努力が実りましたね。

B：はい。コツコツやって[21]きて本当に良かったです。

3 A：ねー、来週、空いている日ある？

C B：来週かー、来週は学期末だからテストテストで大変だよ。

A：じゃ、再来週は？　例の[22]スーパー銭湯[23]のクーポン券があるんだ。

B：本当？　行く行く！　再来週だったらいつでもオーケーだよ。

4 A：先生、このテスト、答えが合っているのにバツなんですけど…。

B：え、そうですか？　ちょっと見せてください。何番ですか？

A：問題2の3番です。正解は「ア」でいいんですよね？

B：はい、「ア」でいいですよ。え、これは「ア」？　ごめんなさい、「イ」に見えました。今、訂正しますね。

5 A：店長、すみません。来週のシフトの変更をお願いしてもいいですか。

D B：シフトの変更ね…、来週のいつ？

A：9日の土曜日を7日の木曜日に変えていただきたいんです。

B：代わってくれる人はいるの？　週末に穴を開けられる[24]と困るからね。

⑳㉑ ➡ p.94 ㉒㉓㉔ ➡ p.95

1

A : Hei, kamu tahu IOC?
B : Tahu, dong. Komite olimpiade internasional, bukan?
A : Seratus! Lalu, kalau JOC?
B : JOC itu komite olimpiade Jepang. Siapapun juga tahu itu.

A : นี่ รู้จัก IOC ไหม
B : รู้จักสิ เป็นคณะกรรมการโอลิมปิกนานาชาติใช่ไหม
A : ถูกต้อง แล้ว JOC ล่ะ
B : JOC คือคณะกรรมการโอลิมปิกของญี่ปุ่น เรื่องแค่นี้ไม่ว่าใครก็รู้จักนะ

A : Ê, có biết cái gọi là IOC là gì không?
B : Biết, Ủy ban Olympic quốc tế đúng không?
A : Chính xác! Thế còn JOC?
B : JOC là Ủy ban Olympic Nhật Bản. Cái đó ai chả biết.

2

(Di Kompetisi Piano)
A : Selamat atas kemenangan Anda sebagai juara utama kali ini.
B : Terima kasih. Benar-benar sebuah kehormatan bagi saya.
A : Saya dengar ini percobaan Anda yang kelima kalinya, akhirnya usahanya membuahkan hasil, ya.
B : Ya. Saya sangat bersyukur sudah melakukannya dengan sungguh-sungguh.

(ในงานประกวดเปียโน)
A : ยินดีด้วยที่ได้รับรางวัลชนะเลิศ
B : ขอบคุณมากค่ะ รู้สึกเป็นเกียรติอย่างยิ่ง
A : ครั้งนี้เป็นการท้าทายครั้งที่ 5 ในที่สุดความพยายามก็ประสบผลสำเร็จนะครับ
B : ค่ะ โชคดีที่พยายามมาเรื่อย ๆ

(Tại cuộc thi Piano)
A : Chúc mừng anh đã giành được giải đặc biệt lần này.
B : Cám ơn nhiều. Thật sự vinh hạnh lớn đối với tôi.
A : Đây là lần thứ 5 anh thi đấu rồi nhỉ, không có nỗ lực nào mà không được đền đáp.
B : Vâng, tôi thực sự vui sướng khi kiên trì làm điều đó.

3

A : Eh, minggu depan ada waktu?
B : Minggu depan, ya.. Minggu depan itu akhir semester, jadi bakal sulit karena banyaknya ujian.
A : Kalau begitu, minggu depannya lagi bagaimana? Aku punya kupon masuk super-spa yang waktu itu pernah kuceritakan.
B : Benar kah? Ayo ayo, aku ikut! Kalau dua minggu lagi kapan aja aku bisa, kok.

A : นั่นสิ สัปดาห์หน้า มีวันที่ว่างไหม
B : สัปดาห์หน้าเหรอ สัปดาห์หน้าเป็นช่วงปลายภาคจะยุ่งเรื่องสอบ
A : ถ้างั้น2สัปดาห์หน้าล่ะ พอดีมีตั๋วโรงอาบน้ำซูเปอร์เซนโตที่คุยไว้น่ะ
B : จริงเหรอ ไป ไป ถ้าอีกสองสัปดาห์ล่ะก็ไปได้ทุกเมื่อเลย

A : Này, tuần sau có ngày nào rảnh không?
B : Tuần sau hả? Tuần sau kết thúc học kỳ, thi cử mệt mỏi lắm!
A : Vậy thì tuần sau nữa? Tôi có phiếu giảm giá đi tắm phòng tắm công cộng mà tôi kể anh nghe lúc trước ấy.
B : Vậy hả? Đi, đi! Nếu là tuần sau nữa thì lúc nào cũng được.

4

A : Sensei, mengenai tes ini, meski jawabannya benar, tapi kok disilang, ya?
B : Oh, benar kah? Tolong perlihatkan ke saya sebentar. Nomor berapa?
A : Nomor 3 pada soal ke dua. Jawaban benarnya「ア」, bukan?
B : Ya, benar jawabannya「ア」, kok. Eh, Ini「ア」? Maaf, terlihat seperti「イ」. Saya perbaiki sekarang, ya.

A : อาจารย์ ข้อสอบนี้ตอบถูกแล้วนี่นา ทำไมถึงผิดล่ะครับ
B : จริงเหรอ ไหนดูซิ ข้อไหนคะ
A : คำถามข้อ2ใหญ่ข้อ3ย่อย คำตอบที่ถูกคือข้อ アใช่ไหมครับ
B : ใช่ข้อア
เอ๊ะแล้วนี่ アเหรอ ขอโทษทีเห็นเป็น イ เดี๋ยวแก้คะแนนให้นะคะ

A : Thưa thầy, bài thi này câu này em làm đúng mà bị chấm sai ...
B : Vậy à? Đâu đưa tôi xem. Câu số mấy nhỉ?
A : Số 3 của bài 2. Đáp án là " ア " đúng không ạ?
B : Đúng rồi, là "ア". Cái này là "ア"? Xin lỗi, tôi nhìn lộn là "イ". Để tôi sửa lại.

5

A : Maaf, Pak Manajer. Bolehkah saya meminta Anda mengubah giliran kerja saya untuk minggu depan?
B : Perubahan giliran kerja, ya. Minggu depannya, kapan?
A : hari Sabtu tanggal 9 diubah ke hari Kamis tanggal 7.
B : Sudah ada yang menggantikan? Soalnya repot nanti kalau tidak ada yang menggantikanmu di akhir pekan.

A : ผู้จัดการร้าน ขอโทษด้วย รบกวนช่วยเปลี่ยนกะในสัปดาห์หน้าให้หน่อยได้ไหมคะ
B : เปลี่ยนกะเหรอ สัปดาห์หน้าวันไหน
A : วันเสาร์ที่ 9 อยากจะขอเปลี่ยนเป็นวันพฤหัสที่ 7 แทนน่ะค่ะ
B : แล้วมีคนแทนรึเปล่า ถ้าวันหยุดสุดสัปดาห์ไม่มีคนมาทำก็จะลำบากนะ

A : Xin lỗi ông chủ, cho tôi đổi lịch làm tuần sau được không?
B : Đổi lịch hả? Tuần sau, ngày mấy?
A : Thứ bảy ngày mùng 9 đổi thành thứ năm ngày mùng 7.
B : Chẳng biết có ai thế chỗ cho cậu không? Cuối tuần mà không có ai thì mệt lắm đây.

section 10

1 F
A：あのー、プレゼント用の花束が欲しいんですけど…。
B：はい、プレゼント用ですね。お花は何になさいますか？
A：花のことよくわからないので、適当に作ってもらえますか？
B：かしこまりました。ご予算はどのくらいでしょう。

2 D
A：先生、内定[25]もらいました。
B：わー、良かったね。おめでとう！
A：ありがとうございます。でも、条件がちょっと…。
B：え？　でも、一番入りたがってた会社でしょう？　よく考えてね。

3 F
A：ご注文はお決まりですか？
B：はい。このヒレカツ定食、一つお願いします。ライス大盛りで。
A：はい。ヒレカツ定食、お一つ。ライス大盛りですね。
B：あ、キャベツも多めでお願いします。辛子はいりません。

（美術展の会場で）

4 C
A：あ、これじゃない？　アンさんの作品。
B：本当だ。タイトルは「微笑み」と「希望」だって。
A：すごいね。二つも出品してる。
B：うん、頑張ってるね。前の作品より色が明るくなったし、何かいいことあったのかな。

5 F
A：（ピンポン）あのー、下の階の佐藤ですけど…。
B：はい、お待ちください。（カチャ）あ、佐藤さん、こんにちは。
A：こんにちは。あのー、上から泥水が飛んできて、うちの洗濯物にかかったんですけど…。ベランダのお掃除してましたか？
B：わ～！　ご迷惑かけて申し訳ありません！　今すぐベランダを拭いて、後でお詫びにうかがいます[26]。

㉕㉖ ➡ p.95

1

A : Permisi, saya ingin buket untuk hadiah.

B : Baik, untuk hadiah, ya. Mau bunga apa?

A : Saya tidak begitu mengerti tentang bunga, jadi bisakah Anda merangkaikannya?

B : Saya mengerti. Berapa kira-kira bujet Anda?

A : เอ่อ อยากจะได้ช่อดอกไม้เป็นของขวัญครับ

B : ได้ สำหรับเป็นของขวัญรับดอกอะไรดีคะ

A : ไม่ค่อยสันทัดเรื่องดอกไม้ รบกวนช่วยเลือกที่เหมาะ ๆ ให้หน่อยได้ไหมครับ

B : รับทราบค่ะ มีงบประมาณเท่าไหร่คะ

A : Chị ơi! Tôi muốn một bó hoa làm quà tặng...

B : À, làm quà tặng à. Anh muốn hoa gì?

A : Tôi không rành về hoa cho lắm. Chọn loại nào cho tôi cũng được.

B : Vâng ạ, Làm một bó tầm khoảng bao nhiêu thì được ạ?

2

A : Sensei, saya mendapat tawaran pekerjaan melalui orang dalam. (harfiah: tawaran tidak resmi)

B : Wah! itu bagus! Selamat!

A : Terima kasih. Tapi, persyaratannya agak menyulitkan.

B : Begitu? Tapi itu perusahaan tempat bekerja yang paling kamu inginkan, bukan? Coba dipikirkan baik-baik, ya.

A : อาจารย์ได้จดหมายตอบรับเข้าทำงานล่วงหน้าแล้ว

B : โอ้ ดีจังเลย ดีใจด้วยนะ

A : ขอบคุณ แต่ เงื่อนไขไม่ค่อยดีเท่าไหร่

B : อ้าว แต่เป็นบริษัทที่อยากเข้ามากที่สุดไม่ใช่เหรอ คิดให้ดี ๆ นะ

A : Cô ơi! Em nhận được quyết định nhận việc rồi.

B : Vậy hả? Tốt quá nhỉ! Chúc mừng em.

A : Cám ơn cô. Có điều điều kiện có hơi ...

B : Sao? Tuy nhiên Công ty mà em mong đợi nhất đúng không? Suy nghĩ cho kỹ nhé!

3

A : Apakah pesanannya sudah Anda putuskan?

B : Ya. Tolong satu set menu hirekatsu (potongan daging babi). Dengan nasi porsi besar.

A : Baik. Satu set menu hirekatsu. Nasinya porsi besar, betul?

B : Ah, tolong kubisnya juga yang banyak. Tidak pedas, ya.

A : จะรับอะไรดีคะ

B : ขออาหารชุดฟิลเล่คัตสึ หนึ่งที่ ข้าวใหญ่พิเศษ

A : ค่ะ อาหารชุดฟิลเล่คัตสึ หนึ่งที่ ข้าวใหญ่พิเศษนะคะ

B : อ้อ ขอกะหล่ำปลีเยอะ ๆ ด้วย ไม่เอาพริกครับ

A : Quý khách đã quyết định đồ ăn chưa ạ?

B : Rồi, một phần cơm thịt heo tẩm bột chiên, à! Tôi bảo này. Lấy phần cơm lớn cho tôi nhé!

A : Vâng, một phần cơm thịt heo tẩm bột chiên... một phần cơm lớn.

B : À, nhiều bắp cải nữa nhé! Đừng thêm mù tạc cho tôi.

4

(Di Pameran Kesenian)

A : Eh, ini bukan? Karya seninya Ann?

B : Benar. Katanya judulnya "Senyum" dan "Harapan".

A : Hebat, ya. Keduanya dipamerkan.

B : Ya, dia melakukannya dengan baik. Dibanding dengan karya sebelumnya, warnanya lebih cerah. Mungkin ada sesuatu hal baik yang terjadi, ya..

(ที่สถานที่จัดนิทรรศการศิลปะ)

A : อะ นี่ใช่ไหม ผลงานของคุณแอน

B : จริงด้วย เห็นบอกว่าชื่อเรื่อง "รอยยิ้ม" กับ "ความหวัง"

A : สุดยอด แสดงผลงานตั้งสองชิ้น

B : ใช่ พยายามมากเลยนะ ดูสีสันสดใสกว่าผลงานก่อนหน้านี้ น่าจะมีอะไรดี ๆ ละมั้ง

(Tại buổi triển lãm nghệ thuật)

A : Ấy, tác phẩm này chẳng phải của chị Ann hay sao?

B : Đúng vậy, tiêu đề là "mỉm cười" và "hy vọng"

A : Giỏi quá nhỉ, cả hai đều được trưng bày.

B : Ừ, cố lên nhé! So với những tác phẩm trước thì cái này màu sáng hơn nè, ngoài ra còn có gì đó đặc trưng nữa ta.

5

A : (Ting tong) Permisi, saya Sato dari lantai bawah.

B : Baik, mohon tunggu. (Suara pintu dibuka) Ah, Pak Sato, selamat siang.

A : Selamat siang. Hm..., jadi begini, tadi air berlumpur mengalir dari atas dan mengenai cucian saya. Apakah tadi Anda membersihkan beranda?

B : Aduh! Mohon maaf sekali telah mengganggu Anda! Segera akan saya lap berandanya sekarang, dan nanti saya datang berkunjung untuk meminta maaf.

A : (เสียงกริ่งประตู) ขอโทษครับ ผมซาโต้ที่อยู่ห้องชั้นล่าง

B : อ้อ สักครู่นะคะ (เสียงเปิดประตู) อ้อ คุณซาโต้ สวัสดี

A : สวัสดีครับ เอ่อ มีน้ำโคลนตกมาจากข้างบน เปรอะผ้าที่ผมตากเอาไว้ คุณทำความสะอาดที่ระเบียงหรือเปล่าครับ

B : อุ้ย ต้องขอโทษมาก ๆเลยค่ะ เดี๋ยวจะรีบเช็ดระเบียงให้แห้งแล้วลงไปขอโทษนะคะ

A : (kính koong) Xin lỗi, tôi là Sato ở tầng dưới.

B : Vâng, xin chờ một chút. (Cạch cạch) À, anh Sato, Xin chào.

A : Xin chào, thực sự là nước dơ từ tầng trên bắn xuống đồ đang phơi của tôi. Ở trên đó đang vệ sinh hành lang à?

B : Thành thật xin lỗi. Tôi vô ý quá. Để tôi lau hành lang xong tôi sẽ đến xin lỗi.

解説 Penjelasan คำอธิบาย Giải thích

① しとい た

「しといた」は「しておいた」のカジュアルな言い方です。

"しといた" adalah cara pengucapan non-formal dari kata "しておいた."

「しといた」เป็นวิธีพูดแบบกันเองของ「しておいた」

「しといた」là cách nói thông thường của「しておいた」.

② ぴったり

くつのサイズと形が足に完全に合っていて、ちょうどいいという意味です。

Artinya ukuran dan bentuk sepatu benar-benar cocok dengan kaki, sangat pas.

ขนาดและรูปทรงของรองเท้าเข้ากับขาพอดี มีความหมายว่า เหมาะกำลังดี

Mang ý nghĩa một đôi giày vừa vặn hoàn toàn về kích thước cũng như kiểu dáng bàn chân.

③ 僕(ぼく)

男性の自称で、子どもから大人まで一般的に使われています。

Menyatakan diri sendiri yang digunakan laki-laki, kata ini umum digunakan dari anak-anak hingga orang dewasa.

คำเรียกตัวเองสำหรับผู้ชาย ใช้ได้ทั่วไปทั้งเด็กและผู้ใหญ่

Cách xưng hô của con trai, cách xưng hô này được nam giới sử dụng ở mọi lứa tuổi từ con nít đến người trưởng thành.

④ デパ地下(ちか)

デパートの地階の意味です。一般的に日本のデパートの地階は食品売り場になっています。

Memiliki arti rubanah yang terdapat di toserba. Umumnya rubanah toserba di Jepang merupakan tempat penjualan makanan.

หมายถึงชั้นใต้ดินของห้างสรรพสินค้า
โดยมากที่ชั้นใต้ดินของห้างสรรพสินค้าในญี่ปุ่นจะเป็นที่วางสินค้าประเภทอาหาร

Có nghĩa tầng hầm của trung tâm thương mại. Thực phẩm thường được bày bán ở tầng hầm của các trung tâm thương mại ở Nhật.

⑤ 炭水化物(たんすいかぶつ)

ご飯、パスタ、パンなどに含まれ、エネルギーの元になる栄養素です。

Nutrisi yang terkandung di dalam nasi, pasta, roti, dll. dan menjadi sumber energi.

สารอาหารที่เป็นแหล่งพลังงาน ซึ่งมีอยู่ใน ข้าว พาสต้า และขนมปัง เป็นต้น

Nguồn dinh dưỡng tạo nên năng lượng thường có trong các loại thực phẩm như bánh mì, mì ống hay gạo.

⑥ すらすら

途中で止まったり、間違えたりしないで上手に話す様子を表す擬態語です。

Merupakan onomatope yang mengungkapkan keadaan seseorang yang berbicara dengan mahir tanpa terhenti di tengah atau membuat kesalahan.

คำเลียนอาการที่พูดได้เก่ง ไม่มีตะกุกตะกัก หรือ พูดผิด

Từ tượng hình diễn tả cách nói lưu loát mà không bị ngập ngừng hay mắc lỗi sai.

⑦ 一口(ひとくち)ちょうだい

「一口」は「少し」の意味で、「ちょうだい」は「ください」のカジュアルな言い方です。

"一口 (satu gigitan)" artinya "sedikit", sedangkan "ちょうだい" merupakan bentuk non-formal dari "ください."

一口 มีความหมายว่า นิดหน่อย ちょうだい เป็นคำพูดอย่างไม่เป็นทางการของคำว่า ください

「一口」có nghĩa là "một ít",「ちょうだい」là cách nói thông thường của「ください」.

⑧ 一枚(いちまい)

「枚」は紙・板・皿など薄くて平たい物の数え方です。

"枚" adalah cara menghitung benda yang tipis dan datar seperti kertas, papan, piring, dll.

枚 เป็นลักษณนามใช้นับของที่บาง ๆ แบน ๆ เช่น กระดาษ แผ่นกระดาน จาน เป็นต้น

「枚」là đơn vị đếm đồ vật phẳng, mỏng như đĩa, bảng, giấy.

⑨ おめでた

「妊娠」を表す表現です。

Sebuah ekspresi untuk menyatakan kehamilan.

หมายถึง ตั้งครรภ์

Mang ý nghĩa "có thai"

⑩ ご飯(はん)でも

「ご飯(= お米)」そのものを指しているのではなく、「食事」全般を表します。「食事でも一緒にどうですか」と誘うときの表現です。

"ご飯" di sini tidak bermakna nasi secara khusus, tapi lebih ke mengungkapkan "食事 (makan)" secara umum. Merupakan ungkapan yang digunakan saat mengajak, seperti pada kalimat "食事でも一緒にどうですか"

สำนวนนี้ไม่ได้เจาะจงว่าจะต้องเป็น ご飯 (=ข้าว) แต่หมายถึงอาหารทั่วไป ใช้เวลาที่จะชวนว่า "ไปรับประทานอาหารด้วยกันไหม"

「ご飯 (= お米 : gạo)」ở đây không mang ý nghĩa là gạo mà mang ý nghĩa "bữa ăn". Đây là lời mời "Chúng ta cùng nhau đi ăn có được không?"

⑪ おかげさまで

相手への感謝を表す表現で、「おかげさまで元気です」「おかげさまで良くなりました」のように言います。

Merupakan ungkapan untuk menyatakan terima kasih kepada lawan bicara, digunakan pada ungkapan seperti "おかげさまで元気です" atau "おかげさまで良くなりました."

เป็นสำนวนแสดงความขอบคุณต่อคู่สนทนา มักใช้ในคำว่า おかげさまで元気です หรือ おかげさまで良くなりました

Câu này mang ý nghĩa cảm tạ đến đối phương. Thường người ta hay nói「おかげさまで元気です」「おかげさまでよくなりました」.

⑫ ～じゃん

同意や確認を求めるのに使うカジュアルな表現です。関東を中心に広く使われています。

Ungkapan non-formal yang digunakan untuk meminta persetujuan atau konfirmasi. Digunakan secara luas utamanya di wilayah Kanto.

สำนวนที่ไม่เป็นทางการใช้ในการขอความเห็นชอบหรือถามย้ำให้แน่ใจ มักใช้กันในแถบคันโต

Đây là mẫu câu thông thường dùng để tìm kiếm sự tán đồng hay xác minh lại thông tin. Thường được dùng rộng rãi ở khu vực Kanto.

⑬ ぼったくり

法外なお金を要求されたことを表す表現です。

Ungkapan untuk menyatakan tentang dimintanya uang yang terlalu tinggi.

เป็นสำนวนที่แสดงว่า ถูกเรียกร้องเอาเงินซึ่งไม่ถูกต้องตามกฎหมาย

Từ ngữ mang ý nghĩa truy thu một món tiền quá mức thông thường.

⑭ またまた～

ほめられた時に使うカジュアルな答え方です。相手に対して「ほめすぎだ」という気持ちを表します。

Jawaban non-formal yang digunakan saat dipuji. Mengungkapkan perasaan "Kamu terlalu memuji" kepada lawan bicara.

เป็นวิธีการตอบเมื่อได้รับคำชม แสดงความรู้สึกว่าฝ่ายตรงข้าม "ชมเกินไป"

Đây là cách trả lời thông thường khi được ai đó khen. Có thể hiểu đây giống như "anh đã quá khen rồi" để hồi đáp lại người khen.

⑮ チクチク

セーターの毛糸が肌に刺さって痛む様子を表す擬態語です。

Merupakan onomatope yang menggambarkan suatu kondisi benang sweter menusuk kulit sehingga terasa sakit.

เป็นคำแสดงอาการหมายถึง เส้นไหมในเสื้อสเวตเตอร์มันเสียดแทงผิวหนังจนรู้สึกเจ็บ

Từ tượng hình diễn tả cảm giác bị đâm chích vào da khi mặc áo len.

⑯ ゴミの分別（ぶんべつ）

ゴミを出す時に、ゴミの種類を分けることです。燃えるゴミと燃えないゴミ、リサイクル、粗大ゴミなど、出す曜日は地域ごとに決まっています。

Artinya memilah jenis sampah pada saat akan membuangnya. Sampah yang dapat terbakar, sampah tidak dapat terbakar, sampah yang dapat didaur ulang, sampah ukuran besar, dll. Hari pengumpulan sampah tersebut pada setiap daerah telah ditentukan.

เป็นการแยกประเภทขยะเวลาจะนำขยะไปทิ้ง ซึ่งในแต่ละท้องถิ่นจะมีกำหนดวันทิ้งขยะประเภทต่าง ๆ ได้แก่ ขยะเผาได้ ขยะเผาไม่ได้ ขยะรีไซเคิล ขยะชิ้นโต เป็นต้น

Đây là việc phân loại rác mỗi khi mang rác đi đổ. Tùy vào khu vực mà họ quy định ngày đổ, rác đốt được, rác không đốt được, rác tái chế hay rác quá khổ v.v..

⑰ とりあえずビール

料理を注文する前に、まずはビールを注文しようという意味です。

Artinya "Mari pesan bir dulu sebelum memesan makanan".

มีความหมายว่า ก่อนจะสั่งอาหาร เราสั่งเบียร์มากินกันก่อน

Câu này có ý nghĩa : trước khi kêu đồ ăn, đầu tiên cho tôi một cốc bia.

⑱ 俺（おれ）

男性の自称で、友だちや親しい関係の人に対して使います。

Cara pria menyebut diri mereka sendiri, digunakan saat berbicara dengan teman atau dengan orang yang memiliki hubungan dekat dengannya.

เป็นคำเรียกตนเองของผู้ชาย มักใช้เวลาพูดกับเพื่อนหรือคนที่สนิทสนม

Cách xưng hô của nam giới, dùng để xưng hô giữa bạn bè hoặc với những người có quan hệ thân mật với nhau.

⑲ マンネリ

「マンネリズム (mannerism)」の略で、ここでは新しさがないという意味です。

Singkatan kata dari "マンネリズムmannerism", di sini memiliki arti tidak adanya sesuatu yang baru dalam suatu rutinitas (rutinitas yang sama yang menjemukan).

เป็นคำย่อของ マンネリズム (mannerism) ในที่นี้หมายถึง ไม่มีความแปลกใหม่

Viết tắt của chữ " マンネリズム mannerism", ở đây có nghĩa lặp đi lặp lại, không có gì mới.

⑳ ピンポーン

クイズなどで正しい答えを言った時に出題した人が言う擬音語です。正解という意味です。

Merupakan onomatope yang diucapkan oleh penanya dalam kuis atau yang lain saat jawaban yang tepat diberikan. Artinya "Jawaban benar".

เป็นคำเลียนเสียงที่คนที่ตั้งคำถามจะพูดเวลาที่มีคนทายคำตอบได้ถูก หมายถึง ถูกต้อง

Từ tượng thanh được người đặt câu hỏi nói khi người bị hỏi đưa ra câu trả lời đúng. Ở đây mang nghĩa "chính xác".

㉑ コツコツやる

「コツコツ」は真面目に続けるという意味の擬態語です。真面目にやり続けるという意味です。

“コツコツ”merupakan onomatope yang berarti melakukan sesuatu dengan serius. Memiliki arti terus melakukan sesuatu dengan serius.

コツコツ เป็นคำเลียนอาการ หมายถึงพยายามทำอย่างจริงจังและต่อเนื่อง

" コツコツ " là từ tượng hình mang ý nghĩa duy trì làm một việc gì đó nghiêm túc. Mang ý nghĩa làm việc chăm chỉ, cần mẫn, siêng năng.

㉒ 例の（れい）

話す人と聞く人の両方が知っていることやものを指すときの言い方です。「あの」と同じ意味です。

Cara menyatakan sesuatu yang sama-sama diketahui baik oleh pembicara maupun pendengar. Mempunyai arti yang sama dengan kata "あの".

เป็นคำพูดที่ใช้แสดงถึงเรื่องราวหรือสิ่งที่ทั้งผู้พูดและผู้ฟังรับรู้ร่วมกัน มีความหมายเหมือน あの

Đây là cái nói diễn tả cả người nói lẫn người nghe đều biết chuyện đó, cái đó là cái gì. Đồng nghĩa với từ "đó".

㉓ スーパー銭湯（せんとう）

公衆浴場と娯楽スペースが一緒になった施設で、入浴や食事やカラオケなどができます。

Merupakan fasilitas yang menggabungkan pemandian umum dengan ruang hiburan, sehingga kita dapat mandi, makan, berkaraoke dan lainnya.

เป็นสถานที่ที่รวมเอาสถานอาบน้ำสาธารณะและแหล่งบันเทิงไว้ด้วยกัน สามารถอาบน้ำ รับประทานอาหาร และร้องเพลงคาราโอเกะได้

Những khu mà mọi người dùng chung như phòng tắm công cộng, khu vui chơi, nơi đó mọi người có thể tắm, ăn uống hoặc ca hát chung với nhau.

㉔ 穴を開ける（あな・あ）

「穴を開ける」は、アルバイトなどで当番やシフトなどを担当している人が担当の日や時間に休み、他に担当する人がいないという意味です。

"穴を開ける (membuat lubang)" mengacu pada saat seseorang akan meliburkan diri pada hari atau jam giliran kerja paruh waktu atau pekerjaan lainnya, namun tidak ada orang lain yang menggantikan.

สำนวน 穴を開ける หมายถึง ผู้ที่ทำงานพิเศษและ
มีเหตุจำเป็นต้องลาหรือหยุดพักในวันเวลาที่ต้องเข้าเวร แล้วไม่สามารถหาคนมาทำหน้าที่แทนได้

" 穴を開ける " có nghĩa là người làm thêm có lịch làm vào ngày, giờ hôm đó nhưng lại nghỉ, và không có ai khác lấp vào chỗ trống đó.

㉕ 内定（ないてい）

正式には決まっていないが、関係者(身内)の間では決まっていること。社員の採用などで使う言い方。

Meskipun belum diputuskan secara resmi, tapi sudah diputuskan oleh pihak terkait (orang dalam). Merupakan frasa yang digunakan pada penerimaan karyawan.

ไม่ได้ตกลงอย่างเป็นทางการ แต่เป็นการตกลงกันเอง(เป็นการภายใน)ระหว่างผู้เกี่ยวข้อง
มักใช้ในการจ้างพนักงาน

Chưa công nhận một cách chính thức nhưng người đó được chọn trong tập thể có liên quan (trong tổ chức nói chung). Từ này được dùng trong tuyển dụng nhân viên trong công ty.

㉖ お詫びにうかがいます（わ）

「お詫び」は謝ることです。その場で謝るだけでなく、後で品物などを持って謝りに行くことです。

"お詫び" adalah permintaan maaf. Tidak hanya mengacu pada permintaan maaf pada saat itu saja, tapi setelahnya akan pergi untuk meminta maaf dengan membawa suatu barang.

お詫び หมายถึง ขอโทษ ซึ่งไม่ใช่ขอโทษในสถานที่นั้น แต่จะนำสิ่งของไปเพื่อขอขมาในภายหลัง

" お詫び " có nghĩa là xin lỗi. Ở đây không dừng lại ở nghĩa xin lỗi suông mà phải hiểu là mang đồ đến để xin lỗi.

コラム kolom คอลัมน์ Chuyên mục

❸ ネットやテレビを使ってシャドーイング

Shadowing Menggunakan Internet dan/atau Televisi

ฝึกแชโดอิ้งทางเน็ตหรือทีวี

Áp dụng phương pháp Shadowing khi xem tivi hay dùng internet.

ネットやテレビなど、いろいろなメディアを使って、どこでも簡単にシャドーイングの練習をしてみましょう。自分の好きなアニメやお気に入りの動画などを見ながら、楽しくシャドーイングの練習ができれば一石二鳥ですね。YouTubeだったら、画面設定を字幕オンにすれば、日本語字幕が付けられます。まず字幕を見ながら、内容を理解してみましょう。その後に、音声だけでシャドーイングしてみると効果的です。YouTubeの他にも、シャドーイングの練習ができるWebコンテンツがたくさんあります。例えば「エリンが挑戦！日本語できます」（国際交流基金、https://www.erin.jpf.go.jp）のように、スクリプトや動画があるものを選べば、より練習しやすくなるでしょう。好きなメディアを使って、生きた日本語を勉強しながらシャドーイングの練習をしてみましょう。

Berlatihlah *shadowing* di mana saja menggunakan berbagai media, seperti internet atau televisi. Layaknya peribahasa sekali mendayung dua tiga pulau terlampaui, Anda akan lebih menikmati berlatih *shadowing* jika Anda melakukannya sambil menonton anime atau video kesukaan Anda. Jika Anda menonton YouTube, Anda bisa mengaktifkan subtitle bahasa Jepang di bagian pengaturan. Pertama-tama, lihatlah subtitle-nya dan coba pahami isinya. Kemudian, gunakan audionya untuk *shadowing*. Cara ini sangat efektif. Ada banyak konten web lain selain YouTube yang bisa Anda gunakan untuk berlatih *shadowing*. Sebagai contoh, Anda dapat memilih sesuatu yang memiliki skrip atau video, seperti “Erin’s Challenge!-- I Can Speak Japanese” (Japan Foundation, https://www.erin.jpf.go.jp) ini akan mempermudah latihan *shadowing* Anda. Gunakanlah media yang Anda suka, dan berlatihlah *shadowing* sambil mempelajari kehidupan nyata orang Jepang.

แชโดอิ้งฝึกง่าย ฝึกที่ไหนก็ได้ โดยลองใช้สื่อต่าง ๆ เช่น อินเตอร์เน็ต
หรือโทรทัศน์ ดูอนิเมะที่ชื่นชอบ หรือหนังที่ติดใจ แล้วก็ฝึกแชโดอิ้งไปด้วยอย่างเพลิดเพลิน เหมือนยิงปืนนัดเดียวได้นกสองตัวนะ หากเป็นยูทูบ ก็ตั้งให้แสดงคำบรรยายขึ้นมาหน้าจอ จะสามารถอ่านคำบรรยายภาษาญี่ปุ่นได้ ขั้นแรกดูคำบรรยายไปด้วยทำความเข้าใจเนื้อหาไปด้วย หลังจากนั้น ก็ลองฝึกแชโดอิ้งเฉพาะเสียง จึงจะได้ผลดี นอกจากยูทูบก็จะมีเนื้อหาทางเว็บไซต์ที่สามารถนำมาฝึกฝนได้มากมาย เช่น รายการ「エリンが挑戦！日本語できます」(เจแปนฟาวน์เดชั่น https://www.erin.jpf.go.jp) ที่มีทั้งสคริปต์และคลิปวิดิโอ จะทำให้ฝึกได้ง่ายขึ้น ลองฝึกฝนแชโดอิ้งดูโดยเลือกสื่อที่เราชื่นชอบ มาฝึกเรียนภาษาญี่ปุ่นที่ใช้ได้จริงกัน

Chúng ta có thể áp dụng phương pháp Shadowing một cách dễ dàng ở bất cứ đâu, bất cứ khi nào như khi xem tivi, sử dụng internet. Vừa xem bộ phim hoạt hình hay một đoạn phim ngắn mà mình thích vừa vui luyện phương pháp Shadowing là "một mũi tên trúng hai đích". Nếu là Youtube, chúng ta có thể cài đặt chế độ phụ đề, sẽ hiện lên phụ đề bằng tiếng Nhật. Đầu tiên xem phụ đề và hiểu nội dung. Sau đó, chỉ nghe âm thanh và áp dụng shadowing (đọc theo) thì rất hiệu quả. Ngoài Youtube, còn có nhiều nội dung trên mạng mà chúng ta có thể dùng để áp dụng phương pháp Shadowing này. Ví dụ như "Erin đang phấn đấu! Nói được tiếng Nhật" (Quỹ Giao lưu Quốc tế, https://www.erin.jpf.go.jp), chúng ta có thể chọn những đoạn phim mình thích sẽ dễ dàng luyện tập hơn. Chúng ta hãy dùng những bộ phim mình thích, vừa học tiếng Nhật đời thực vừa luyện tập phương pháp Shadowing.

Unit 4

少し長めの会話をシャドーイングしましょう。また、自分の気持ちや様子を表す言い方にもチャレンジしましょう。

Mari berlatih shadowing melalui percakapan yang lebih panjang. Mari kita coba untuk menyatakan perasaan dan keadaan diri sendiri.

มาฝึกแชโดอิ้งบทสนทนาที่ยาวขึ้นอีกนิด
นอกจากนี้ ยังได้ฝึกฝนวิธีการพูดแสดงสภาพหรือความรู้สึกของตนเองด้วย

Chúng ta cùng lặp lại theo mẫu những mẫu hội thoại dài hơn một chút. Thêm vào đó cùng thử những cách nói diễn đạt cảm xúc của bản thân.

レベル 4

初級 Tingkat Dasar ชั้นต้น Sơ cấp	初中級 Tingkat Dasar-menengah ชั้นต้น-กลาง Sơ trung cấp	中級 Tingkat Menengah ชั้นกลาง Trung cấp

◎尊敬語 / 謙譲語	Ragam Hormat Honorifik/ Ragam Hormat Merendahkan Diri	คำสุภาพแบบยกย่อง/ คำสุภาพแบบถ่อมตน	Kính ngữ/ Khiêm nhường ngữ
◎擬音語 / 擬態語	Onomatope	คำเลียนเสียง/ คำเลียนอาการ	Từ tượng thanh/ Từ tượng hình
◎ことわざ	Peribahasa	สุภาษิต	Tục ngữ
◎慣用句	Idiom	สำนวน	Thành ngữ

◎～だって
◎～っぽい
◎～もん
◎～とは限らない
◎～きり
◎～かけ
◎～だからって
◎～っけ
◎～がっている
etc

section 1

1 A：新しく始まるドラマ、面白そうだよ。
B：うん。アクションシーンが見どころみたいだね。

2 A：ネット[1]で本棚買ったんですけど、自分で組み立てられるか心配で…。
B：説明書がついてるんですよね？　大丈夫ですよ。

3 A：あー、今日は雨が降りそうですね。
B：うん、傘持って行ったほうが良さそうだよ。

4 A：すみません、宿題を家に忘れてしまいました。
B：そうですか、じゃ、明日、必ず出してくださいね。

5 A：あー、また怒らせちゃった。あんなこと言うつもりじゃなかったのに…。
B：口は災いの元[2]だよ。

6 A：今、私、駅に着きましたが、課長、どちらですか？
B：あ、向かってる途中。10分くらいで着くよ。着いたら連絡する。

7 A：スマホのバッテリーが切れそう。
B：モバイルバッテリー貸してあげるよ。

8 A：どうすれば手っ取り早く、お金が稼げるかな？
B：そんなに簡単じゃないけど、ネットで起業はどう？

9 A：日本にいる間に、できるだけ旅行しようと思っています。
B：あー、それはいいですね。

10 A：思ったよりスムーズにいきましたね。
B：本当ですね。もっと時間がかかると思いましたが…。

①② ➡ p.118

No.	Bahasa Indonesia	ภาษาไทย	Tiếng Việt
1	A : Drama yang baru saja mulai tayang ini sepertinya menarik, lho.	A : ละครที่เพิ่งมาใหม่ ท่าทางน่าสนุกนะ	A : Bộ phim mới chiếu trông có vẻ thú vị đó.
	B : Ya, sepertinya adegan aksinya yang menjadi sorotan, ya.	B : ใช่ ดูเหมือนฉากบู๊จะเป็นจุดที่น่าดูนะ	B : Ừ, có lẽ hiệu ứng chính là điểm nổi bật đấy.
2	A : Saya membeli rak buku di internet, tapi saya khawatir, apa bisa ya saya merakitnya sendiri...	A : ซื้อหิ้งหนังสือทางเน็ต แต่ชักกังวลว่าจะสามารถประกอบเองได้หรือเปล่า	A : Em mua cái kệ sách trên mạng mà chẳng biết tự ráp có được không, lo quá ...
	B : Sudah ada buku petunjuknya, bukan? Tidak akan jadi masalah.	B : มีคู่มืออธิบายใช่ไหมล่ะ ถ้างั้นก็ไม่ต้องกังวล	B : Có sách hướng dẫn mà. Yên tâm đi!
3	A : Wah, sepertinya hari ini akan turun hujan, ya.	A : เฮ้อ วันนี้ท่าทางฝนจะตกนะ	A : Ui, mai không chừng trời mưa đấy.
	B : Ya, sepertinya akan lebih baik jika membawa payung.	B : ใช่ น่าจะเอาร่มไปด้วยนะ	B : Ừ, Mang dù đi cho chắc.
4	A : Maaf, PR saya tertinggal di rumah.	A : ขอโทษครับ ลืมการบ้านไว้ที่บ้านครับ	A : Xin lỗi, em để quên bài tập ở nhà rồi.
	B : Benarkah? Baiklah, pastikan untuk mengumpulkannya besok.	B : งั้นเหรอ ถ้างั้นพรุ่งนี้เอามาส่งให้ได้นะคะ	B : Vậy à, nếu vậy thì mai nhớ nộp nhé!
5	A : Ah, aku membuatnya marah lagi. Padahal aku enggak bermaksud ngomong begitu...	A : เฮ้อ ทำให้เขาโกรธอีกแล้ว ไม่ได้ตั้งใจจะพูดแบบนั้นเลย	A : Chán quá, lại giận rồi. Có định nói những lời đó đâu.
	B : Mulutmu, harimaumu. (harfiah: Memang mulut adalah sumber bencana.)	B : เขาเรียกว่า ปากพาจนจ้ะ	B : Họa từ miệng mà ra đấy!
6	A : Saya sudah tiba di stasiun. Pak Manajer, Anda di mana?	A : ตอนนี้มาถึงสถานีแล้ว หัวหน้าอยู่ที่ไหนเหรอคะ	A : Dạ em tới ga rồi, sếp đang ở đâu vậy?
	B : Saya sedang menuju ke sana. Dalam 10 menit saya akan sampai, kok. Begitu sampai, saya akan menghubungimu.	B : อ้อกำลังเดินทาง อีกสิบนาทีถึง ถึงแล้วจะติดต่อไปนะ	B : Ừ, tôi đang đến. Tầm 10 phút nữa tới, đến nơi tôi gọi.
7	A : Baterai ponselku hampir habis.	A : ท่าทางแบตเตอรี่สมาร์ทโฟนจะหมด	A : Sắp hết pin rồi.
	B : Akan kupinjamkan pengisi daya portabelku untukmu.	B : เดี๋ยวให้ยืมแบตเตอรี่สำรองนะ	B : Cho mượn pin sạc dự phòng nè.
8	A : Bagaimana saya bisa menghasilkan uang dengan cepat, ya?	A : ทำอย่างไรจึงจะหาเงินได้รวดเร็วนะ	A : Làm sao kiếm được một khoản tiền thật mau nhỉ?
	B : Meski tak semudah itu, tapi bagaimana kalau memulai bisnis online?	B : ไม่ง่ายนักหรอก แต่ลองเปิดร้านทางเน็ตไหมล่ะ	B : Chả có đơn giản vậy đâu, Hay là thử khởi nghiệp online xem sao?
9	A : Saya ingin melakukan perjalanan sebanyak mungkin selama berada di Jepang.	A : ระหว่างที่อยู่ในญี่ปุ่น ตั้งใจว่าจะไปเที่ยวให้มากที่สุดน่ะค่ะ	A : Trong lúc còn ở Nhật cố gắng du lịch càng nhiều càng tốt.
	B : Wah, itu bagus.	B : โอ เป็นความคิดที่ดีนะ	B : Ừ, hay đấy!
10	A : Ini berjalan lebih lancar dari yang saya harapkan.	A : ราบรื่นกว่าที่คิดนะคะ	A : Trái với dự đoán, mọi thứ diễn ra rất suôn sẻ.
	B : Ya, benar. Saya pikir ini akan memakan waktu lebih lama.	B : จริงด้วย นึกว่าจะเสียเวลามากกว่านี้เสียอีก	B : Thiệt luôn, cứ tưởng phải tốn nhiều thời gian lắm chứ.

section 2

1 A：すみません。ちょっと手伝(てつだ)ってもらえませんか？
B：ええ、いいですよ。何(なに)をしましょうか。

2 A：すみません、会計(かいけい)はこちらでいいんですか。
F B：はい。順番(じゅんばん)にお伺(うかが)いしていますので、そちらにお並(なら)びいただけますか。

3 A：最近(さいきん)、何(なに)かはまってることある？
C B：ヨガかな。おかげで体(からだ)の調子(ちょうし)がよくなったよ。

4 A：わー、このエアコン、5万円(ごまんえん)だって。安(やす)いよね。
C B：うん、ちょっと型落(かたお)ち③だけど、絶対(ぜったい)これ買(か)い④だよ。

5 A：明日(あした)の花火大会(はなびたいかい)、台風(たいふう)の影響(えいきょう)で中止(ちゅうし)なんだって。
C B：あ、そう、残念(ざんねん)。せっかく浴衣(ゆかた)着(き)ようと思(おも)ってたのに…。

6 A：お昼(ひる)ご飯(はん)におにぎり2つ(ふた)だけ？　それで足(た)りるの？
D B：ぜんぜん。でも、お昼は軽(かる)くしてるんです。眠(ねむ)くならないように。

7 A：このLED(エルイーディー)ライト、百均(ひゃっきん)⑤なんだよ。信(しん)じられる？
C B：すごい、これ当(あ)たり⑥。100円(ひゃくえん)とは思(おも)えない！

8 A：飲(の)み会(かい)、来週(らいしゅう)の土曜(どよう)に変更(へんこう)になったの、知(し)ってる？
C B：え～、そうなの～？　なーんだ、今週(こんしゅう)のバイト断(ことわ)ったんだけどな。

9 A：お客様(きゃくさま)、あちらのセルフレジもご利用(りよう)になれますので…。
F B：ありがとうございます。そうします。

10 A：あそこの大学(だいがく)、入試(にゅうし)の倍率(ばいりつ)5倍(ごばい)なんだって。
C B：まー、だめもと⑦でチャレンジしてみたら？

③④⑤⑥⑦ ➡ p.118

1

A : Maaf. Permisi, dapatkah Anda membantu saya?
B : Ya, tentu. Apa yang harus saya lakukan?

A : ขอโทษนะ ช่วยหน่อยได้ไหมครับ
B : อ้อ ได้ค่ะ ให้ช่วยทำอะไรเหรอคะ

A : Làm ơn giúp tôi một tay được không?
B : Được chứ. Tôi giúp gì được cho anh?

2

A : Permisi. Apakah saya bisa membayar di sini?
B : Ya, bisa. Kami akan melayani secara berurutan, jadi dapatkah Anda antre di sebelah sana?

A : ขอโทษนะ แคชเชียร์ใช่ตรงนี้ไหมครับ
B : ค่ะ จะให้บริการตามลำดับนะคะ ขอความกรุณาต่อคิวทางด้านนั้นนะคะ

A : Xin hỏi, Tính tiền ở đây phải không ạ?
B : Dạ được ạ, em sẽ tính theo thứ tự, anh vui lòng xếp hàng ở đó giúp em.

3

A : Apa yang kamu sukai belakangan ini?
B : Yoga, kurasa, dan berkat itu tubuhku jadi bugar.

A : หมู่นี้ ทำกิจกรรมอะไรอยู่หรือเปล่า
B : โยคะมั้ง ช่วยให้สุขภาพดีขึ้นเลย

A : Gần đây có thú vui nào không?
B : Chắc là Yoga. Nhờ tập đều đặn nên thấy khoẻ hẳn lên.

4

A : Wah, AC ini katanya harganya 50.000 yen. Murah, bukan?
B : Ya, meski sedikit ketinggalan model, tapi ini harus dibeli.

A : โอ้ แอร์เครื่องนี้ 5หมื่นเยนเอง ถูกจัง
B : ใช่ อาจจะตกรุ่นหน่อย แต่อันนี้น่าซื้อมากเลย

A : Ôi, cái máy lạnh này giá 50,000 yên. Rẻ quá nhỉ?
B : Ừ, đời hơi cũ nhưng đáng mua đấy.

5

A : Katanya pertunjukan kembang api besok dibatalkan karena topan.
B : Oh, begitu, ya? Sayang banget. Padahal aku sudah siap memakai yukata…

A : งานพลุดอกไม้ไฟพรุ่งนี้ ยกเลิกเพราะมีไต้ฝุ่น
B : ว้า น่าเสียดายจัง อุตส่าห์คิดว่าจะได้ใส่ชุดยูกาตะแล้วเชียว

A : Do ảnh hưởng của bão nên buổi bắn pháo bông ngày mai sẽ bị hủy.
B : Vậy hả? Chán nhỉ. Háo hức định mặc yutaka đi xem vậy mà...

6

A : Makan siang cuma dengan dua onigiri (nasi kepal)? Apa cukup?
B : Enggak, sih. Tapi, untuk makan siang aku sengaja makan yang ringan supaya enggak mengantuk.

A : อาหารมื้อกลางวันมีข้าวปั้น2ก้อนเอง แค่นั้นพอเหรอ
B : ไม่พอหรอก แต่ตั้งใจทานน้อยมื้อเที่ยง จะได้ไม่ง่วง

A : Bữa trưa ăn có 2 cục cơm nắm thôi á? Ăn vậy có đủ không?
B : Sao mà đủ. Nhưng mà trưa ăn nhẹ một chút, cho đỡ buồn ngủ.

7

A : Lampu LED ini dari toko 100 yen, lo! Percaya nggak?
B : Wow, ini murah banget. Enggak disangka kalau 100 yen.

A : ไฟLED นี้ ร้อยเยนเองนะ เชื่อไหมล่ะ
B : สุดยอด ถูกมาก ไม่อยากเชื่อเลยว่าแค่ร้อยเยน

A : Đèn LED này ở cửa hàng 100 yên đó. Tin không?
B : Gì! Rẻ vậy! Không tin là 100 yên luôn.

8

A : Apakah kamu tahu, kalau pesta minumnya pindah ke hari Sabtu minggu depan?
B : Eh, iya kah? Gimana, sih. Padahal aku sudah ambil cuti kerja paruh waktu minggu ini.

A : งานสังสรรค์ เลื่อนไปเป็นวันเสาร์หน้าแล้ว รู้หรือเปล่า
B : อ้าว จริงอ่ะ อุตส่าห์ไปขอลางานพิเศษอาทิตย์นี้มาแล้วเนี่ย

A : Biết chuyện buổi tiệc dời vào thứ bảy tuần sau chưa?
B : Gì? Thật không? Gì vậy trời, lỡ từ chối lịch làm thêm tuần này mất rồi.

9

A : Bapak, Anda juga dapat menggunakan pembayaran mandiri di sebelah sana...
B : Terima kasih. Saya akan menggunakannya.

A : คุณลูกค้า เคาน์เตอร์ชำระเงินอัตโนมัติทางด้านโน้นก็ใช้ได้นะ
B : ขอบคุณครับ ได้ครับ

A : Anh ơi, quầy tự tính tiền ở kia cũng dùng được đó …
B : Cám ơn, để tôi ra đó.

10

A : Katanya universitas itu, jumlah peserta ujian masuknya 5 kali lipat dari jumlah yang akan diterima.
B : Setidaknya dicoba dulu, toh tidak ada ruginya.

A : ที่มหาวิทยาลัยแห่งนั้น อัตราการแข่งขันสูงถึง5เท่านะ
B : ได้หรือไม่ได้ก็ไม่เป็นไร ควรลองดูสักตั้งนะ

A : Trường đại học kia tỷ lệ chọi trong kỳ thi đầu vào là 5 lần đó.
B : Thôi kệ, có mất gì đâu, cứ thử thi xem.

section 3 33

1 A：明子(あきこ)、拓也(たくや)くんといい感(かん)じ⑧なんじゃない？

C B：うん、でも友(とも)だち以上(いじょう)、恋人未満(こいびとみまん)⑨かな。

2 A：このT(ティー)シャツどうかな？　この色(いろ)いいよね？

C B：うん、その色よく似合(にあ)うよ。

3 A：パソコンの画面(がめん)ずっと見(み)てたら、目(め)が疲(つか)れちゃった。

D B：目薬(めぐすり)さして、ちょっと休(やす)んだほうがいいんじゃないですか。

4 A：なんだか、北村(きたむら)さん、最近怒(さいきんおこ)りっぽくないですか。

D B：うん、きっとストレスがたまってるんだよ。

5 A：あー、よく食(た)べた。もう食べられない。

C B：本当(ほんとう)！　これで寝(ね)ちゃえたらいいのに。

6 A：あのー、10分(じゅっぷん)くらい前(まえ)にカレー注文(ちゅうもん)したんですけど…。

F B：あ、申(もう)し訳(わけ)ありません。ただ今(いま)、確認(かくにん)してまいります。

7 A：あのー、このカレー、髪(かみ)の毛(け)が入(はい)ってるんですけど…。

F B：あ、申(もう)し訳(わけ)ございません。新(あたら)しいものとお取替(とりか)えします。

8 A：あのー、昨日(きのう)、こちらでこの傘(かさ)買(か)ったんですけど、すぐにこわれちゃったんですが…。

D B：それは申(もう)し訳(わけ)ございません。どのような状態(じょうたい)か見(み)せていただけますでしょうか。

9 A：あのー、すみません。このセーター、返品(へんぴん)できますか。

F B：レシートをお持(も)ちであれば、大丈夫(だいじょうぶ)ですよ。

10 A：お客様(きゃくさま)、では、お代(だい)をお返(かえ)しいたします。

F B：あ、お願(ねが)いします。

⑧⑨ ➡ p.119

No.	Bahasa Indonesia	ภาษาไทย	Tiếng Việt
1	A : Akiko, bukankah hubungan kamu dengan Takuya dekat? B : Ya, tapi kurasa kami lebih dari sekadar teman, tapi juga bukan pasangan, ya...	A : อากิโกะ ดูท่าทางจะสนิทกับทาคุยะนะ B : ใช่ อาจจะเป็นมากกว่าเพื่อน แต่ยังไม่ถึงขั้นแฟน	A : Akiko với Takuya có vẻ tiến triển tốt quá ha! B : Dạ, trên mức bạn bè nhưng chưa đến mức tình yêu đâu chị ơi.
2	A : Bagaimana menurutmu tentang kaos ini? Warnanya bagus, bukan? B : Ya, warnanya cocok untukmu.	A : เสื้อยืดตัวนี้เป็นไง สีสวยไหม B : เออ สีนั้นเข้ากับเธอดีจ้ะ	A : Thấy cái áo thun này sao? Màu sắc đẹp đúng không? B : Ừ, màu đó hợp đấy.
3	A : Mataku lelah melihat layar komputer terus menerus. B : Apa tidak sebaiknya Anda gunakan obat tetes mata dan mengistirahatkannya sejenak?	A : จ้องจอคอมพิวเตอร์ตลอด ตาล้าเลย B : หยอดตาแล้วพักสักแป๊บดีกว่านะคะ	A : Nhìn màn hình máy tính riết mỏi mắt quá! B : Nhỏ thuốc nhỏ mắt rồi nghỉ ngơi chút đi.
4	A : Tidakkah menurutmu Pak Kitamura mudah marah akhir-akhir ini karena suatu hal? B : Ya, aku yakin dia sedang stres.	A : ยังไงไม่รู้ คุณคิตะมุระหมู่นี้ดูจะฉุนเฉียวง่ายนะ B : ใช่ สงสัยจะเครียดสะสม	A : Này, có thấy dạo này anh Kitamura cứ hay gắt gỏng không? B : Ừ, chắc do áp lực nhiều quá đó,
5	A : Ah, aku sudah banyak makan. Sudah enggak bisa makan apa-apa lagi. B : Benar! Kalau saja kita bisa langsung tidur...	A : อา กินไปเยอะเลย กินไม่ไหวแล้ว B : ใช่ อยากจะนอนลงไปตรงนี้เลย	A : Ôi, ăn đầy ra. Ăn không nổi nữa rồi. B : Thiệt đó, giờ mà được ngủ thì tốt biết mấy.
6	A : Maaf, saya memesan kari sekitar 10 menit yang lalu... B : Oh, mohon maaf. Saya akan segera mengeceknya.	A : เอ่อ เมื่อสิบนาทีที่แล้วสั่งข้าวแกงกะหรี่ไปน่ะครับ B : ขอประทานโทษ เดี๋ยวจะตามให้นะคะ	A : Chị ơi, 10 phút trước tôi kêu món cà ri rồi mà… B : Vậy à, thành thật xin lỗi, để tôi đi xem sao.
7	A : Maaf, di dalam kari ini ada rambutnya... B : Oh! Mohon maaf. Saya akan menggantinya dengan yang baru.	A : เอ่อ ในข้าวแกงกะหรี่นี่มีเส้นผมน่ะครับ B : โอ ขอประทานโทษ เดี๋ยวจะเปลี่ยนให้ใหม่นะคะ	A : Chị ơi, món cà ri này nó dính tóc trong đó… B : Ôi, Thành thật xin lỗi, để tôi đổi cho anh đĩa mới.
8	A : Permisi. Kemarin saya membeli payung ini di sini, tapi kok langsung rusak, ya... B : Oh, kami mohon maaf untuk hal tersebut. Dapatkah Anda memperlihatkan kondisinya seperti apa?	A : เอ่อ เมื่อวานนี้ มาซื้อร่มนี้ที่นี่ มันพังแล้วน่ะครับ B : ขอประทานโทษนะคะ ขอดูหน่อยว่าสภาพเป็นอย่างไรบ้างนะคะ	A : Chị ơi, hôm qua tôi mua cây dù ở đây, chưa gì đã hư mất tiêu rồi. B : Thành thật xin lỗi. Để tôi xem tình trạng nó như thế nào được không ạ?
9	A : Maaf, permisi. Apakah sweter ini dapat dikembalikan? B : Jika Anda mempunyai notanya, bisa. (harfiah: tidak apa-apa)	A : เอ่อ ขอโทษครับ เสื้อสเวตเตอร์นี่คืนได้ไหมครับ B : ถ้ามีใบเสร็จมาด้วย ดำเนินการให้ได้ค่ะ	A : Xin hỏi, tôi trả lại cái áo len này có được không? B : Nếu anh còn giữ hoá đơn thì được ạ.
10	A : Bapak, kalau begitu, kami akan mengembalikan uang Anda. B : Oh, ya. Terima kasih.	A : คุณลูกค้าคะ ทางเราจะคืนค่าสินค้าให้นะคะ B : ขอบคุณมากครับ	A : Anh ơi, chúng tôi hoàn lại tiền cho anh. B : Vâng, cám ơn.

section 4

1 F
A：お客様（きゃくさま）、こちらの新商品（しんしょうひん）も合（あ）わせていかがでしょうか。ただいま大変（たいへん）お安（やす）くなっておりますが…。
B：あ、結構（けっこう）です。これだけください。

2 C
A：ねー、貧乏（びんぼう）ゆすり⑩、やめて。
B：あ、ごめん、してた？

3 D
A：あ、どうもすみません。助（たす）かりました。
B：あ、よかった。気（き）にしないで。

4 D
A：おじゃまします。これ、召（め）し上（あ）がってください。京都（きょうと）のおみやげです。
B：あ、ありがとう。でも、そんなに気（き）を使（つか）わないでね。

5
A：山田（やまだ）さん、靴（くつ）ひも、ほどけてますよ。
B：あ、本当（ほんとう）だ。ありがとうございます。

6 C
A：あ、シャツのえり、立（た）ってるよ。
B：あ、本当（ほんとう）？　どうもありがとう。

7 C
A：私（わたし）、ホラー映画（えいが）って大（だい）っ嫌（きら）い。あんな怖（こわ）いもの見（み）たら、夢（ゆめ）に出（で）てきてうなされそう…。
B：へー、案外（あんがい）怖がりなんだね。

8 C
A：今日（きょう）、寝過（ねす）ごしてびっくりしたよ。起（お）きたらもう８時（はちじ）なんだもん。
B：へー、でも、よく間（ま）に合（あ）ったねー。

9 F
A：起立（きりつ）、気（き）をつけ、礼（れい）！
B：おはようございます。

10 D
A：部長（ぶちょう）、お先（さき）に失礼（しつれい）します。
B：あ、今日（きょう）は早番（はやばん）だったね。おつかれさま。

⑩ ➡ p.119

	Bahasa Indonesia	ภาษาไทย	Tiếng Việt
1	A : Bapak/Ibu, mau sekalian digabung dengan produk baru ini? Mumpung sedang diskon besar. (harfiah: Saat ini sangat murah) B : Oh, sudah, cukup. Tolong yang ini saja.	A : คุณลูกค้า สินค้าตัวใหม่นี่จะรับด้วยเลยไหม กำลังลดราคาอยู่เลย B : อ้อ ไม่เป็นไร เอาแค่นี้	A : Quý khách có quan tâm đến sản phẩm mới này không? Hiện tại đang có chương trình khuyến mãi lớn. B : À, không ạ. Chị cho tôi cái này thôi.
2	A : Hei, berhenti menggerakkan kaki! B : Ah, maaf, aku tadi melakukannya, ya?	A : นี่ เลิกเขย่าขาได้แล้ว B : อ๊ะ ขอโทษ เมื่อกี้ทำแบบนั้นเหรอ	A : Này, có thôi rung đùi đi không. B : Xin lỗi, tôi có rung à?
3	A : Ah, terima kasih banyak. Saya sangat terbantu. B : Oh, syukurlah. Tidak perlu dipikirkan.	A : อุ้ย ขอโทษ ขอบคุณมากที่ช่วยเหลือ B : ยินดี ไม่ต้องเกรงใจ	A : Cám ơn anh nhiều nhé! Đỡ quá. B : Nếu được vậy thì tốt rồi. Không có chi.
4	A : Permisi. Ini, silakan dinikmati. Oleh-oleh dari Kyoto. B : Ah, terima kasih. Tapi, tidak perlu repot-repot begini, lo.	A : ขอประทานโทษ เอานี่มาให้ทานน่ะครับ B : อ้อ ขอบใจนะ ที่จริงไม่ต้องก็ได้นะคะ	A : Tôi xin phép! Đây là quà Kyoto, xin mời mọi người dùng ạ. B : Cám ơn. Nhưng không cần khách sáo vậy đâu.
5	A : Pak Yamada, tali sepatu Anda terlepas. B : Eh, iya. Terima kasih.	A : คุณยามาดะ เชือกรองเท้าหลุดแล้วค่ะ B : อ๊ะ จริงด้วย ขอบคุณครับ	A : Anh Yamada, tuột dây giầy rồi kìa. B : Thiệt tình. Cám ơn nhé!
6	A : Eh, kerah bajumu naik. B : Ah, benarkah? Terima kasih.	A : อ๊ะ คอปกเสื้อตั้งอยู่น่ะ B : จริงเหรอ ขอบคุณนะ	A : Này, chưa bẻ cổ áo lại kìa. B : Thiệt tình. Cám ơn nhé!
7	A : Saya benar-benar benci film horor. Melihat sesuatu yang menakutkan seperti itu sepertinya bakal muncul di dalam mimpi. B : Benar kah? Aku tidak menyangka kamu sepenakut itu.	A : ฉันไม่ชอบหนังสยองขวัญเลย ดูหนังน่ากลัวทีไรจะฝันร้ายทุกที B : เหรอ ไม่นึกว่าจะขี้กลัวเลยนะเนี่ย	A : Em ghét phim kinh dị lắm. Coi những thứ ghê như thế, tối ngủ lại mơ thấy cho xem. B : Vậy hả? Không ngờ lại nhát như vậy.
8	A : Aku kaget karena ketiduran hari ini. Sudah jam 8 saat aku bangun tadi. B : Wow, tapi kamu berhasil tepat waktu, ya.	A : วันนี้ นอนตื่นสายตกใจหมดเลย ตื่นขึ้นมาก็แปดโมงเช้าแล้ว B : เหรอ แต่ยังอุตส่าห์มาทันนะเนี่ย	A : Hôm nay em ngủ quên, giật mình dậy đã 8 giờ rồi. B : Vậy hả? Sao kịp hay vậy.
9	A : Berdiri, siap, hormat! B : Selamat pagi	A : ทุกคนยืนตรง ทำความเคารพ B : สวัสดีตอนเช้า	A : Nghiêm, chú ý, chào! B : Chào buổi sáng.
10	A : Pak Manajer, maaf saya pulang terlebih dahulu. B : Ah, hari ini Anda giliran kerja awal, ya. Terima kasih atas kerja kerasnya.	A : ผู้จัดการ ขอตัวก่อนนะ B : อ้า วันนี้เลิกเร็วสินะ ขอบคุณนะที่เหนื่อยมาทั้งวัน	A : Sếp, em xin phép về trước. B : À, hôm nay em làm ca sớm nhỉ. Em về nhé!

section 5

1 A：あの旅館、どうだった？
C B：うーん、ちょっと期待はずれ⑪だったかな。

2 A：昨日のテスト、大したことなかったね。
C B：え～、難しかったよ。

3 A：結婚すると自由がなくなるって言いますが、どうなんでしょうか。
B：そうとも限らないでしょう。人にもよりますよね。

4 A：スマホ、変えたの？
C B：うん、格安スマホにね。こっちのほうが料金も安くすむから。

5 A：携帯電話の番号とメールアドレスが変わりました。
D B：そうなんだ。じゃ、新しいの教えて。

6 A：ワイヤレスイヤホンを買いたいんだけど、どれがいいかな。
C B：じゃー、ネットで人気おすすめランキング調べてみたら？

7 A：そのカメラ、ずいぶん古いですね。
B：そうなんですよ。じょうぶで長持ちですよ。

8 A：来月のオンラインセミナー、もう、申し込みましたか。
D B：あ、まだ。申し込みが複雑なんだよね。

9 A：帰国しても頑張ってね。ずっと応援してるから。
D B：はい、ありがとうございます。人生は一度きりですから、いろんなことにチャレンジしていくつもりです。

10 A：チンさんの国では、最近何がはやっていますか。
B：うーん、実は、しばらく帰ってないので、よくわからないんです。

⑪ ➡ p.119

No.	Bahasa Indonesia	ภาษาไทย	Tiếng Việt
1	A : Bagaimana penginapannya?	A : เรียวกังที่นั่น เป็นไงบ้าง	A : Cậu thấy nhà nghỉ đó sao?
	B : Hmm, kurasa sedikit mengecewakan, sih..	B : อืม รู้สึกผิดหวังเล็กน้อยน่ะครับ	B : Thực tình thì không được như kỳ vọng cho lắm.
2	A : Tes kemarin, enggak masalah, kan?	A : การสอบเมื่อวานนี้ ไม่ค่อยยากเท่าไหร่	A : Bài thi hôm qua cũng không đến nỗi khó nhỉ.
	B : Apaan! Susah, tahu.	B : อะไรนะ ยากจะตาย	B : Nói sao chứ, khó quá trời quá đất.
3	A : Banyak bilang kita akan kehilangan kebebasan setelah menikah, tapi apa benar begitu, ya?	A : ว่ากันว่าแต่งงานแล้วก็จะหมดอิสระ จริงหรือเปล่าครับ	A : Người ta nói kết hôn rồi là hết tự do. Chẳng biết có thật không.
	B : Mungkin tidak selalu demikian. Itu tergantung orangnya juga, bukan?	B : ก็ไม่ถึงขนาดนั้นซะทีเดียว ขึ้นอยู่กับคนด้วยนะคะ	B : Làm gì tới mức đó. Còn tùy vào mỗi người nữa.
4	A : Ponsel pintarmu, ganti ya?	A : เปลี่ยนสมาร์ทโฟนใหม่เหรอ	A : Mới đổi điện thoại à?
	B : Ya, untuk ukuran ponsel pintar murah, yang ini biaya bulanannya juga murah.	B : ใช่ เปลี่ยนเป็นรุ่นถูกหน่อย อันนี้ราคาไม่แพงด้วย	B : Ừ, đổi loại rẻ. Loại này giá rẻ hơn nhiều lắm.
5	A : Nomor telepon dan alamat email saya berubah.	A : เปลี่ยนเบอร์มือถือกับอีเมลแล้วนะคะ	A : Tôi đổi số điện thoại với địa chỉ email rồi.
	B : Oh, benarkah? Kalau begitu, beri tahu aku yang baru.	B : งั้นเหรอ ถ้างั้นช่วยบอกอันใหม่ด้วย	B : Vậy hả? Cho tôi xin số mới đi.
6	A : Saya mau membeli earphone nirkabel, kira-kira yang mana yang bagus, ya?	A : อยากไปซื้อหูฟังแบบไร้สาย อันไหนดีนะ	A : Tôi muốn mua tai nghe không dây. Loại nào tốt nhỉ?
	B : Nah, bagaimana kalau coba cek peringkat popularitasnya di internet?	B : ลองเช็คอันดับความนิยมทางเน็ตดูสิ	B : Sao không thử lên mạng kiếm xem loại nào đang thịnh hành bây giờ?
7	A : Kamera tersebut sudah sangat tua, bukan?	A : กล้องตัวนั้น เก่ามากเลยนะคะ	A : Cái máy ảnh đó cũ quá rồi ha.
	B : Ya, benar. Ini kuat dan tahan lama.	B : ใช่เก่าแล้ว แต่แข็งแรงทนทานนะครับ	B : Ừ, nó bền quá chừng.
8	A : Apakah Anda sudah daftar seminar online bulan depan?	A : สัมมนาออนไลน์เดือนหน้า สมัครแล้วหรือยัง	A : Em đăng ký nói chuyện online tuần sau chưa?
	B : Oh, belum. Prosedur pendaftarannya ribet, sih.	B : ยังเลย วิธีสมัครยุ่งยากน่ะ	B : Chưa chị, thấy đăng ký rắc rối quá!
9	A : Tetap lakukan yang terbaik meski sudah pulang ke negaramu, ya. Aku akan terus mendukungmu.	A : กลับประเทศแล้วพยายามต่อนะ จะเป็นกำลังใจให้นะ	A : Dù có về nước đi nữa cũng cố lên nhé! Chúng tôi ủng hộ cậu.
	B : Ya. terima kasih. Hidup hanya sekali, jadi saya akan mencoba berbagai hal.	B : ขอบคุณมากครับ ชีวิตมีแค่หนเดียว ตั้งใจว่าจะพยายามทำหลาย ๆ อย่างครับ	B : Vâng, em cảm ơn. Đời người chỉ có một lần. Phải thử nhiều thứ mới được.
10	A : Apa yang sedang terjadi di negara Anda akhir-akhir ini, Chin?	A : ที่ประเทศของคุณจิน ช่วงนี้มีอะไรกำลังฮิต	A : Gần đây nước của Chin có cái gì thịnh hành không nhỉ?
	B : Hmm, sebenarnya saya tidak begitu tahu karena saya tidak pulang untuk sementara waktu ini.	B : อืม ไม่ได้กลับประเทศนานแล้ว ไม่รู้เหมือนกันครับ	B : Thực tình là cũng lâu rồi không về nước nên cũng không biết nữa.

section 6

1 A：なにこれ。食べ終わったら片付けなさい！
C B：あ、ごめん。でも、まだ食べかけだから置いといてよ。

2 A：引越しの当日は、田中君が手伝ってくれるって。
C B：あ、本当、よかった。助かるね。

3 A：この前の大会、健太、４位だって。
C B：あ、本当～。あいつにしたら、まあ、よくやったじゃん⑫？

（美容室で）
4 A：どこかかゆいところはございませんか？
F B：あ、大丈夫です。

5 A：このチーズ、結構いけるね。
C B：お、そうだろ！　デパ地下で試食したらおいしかったんだよ。

6 A：友だちだからって、許せないこともあるよ。
C B：まあ、そりゃ⑬そうだろうけどさー。

7 A：もうすぐ決算の発表ですね。
D B：うん、準備で目が回り⑭そうだよ。

8 A：カラオケ行ったら、どんな曲歌うんですか。
B：最近はK-ポップですね。歌って踊って盛り上がれますよ。

9 A：明日は仕事休みだから、ドライブでも行く？
D B：うん。行く！　行く！

10 A：あ～、どうしてあんなことしちゃったんだろう。
C B：まあ、そう言うなって。誰にだって、そういうことはあるんだから。

⑫⑬⑭ ➡ p.119

	Bahasa Indonesia	ภาษาไทย	Tiếng Việt
1	A : Apa ini? Bereskan lagi setelah kamu selesai makan. B : Ah, maaf. Tapi aku masih belum selesai makan, jadi biarkan saja seperti itu, ya.	A : นี่อะไรกัน กินเสร็จแล้วก็ต้องเก็บให้เรียบร้อยสิ B : โอ๊ะขอโทษ แต่ยังกินไม่เสร็จ วางไว้อย่างนั้นก่อนนะ	A : Cái gì đây. Ăn xong rồi phải dọn đi chứ! B : Xin lỗi, cơ mà con vẫn đang ăn giữa chừng nên cứ để đó đã.
2	A : Tanaka bilang dia nanti akan membantu pada hari pindahan. B : Benarkah? Syukurlah. Aku terbantu.	A : วันขนย้าย คุณทานากะบอกว่าจะมาช่วย B : จริงเหรอ ดีจัง ค่อยยังชั่ว	A : Ngày chuyển nhà anh Tanaka nói sẽ qua giúp tôi đấy. B : Thật hả? Tốt quá nhỉ.
3	A : Aku dengar Kenta meraih juara 4 pada perlombaan belum lama ini. B : Benarkah? Untuk dia, ini sebuah pencapaian yang bagus, bukan?	A : งานแข่งเมื่อวันก่อน เคนตะ ได้ที่ 4 ล่ะ B : เหรอ สำหรับเขาแล้ว ถือว่าทำได้ดีทีเดียวเลยน้า	A : Kenta đã giành giải 4 trong cuộc thi lần trước đó. B : Vậy hả? Với nó như vậy là giỏi rồi, đúng không?
4	(Di Salon Kecantikan) A : Apakah ada bagian yang terasa gatal? B : Oh, tidak ada.	(ที่ร้านเสริมสวย) A : รู้สึกคันตรงไหนบ้างหรือเปล่า B : อ๋อ ไม่เลยค่ะ	(Ở tiệm làm đẹp) A : Chị có thấy ngứa chỗ nào không? B : À, không em.
5	A : Keju ini sangat bagus, ya. B : Ah, benar kan! Saat aku mencicipinya di rubanah toserba memang rasanya enak.	A : ชีสนี้ อร่อยใช้ได้เลยนะ B : ใช่มะ ลองชิมที่ชั้นใต้ดินห้างแล้วอร่อยดีน่ะ	A : Phô mai này ngon nhỉ. B : Chứ còn gì. Anh ăn thử ở trung tâm thương mại, đúng là ngon thật.
6	A : Justru karena teman, ada hal-hal yang enggak bisa dimaafkan. B : Yah, itu benar juga, sih...	A : ต่อให้เป็นเพื่อน บางอย่างก็อภัยให้ไม่ได้นะ B : อือ มันก็จริงอยู่หรอกน้า	A : Dù là bạn bè đi nữa có những chuyện vẫn không thể bỏ qua được. B : Thì ... đúng là vậy, cơ mà ...
7	A : Laporan rekap keuangan sebentar lagi, bukan? B : Ya, kepalaku pusing hanya untuk menyiapkannya.	A : จวนจะถึงวันรายงานงบค่าใช้จ่ายแล้ว B : ใช่ ต้องเตรียมกันหัวปั่นเลยแหละ	A : Sắp sửa công bố quyết toán rồi. B : Ừ, làm mấy cái hồ sơ đó mà tôi muốn chóng mặt.
8	A : Lagu apa yang kamu nyanyikan saat pergi ke karaoke? B : Akhir-akhir ini K-Pop. Sangat menyenangkan karena bisa menyanyi dan menari.	A : ไปที่คาราโอเกะ จะร้องเพลงอะไรเหรอ B : หลัง ๆ นี้ชอบเพลงเคป๊อป ทั้งร้องทั้งเต้นสนุกสนานเลยล่ะ	A : Cậu định hát nhạc gì khi đi hát Karaoke? B : Dạo này Kpop đang thịnh hành. Vừa hát vừa nhảy sôi động lắm đó.
9	A : Karena besok libur kerja, bagaimana kalau kita jalan-jalan naik mobil? B : Ya, ayo! Ayo!	A : พรุ่งนี้หยุดงาน ไปนั่งรถเที่ยวกันไหม B : ไป ไป	A : Mai được nghỉ. Lái xe đi đâu đó không? B : Ừ, đi! đi!
10	A : Oh, kenapa kamu melakukan hal-hal seperti itu? B : Jangan bilang begitu. Hal seperti ini bisa terjadi pada siapa saja.	A : เฮ้อ ทำไมถึงไปทำเรื่องอย่างนั้นได้น้า B : อย่าพูดอย่างนั้นเลย คนเราก็ต้องมีพลาดกันบ้างล่ะ	A : Này, sao cậu lại làm ra những việc như vậy? B : Thôi đi, đừng nói những điều như vậy. Ai cũng có thể gặp những chuyện như vậy mà.

section 7

1 A：田中さんの結婚パーティー、いつでしたっけ？
B：えーと、確か10日の午後３時からです。

2 A：当日、どんな服を着て行きますか？
B：平服[15]でいいみたいですよ。

3 A：プレゼントはどうしますか？
B：いろいろ考えたけど、お金を包む[16]ことにしました。

4 A：結婚式のとき、新郎新婦に何て言えばいいんですか？
B：そうですね、「ご結婚おめでとうございます。お幸せに！」が一般的ですね。

5 A：すみません。この本、探しているんですけど。
F B：申し訳ございません。こちらではお取り扱いがございません。お取り寄せに１週間ほどかかりますが。

6 A：彼女、目がくりくり[17]していて、かわいいね。
C B：え、彼女みたいなタイプが好きなの？

7 A：もう３月だね。そこのカレンダーめくってくれる？
D B：はい、わかりました。

8 A：バケツの中の水、捨てておいて。
C B：はーい、お母さん。じゃー、庭にまいておくね。

9 A：ライブのチケット、予約した？
C B：それがだめだったんだ。同時アクセスで、サイトがダウン[18]しちゃって…。

10 A：チケット、ネットで予約しておいたから。
C B：ありがとう。じゃー、並ばなくてもスマホ見せるだけで入れるね。

⑮⑯⑰⑱ ➡ p.120

1

A : Pesta pernikahan Tanaka, kapan ya?
B : Hmm, seingatku tanggal 10, dari jam 3 sore.

A : งานแต่งงานของคุณทานากะ เมื่อไหร่นะ
B : อืม ถ้าจำไม่ผิดน่าจะวันที่ 10 ตั้งแต่บ่าย3 โมงนะคะ

A : Khi nào thì đám cưới anh/ chị Tanaka nhỉ?
B : Để xem, chính xác là 3 giờ chiều ngày mùng 10.

2

A : Baju apa yang akan kamu pakai saat harinya nanti?
B : Baju formal biasa sepertinya tidak masalah.

A : วันจริง จะสวมชุดอะไรไปดีครับ
B : ดูเหมือนว่าสวมชุดสุภาพแบบธรรมดาไปก็ได้นะคะ

A : Ngày đó em mặc đồ gì?
B : Chắc có lẽ mặc đồ đơn giản là được.

3

A : Bagaimana dengan hadiahnya?
B : Setelah berpikir panjang, aku memutuskan memberikan uang saja.

A : ของขวัญจะเอาอะไรดี
B : คิด ๆ อยู่เหมือนกัน แต่สรุปว่าใส่ซองแทน

A : Quà cáp em tính sao?
B : Em nghĩ nhiều rồi nhưng thôi cứ bỏ tiền phong bì là được.

4

A : Apa yang sebaiknya kita ucapkan kepada kedua mempelai pada pesta pernikahannya?
B : Yang paling biasa adalah "Selamat atas pernikahan kalian, semoga berbahagia selalu!"

A : ตอนพิธีแต่งงาน จะพูดกับเจ้าบ่าวเจ้าสาวว่าอะไรดี
B : อืม โดยมากจะพูดว่า "ยินดีด้วยกับการแต่งงาน ขอให้มีความสุข!"

A : Nên nói gì để chúc mừng cô dâu chú rể nhỉ?
B : Để coi. Nói những câu đơn giản như "Chúc mừng đám cưới. Chúc trăm năm hạnh phúc nhé!"

5

A : Maaf, saya mencari buku ini.
B : Mohon maaf, saat ini tidak tersedia di sini. Untuk pemesanannya akan membutuhkan waktu sekitar 1 minggu.

A : ขอโทษ ผมกำลังหาหนังสือเล่มนี้อยู่ครับ
B : ขออภัยด้วย ที่นี่ไม่มีสินค้าตัวนี้เลย ต้องสั่งเข้ามา ใช้เวลาราว 1 สัปดาห์

A : Xin lỗi, tôi đang kiếm cuốn sách này.
B : Ngại quá, ở đây không có rồi. Đi lấy về chắc tầm khoảng 1 tuần ...

6

A : Cewek itu, dia sangat manis dengan matanya yang bulat dan besar.
B : Oh, kamu suka tipe cewek yang kayak dia?

A : ผู้หญิงคนนั้น ตากลมแป๋ว น่ารักดีนะ
B : หา นี่ชอบผู้หญิงแนวนี้หรอกเหรอ

A : Cô gái đó có đôi mắt long lanh, dễ thương nhỉ.
B : Vậy hả? Người giống cô ấy là gu của cậu à?

7

A : Sudah bulan Maret, ya. Bisa kamu membalik kalender itu?
B : Ya, baiklah.

A : นี่เข้าเดือนมีนาคมแล้ว ช่วยพลิกหน้าปฏิทินให้หน่อยได้ไหม
B : ได้ครับ

A : Tháng 3 rồi đấy. Cậu lật cuốn lịch tới giúp tôi được không?
B : Được ạ, em làm liền.

8

A : Tolong buang air yang ada di dalam ember.
B : Baik, Ibu. Kalau begitu, aku siram ke taman, ya.

A : น้ำในถัง เอาไปทิ้งให้หน่อย
B : ครับ แม่ฮะ งั้นเอาไปเทในสวนนะ

A : Đổ cái nước trong xô đi đi.
B : Dạ mẹ, để con dội ra sân.

9

A : Kamu sudah memesan tiket konsernya?
B : Aku enggak berhasil melakukannya. Jaringannya enggak berfungsi karena banyak orang yang mengakses situsnya pada waktu yang sama...

A : ตั๋วชมการแสดงสด จองรึยัง
B : จองไม่ได้น่ะสิ คนเข้าพร้อม ๆ กัน เว็บไซต์เลยล่ม

A : Đặt vé cho buổi hòa nhạc chưa?
B : Chưa nữa, nhiều người vào đặt quá, sập luôn trang web rồi.

10

A : Aku sudah memesan tiketnya lewat internet.
B : Terima kasih! Jadi cukup tunjukkan ponsel saja kita bisa masuk tanpa perlu mengantre, ya!

A : ตั๋วน่ะ จองทางเน็ตไว้แล้วนะ
B : ขอบใจ ถ้างั้นก็ไม่ต้องไปต่อคิว แค่เอาสมาร์ทโฟนให้ดูก็พอสินะ

A : Anh đã đặt vé cho em trên mạng rồi.
B : Cám ơn nhé! Chẳng phải xếp hàng, chỉ cần đưa điện thoại ra là có thể vào được.

section 8

1 A：お世話になります。10時にお約束しております山本と申します。営業部の今井様はいらっしゃいますでしょうか。

(F) B：はい、私です。お待ちしておりました。

2 A：国際展示場に行くには、どこで乗り換えるんでしたっけ？

B：新木場が便利ですよ。

3 A：すっかり遅くなっちゃったね。終電に間に合う？

(C) B：ぎりぎり⑲かな。急ごう！

（駅で）

4 A：すみません、トイレはどこですか？　ß

B：ホーム中央の階段を上がると、すぐ右手にありますよ。

5 A：この電車は秋葉原に止まりますか？

B：いいえ、快速ですから。でも、向かいの山手線なら各駅止まりですよ。

6 A：今、在宅でリモートワークされてるんですか。

B：ええ、通勤時間がないので朝はゆっくりできますよ。

7 A：LINEって面倒くさくない？　すぐ返事しないといけないし…。

(C) B：そうかな。既読⑳がつくから便利だと思うけど。

8 A：何かご意見があれば、遠慮なくおっしゃってください。

(F) B：今のところ、特にありません。

9 A：わざわざ足を運んでもらい、ありがとう。

(D) B：いいえ、こちらこそ、お役に立てず申し訳ございませんでした。

10 A：確か、今年はうるう年㉑でしたね？

B：そうですよ。一日多くて得した気分になりませんか。

⑲⑳㉑ ➡ p.120

1 A : Selamat siang (keterangan: sapaan dalam bisnis). Saya Yamamoto yang sudah membuat janji bertemu pada pukul 10. Apakah Bu Imai dari bagian penjualan ada di tempat?
B : Ya, saya sendiri. Saya sudah menunggu kedatangan Anda.

2 A : Untuk pergi ke Pusat Pameran Internasional, sebaiknya saya pindah kereta di mana, ya?
B : Lebih praktis di Shin-Kiba.

3 A : Aduh, ini sudah terlambat sekali. Apakah masih sempat kita mengejar kereta terakhir?
B : Bisa, tapi mepet sekali waktunya. Ayo bergegas!

(Di Stasiun)

4 A : Maaf, toilet ada di mana ya?
B : Naik tangga yang ada di tengah peron, nanti toiletnya persis ada di sebelah kanan.

5 A : Apakah kereta ini berhenti di Akihabara?
B : Tidak, karena kereta ini kereta ekspres. Tapi kalau kereta lokal Yamanote yang ada di seberang, berhenti di sana. (harfiah: berhenti di setiap stasiun)

6 A : Apakah Anda sekarang bekerja dari rumah?
B : Ya, saya jadi bisa bersantai di pagi hari karena tidak perlu menghabiskan waktu di jalan.

7 A : Bukankah LINE merepotkan? Misalnya, kita harus segera membalas (pesan yang masuk)...
B : Begitu kah? Aku merasa nyaman karena ada tanda "Baca".

8 A : Apabila Anda memiliki pendapat, mohon jangan sungkan untuk menyampaikannya.
B : Untuk saat ini, belum ada.

9 A : Terima kasih sudah sengaja datang ke sini.
B : Sama-sama. Maaf jika saya tidak banyak membantu.

10 A : Tahun ini tahun kabisat kan, ya?
B : Betul sekali. Dengan tambahan 1 hari, rasanya seperti bonus, ya.

A : ขอบคุณที่ให้การสนับสนุนเสมอมานะครับ ผมชื่อยามาโมโตะที่นัดไว้ตอน10โมง คุณอิมาอิแผนกการตลาดอยู่ไหมครับ
B : ดิฉันเองค่ะ กำลังรออยู่เลยค่ะ

A : จะไปที่งานแสดงสินค้านานาชาติ จะต้องเปลี่ยนรถที่ไหนเหรอครับ
B : เปลี่ยนที่สถานีชินคิบะสะดวกมากเลยค่ะ

A : มาสายมากเลย ทันรถไฟเที่ยวสุดท้ายไหม
B : จวนเจียนมาก เร็วเข้าเถอะ

(ที่สถานีรถไฟ)
A : ขอโทษครับ ห้องน้ำอยู่ที่ไหนครับ
B : ขึ้นบันไดช่วงกลางของชานชาลาไป จะอยู่ทางขวามือค่ะ

A : รถไฟเที่ยวนี้จอดที่อาคิฮาบาระไหมคะ
B : ไม่จอด เพราะเป็นสายด่วน แต่สายยามาโนะเตะฝั่งตรงข้ามจอดทุกสถานีนะครับ

A : ตอนนี้ทำงานจากที่บ้านอยู่เหรอครับ
B : ค่ะ ไม่ต้องเสียเวลาเดินทาง ตอนเช้าก็เลยสบายหน่อยค่ะ

A : ไลน์นี่น่ารำคาญไหม ต้องคอยตอบอยู่เรื่อย ๆ
B : ก็ไม่นะ มีคำว่าอ่านแล้ว ก็รู้สึกว่าสะดวกดีนะ

A : หากมีข้อคิดเห็น ขอความกรุณาบอกได้ไม่ต้องเกรงใจนะคะ
B : ตอนนี้ไม่มีอะไรเป็นพิเศษครับ

A : ขอบคุณที่อุตส่าห์เดินทางมานะครับ
B : ไม่เลยค่ะ ทางนี้ต่างหาก ขอโทษที่ไม่ได้ช่วยอะไรเลย

A : จำได้ว่า ปีนี้เป็นปีอธิกสุรทินใช่ไหม
B : ใช่แล้ว รู้สึกเหมือนได้กำไรเพิ่มขึ้นหนึ่งวันไหมคะ

A : Xin chào, tôi là Yamamoto đã đặt hẹn vào lúc 10 giờ. Có chị Imai ở phòng kinh doanh ở đây không ạ?
B : Vâng, là tôi đây. Tôi đang mong anh đến.

A : Để đến Trung tâm Triển lãm Quốc tế, mình sẽ đổi tàu ở đâu nhỉ?
B : Đổi ở Shin-kiba là tiện nhất.

A : Khuya quá rồi nhỉ. Liệu còn tàu về không?
B : Chắc kịp chuyến tàu cuối. Nhanh chân lên!

(ở nhà ga)
A : Xin hỏi, nhà vệ sinh ở đâu ạ?
B : Đi lên cầu thang ở giữa khu vực đợi tàu, ngay phía bên phải có một cái.

A : Tàu này có dừng ở ga Akihabara không?
B : Không, vì tàu này tàu tốc hành. Chị lên tuyến Yamate ở bên kia sẽ là tàu dừng từng ga ở đó.

A : Chị có làm việc online tại nhà không?
B : Có, sáng không phải đi làm nên thong dong được chút.

A : LINE phiền phức quá nhỉ? Vì phải hồi âm liền ...
B : Vậy hả? Có ký hiệu "đã đọc" tiện quá còn gì.

A : Có ai có ý kiến gì cứ thoải mái lên tiếng nhé!
B : Hiện tại giờ thì không.

A : Làm phiền chị đã dành thời gian đến đây.
B : Đâu có, chính tôi mới phải cám ơn. Xin lỗi đã không giúp gì được các anh.

A : Tôi nhớ không nhầm thì năm nay năm nhuận đúng không?
B : Đúng rồi. Chị có thấy thêm được một ngày như được lợi thêm một tí không?

section 9

1 A：「メタボ検診[22]のお知らせ」か…。受ける？
C B：ううん、今回はパス。
A：え、いいの？　そのお腹周り…。
B：うーん、最近気になってるんだよね…。やっぱり受けておこうかな。

2 A：見て、この動画。
C B：何？　あー、子猫か。
A：かわいいでしょ？　猫好きにはたまらないよね。
B：そうだね。寝顔見てると、本当にいやされるな。

3 A：あ、それ、スマートウォッチですか！
D B：あ、これ？　うん、最近買ったんだ。
A：いいなー。それ一つで何でもできるから、便利ですよね。
B：まあね、でも、つけるのを忘れたら元も子もない[23]けど。

4 A：ねえ、私の話、ちゃんと聞いてる？
C B：うん？　何？
A：ほら、また上の空[24]。
B：そんなことないよ。ちょっと考え事してただけだよ。

5 A：何、この行列？
D B：パンケーキの店ですよ、昨日、オープンしたみたいですね。
A：あー、パンケーキね。まだブーム続いてるの？
B：ええ、インスタ映え[25]するんで、女子には根強い人気ですよ。

6 A：あれ、川口さん、どうしたんですか、その服。
B：あ、ラグビーの試合を見に行った帰りで…。
A：そうなんですか。今、ラグビー、大人気ですよね。
B：にわかファン[26]で、ルールあんまりわからないんですけどね。

㉒㉓㉔㉕㉖ ➡ p.121

1

A : Wah, "Notifikasi Pemeriksaan Kesehatan Metabo". Kamu ikut?
B : Kali ini aku tidak ikut.
A : Lo, kamu yakin? Lihat perutmu itu...
B : Yah, akhir-akhir ini memang sedikit mengganggukku. Kurasa aku harus ikut...

A : แจ้งเรื่องการตรวจภาวะโรคอ้วนเหรอ จะไปตรวจไหม
B : ไม่เอาดีกว่า ครั้งนี้ขอผ่าน
A : อ้าว จะดีหรือ รอบเอวขนาดนั้น
B : อืม ช่วงนี้ก็กังวลเหมือนกัน หรือจะไปตรวจดี

A : Thông báo "kiểm tra béo phì" à. Anh có khám không?
B : Không, lần này anh không kiểm tra.
A : Ủa? Vậy cũng được hả? Vòng bụng đó...
B : Ừ, gần đây thì cũng thấy khó chịu. Chắc phải đi xem thử coi sao.

2

A : Hei, lihat video ini.
B : Apa itu? Oh, anak kucing, ya.
A : Lucu, kan? Bagi pecinta kucing, ini sangat menarik.
B : Kamu benar. Melihat wajahnya ketika sedang tertidur membuat hati tenang.

A : ดูนี่ คลิปนี้
B : อะไรเหรอ อ๋อ ลูกแมวเหรอ
A : น่ารักใช่ไหม คนที่รักแมวต้องชอบมากเลยล่ะ
B : นั่นสินะ ได้มองหน้าตอนหลับ รู้สึกดีต่อใจ

A : Xem nè, coi cái clip này nè.
B : Sao? À, mèo con à?
A : Đáng yêu đúng không? Cưng mèo không chịu được.
B : Vậy hả? Xem mặt nó ngủ kìa, nhìn ghét không chịu được.

3

A : Ah, itu, jam pintar ya?
B : Oh, ini? Iya, aku baru saja membelinya.
A : Aku jadi iri. Benda itu sangat praktis karena bisa melakukan banyak hal hanya dengan satu alat.
B : Iya juga sih. Tapi kalau kamu lupa memakainya, benda ini jadi enggak ada gunanya.

A : อ้าว นั่น นาฬิกาอัจฉริยะเหรอ
B : ไหน นี่เหรอ ใช่ เพิ่งซื้อไม่นานนี้
A : ดีจังเลย มีแค่อันเดียวก็ทำได้หลายอย่างสะดวกมากเลยเนอะ
B : ก็จริง แต่ถ้าลืมใส่ไปก็ช่วยอะไรไม่ได้เลย

A : Này, cái đó là đồng hồ thông minh đúng không?
B : Cái nào? Cái này hả? Ừ, mới mua đó.
A : Đẹp nhỉ. Chỉ cần cái đó điều khiển được bao nhiêu thứ. Tiện quá nhỉ!
B : Ừ, nhưng mà không đeo thì chả làm được gì hết.

4

A : Hei, apakah kamu mendengarkan ceritaku?
B : Ah? Apa?
A : Tuh kan, kamu melamun lagi...
B : Bukan begitu. Aku sedang memikirkan sesuatu.

A : นี่ ฟังเรื่องที่ฉันพูดอยู่หรือเปล่า
B : หา ว่าไงนะ
A : เห็นไหม ใจลอยอีกแล้ว
B : เปล่าน่า แค่กำลังคิดอะไรเพลิน ๆ น่ะ

A : Nè, có nghe mấy cái tôi nói không đó?
B : Hả? Sao?
A : Nữa, lại trên mây.
B : Không có, tại đang có thứ phải nghĩ thôi.

5

A : Ya ampun, antrean apa ini?
B : Ini antrean toko panekuk. Sepertinya baru buka kemarin.
A : Oh, panekuk ya. Masih populer saja sampai sekarang?
B : Masih, karena di Instagram terlihat bagus, jadi terkenal di kalangan wanita.

A : อะไรกัน แถวยาวขนาดนี้
B : ร้านขายขนมแพนเค้ก เหมือนจะเพิ่งเปิดเมื่อวาน
A : อ้อ ขนมแพนเค้ก ยังฮิตอยู่อีกเหรอ
B : ใช่ ลงภาพสวยเชียวในอินสตาแกรม สาว ๆ ชื่นชอบมาก

A : Gì đây? Xếp hàng rồng rắn vậy trời.
B : Cửa hàng bánh kếp đó. Hôm qua mới mở hay sao đó.
A : À, bánh kếp à. Vẫn còn nóng sốt quá nhỉ?
B : Ừ, đăng ảnh trên Instagram, cực kỳ thịnh hành nhất là với nữ giới.

6

A : Ah, Pak Kawaguchi, apa yang terjadi dengan pakaian Anda?
B : Oh, aku sedang dalam perjalanan pulang sehabis menonton pertandingan rugbi.
A : Begitu ya? Rugbi sekarang populer, ya.
B : Saya cuma penggemar musiman, sih, jadi tidak begitu paham peraturannya.

A : เอ๊ะ คุณคาวางุจิ ไปทำอะไรมา แต่งตัวแบบนั้น
B : อ้อ พอดีกลับจากไปดูแข่งรักบี้มาน่ะ
A : อย่างนั้นเหรอ ตอนนี้รักบี้กำลังฮิตนี่นะ
B : ผมเป็นแฟนคลับหน้าใหม่ ไม่ค่อยรู้กฎการแข่งเท่าไหร่หรอก

A : Này, anh Kawaguchi, Sao lại mặc quần áo thế này?
B : À, mới đi coi đấu rugby.
A : Vậy à? Gần đây rugby thịnh hành quá nhỉ.
B : Tôi là fan ngẫu hứng thôi, thực tình cũng không hiểu về luật cho lắm.

section 10

1 (D)

A：僕(ぼく)、甘(あま)いものに目(め)がなくて[27]…。

B：へー、そうなんですか。

A：で、会社帰(かいしゃがえ)りにコンビニに寄(よ)ると、ついスイーツを買(か)っちゃうんですよね。

B：最近(さいきん)、男性(だんせい)向(む)けのスイーツもたくさん出(で)てますからね。

2 (C)

A：昨日(きのう)の「漫才(まんざい)グランプリ」見(み)た？

B：うん、見たよ。無名(むめい)の新人(しんじん)が優勝(ゆうしょう)してびっくりしたよ。

A：そうだね。一発屋(いっぱつや)[28]で終(お)わらなければいいね。

B：お笑(わら)い芸人(げいにん)は山(やま)のようにいるからね。

3

A：最近(さいきん)、野菜(やさい)が高(たか)いですね。

B：ええ、今年(ことし)は暑(あつ)さが異常(いじょう)でしたから。

A：こんなに高いと手(て)が出(で)ません[29]よね。

B：ええ、家族(かぞく)には毎日(まいにち)食(た)べてもらいたいんですけどね。

4 (C)

A：あ、それ！　この前(まえ)欲(ほ)しがってたマンガじゃない？

B：うん、この間(あいだ)参加(さんか)したコミケ[30]で手(て)に入(い)れたんだ。

A：いいな～、私(わたし)も行(い)けばよかった。

B：寒(さむ)い中(なか)すごい人(ひと)だったけど、行ったかいがあった[31]よ。

5 (C)

A：あ、今(いま)揺(ゆ)れてない？

B：ほんとだ。最近(さいきん)地震(じしん)多(おお)いね。

A：うん。なんか大(おお)きい地震が来(き)そうで心配(しんぱい)。

B：そうだね。防災(ぼうさい)グッズ、チェックしておいたほうがいいね。

6

A：「ユアナビ」っていう人材紹介(じんざいしょうかい)サイト[32]、ご存知(ぞんじ)ですか？

B：はい、聞(き)いたことがありますが…。

A：就活(しゅうかつ)[33]準備(じゅんび)に必要(ひつよう)なコンテンツがたくさんありますよ。日本(にほん)で就職(しゅうしょく)をお考(かんが)えなら、アプリをダウンロードしてみてください。

B：それは便利(べんり)ですね。

㉗㉘ ➡ p.121 ㉙㉚㉛㉜㉝ ➡ p.122

1

A : Saya tidak bisa menahan godaan makanan manis...
B : Wah, benarkah?
A : Jadi, kalau saya mampir di minimarket dalam perjalanan pulang kerja, akhirnya pasti saya membeli permen.
B : Yah, karena akhir-akhir ini banyak juga produk permen untuk pria, ya.

A : ผมชอบของหวานมาก
B : อ้อ อย่างนั้นเหรอ
A : ขากลับจากบริษัทพอแวะที่ร้านสะดวกซื้อ ก็มักจะซื้อของหวานด้วย
B : ช่วงนี้มีของหวานสำหรับลูกค้าผู้ชายออกมาเยอะเลยนะคะ

A : Tôi cứ thấy đồ ngọt là mờ cả mắt ...
B : Ồ, vậy luôn.
A : Thì vậy, mỗi lần tan sở cứ ghé vào cửa hàng tiện lợi là phải mua bánh kẹo gì đó ăn.
B : Gần đây có tung ra thị trường nhiều loại bánh kẹo dành cho nam giới.

2

A : Apakah kamu menonton Grand Prix Manzai kemarin?
B : Ya, aku melihatnya. Aku terkejut pemenangnya adalah pendatang baru.
A : Kamu benar. Semoga mereka tidak menjadi artis dadakan ya.
B : Ya, karena jumlah komedian kan sudah sangat banyak.

A : เมื่อวานได้ดู แข่งตลก “Manzai Grand Prix” รึเปล่า
B : ได้ดู ตกใจเลย มือใหม่นิรนามชนะเลิศด้วย
A : ใช่ หวังว่าจะไม่ใช่แค่ ดาวที่ดับเร็วนะ
B : ดาราตลกมีอยู่ดาษดื่นนี่นะ

A : Coi "Manzai Gran Prix" tập hôm qua chưa?
B : Rồi, coi rồi. Người thắng cuộc là một người mới vô danh thật khiến người ta bất ngờ mà.
A : Thật luôn. Mong là không chỉ nổi lên tức thời.
B : Vì diễn viên hài dạo gần đây nhiều quá luôn.

3

A : Akhir-akhir ini harga sayur mahal, ya.
B : Benar, karena panas tahun ini tidak seperti biasanya.
A : Kalau semahal ini, kita jadi enggak mampu membelinya, kan.
B : Kamu benar. Padahal kita ingin keluarga kita makan sayur setiap hari.

A : ช่วงนี้ ผักมีราคาแพงนะ
B : ใช่ ปีนี้ อากาศร้อนผิดปกตินะ
A : ถ้าร้อนมากขนาดนี้ ก็ซื้อไม่ลงนะ
B : ค่ะ จริง ๆ อยากให้คนในครอบครัวได้กินทุกวันอยู่หรอกนะคะ

A : Giá rau củ gần đây mắc quá nhỉ.
B : Ừ, năm nay nóng bất thường mà.
A : Mắc như vầy muốn ăn cũng chả dám.
B : Ừ, muốn nấu kha khá cho người nhà ăn mà ...

4

A : Ah, itu! Itu komik yang kamu inginkan beberapa waktu yang lalu, kan?
B : Betul! Akhirnya aku bisa mendapatkannya di Comiket yang baru-baru ini aku ikuti.
A : Enaknya... Seharusnya aku ke sana juga, ya.
B : Di sana dingin dan juga ramai, tapi aku merasa beruntung pergi ke sana.

A : อ๊ะ นั่น การ์ตูนที่เมื่อก่อนนี้อยากได้ใช่ไหม
B : ใช่ พอดีได้มาตอนที่ไปงาน comic market (คอมิเกะ) วันก่อน
A : ดีจัง ฉันน่าจะไปด้วย
B : อากาศหนาวแถมคนแน่นขนัด แต่ก็โชคดีที่ได้ไป

A : Ê, cái này chẳng phải bộ truyện tranh trước đây anh muốn có hay sao?
B : Ừ, Có được do tham gia hội chợ truyện tranh vừa rồi.
A : Đã nha... Nếu em cũng tham gia thì tốt quá rồi.
B : Trời lạnh mà nhiều người đi lắm, đúng là cũng bõ cái công đi.

5

A : Ah, barusan bergoyang, ya?
B : Benar juga. Akhir-akhir ini sering terjadi gempa, ya.
A : Iya. Aku khawatir nanti akan datang gempa yang besar.
B : Kamu benar. Sebaiknya kita memeriksa kembali barang keperluan darurat kita.

A : อ๊ะ นี่สั่นอยู่ใช่ไหม
B : จริงด้วย ช่วงนี้แผ่นดินไหวบ่อยจังเลย
A : ใช่ เหมือนแผ่นดินไหวครั้งใหญ่จะมา น่ากลัวจัง
B : จริงด้วย ควรจะตรวจเช็คของป้องกันภัยไว้แต่เนิ่น ๆ นะ

A : Anh có thấy rung rung không?
B : Thiệt luôn, gần đây động đất nhiều quá nhỉ.
A : Ừ, Có linh cảm là sắp có động đất lớn. Lo quá!
B : Ừm, chắc phải đi em coi có đủ đồ dự phòng thiên tai không.

6

A : Apakah Anda tahu situs perekrutan yang bernama "Yuanabi"?
B : Ya, saya pernah mendengarnya.
A : Situs itu memiliki banyak konten yang Anda butuhkan untuk persiapan berburu pekerjaan. Coba unduh aplikasinya jika Anda berencana mencari pekerjaan di Jepang.
B : Wah, praktis, ya.

A : รู้จักเว็บไซต์จัดหางานที่ชื่อ “Yuanabi” ไหม
B : ครับ เคยได้ยินอยู่เหมือนกันครับ
A : มีข้อมูลที่สำคัญสำหรับการเตรียมหางานทำเยอะเลย ถ้าคิดจะหางานทำที่ญี่ปุ่น ลองดาวน์โหลดแอพมาดูนะคะ
B : สะดวกดีนะครับ

A : Anh có biết trang web giới thiệu việc làm có tên "Yuanavi" không?
B : Có, tôi nghe ở đâu đó rồi mà...
A : Có nhiều mục quan trọng để chuẩn bị xin việc lắm đó, nếu đã nghĩ đến việc xin việc ở Nhật thì thử tải ứng dụng này về xem.
B : Tiện lợi quá nhỉ!

解説　Penjelasan คำอธิบาย Giải thích

① ネット

「インターネット」の略です。

Kependekan dari "インターネット(internet)."

ย่อมาจาก インターネット

Đây là cách viết tắt của từ " インターネット "

② 口(くち)は災(わざわ)いの元(もと)

ことわざの1つで、発言に気をつけないと、悪い結果を招きかねないという意味です。

Pepatah yang berarti bahwa jika Anda tidak berhati-hati dengan apa yang Anda katakan, hal itu dapat menyebabkan hasil yang buruk. Ini memiliki kemiripan dengan pepatah bahasa Indonesia "Mulutmu, harimaumu".

เป็นสุภาษิตที่หมายถึง หากไม่ระวังคำพูดอาจนำมาซึ่งผลลัพธ์ที่เสียหายได้

Đây là một câu tục ngữ mang ý nghĩa là nếu không cẩn trọng lời nói có thể sẽ dẫn đến hậu quả không tốt.

③ 型落(かたお)ち（する）

電気製品などの新製品が出て、今売っているものが古いモデルになることです。

Ketika ada produk baru keluar, seperti barang elektronik, maka produk yang sedang dijual saat ini menjadi model lama.

พอสินค้าเช่นเครื่องใช้ไฟฟ้ารุ่นใหม่ออกมา ของที่กำลังวางขายอยู่ก็จะกลายเป็นรุ่นเก่า หรือตกรุ่น

Khi dòng sản phẩm điện gia dụng mới ra đời, những món đang được bày bán sẽ trở thành mặt hàng đời cũ.

④ 買(か)い

これは値段以上の価値があるから買ったほうがいいという意味です。似たような表現に「お買い得」もよく使います。

Ini berarti Anda harus membeli sesuatu karena nilainya lebih besar daripada harganya. Ungkapan serupa "お 買 い 得 (o-kaidoku)" juga biasa digunakan.

มีความหมายว่า คุ้มค่าควรแก่การซื้อเพราะสินค้ามีมูลค่าสูงกว่าราคาขาย สำนวนที่คล้ายกันคือ お買い得

Trong câu này mang ý nghĩa khuyên người khác nên mua vì giá trị của nó lớn hơn mức giá bán ra. Từ này đồng nghĩa với từ " お買い得 ".

⑤ 百均(ひゃっきん)

「百円均一」の略で「100円ショップ」のことを表します。

Kependekan dari "百円均一(serba 100 yen)" yang merujuk ke toko serba 100 yen.

เป็นคำย่อของ 百円均一 หมายถึงร้านค้าร้อยเยน

Từ này là rút ngắn của từ " 百円均一 ", hay còn có nghĩa là "cửa hàng 100 yên".

⑥ 当(あ)たり

いいものに当たってラッキーだったという意味です。

Artinya, beruntung karena mendapatkan sesuatu yang bagus.

หมายถึง โชคดีที่ได้เจอของดี

Mang ý nghĩa may mắn trúng được một món đồ nào đó tốt.

⑦ だめもと

はじめから駄目だと分かっているという意味です。「だめもとで頑張る」は、失敗してもいいから頑張ってみるという意味です。

Ini berarti mengetahui sesuatu kemungkinan besar tidak berhasil, jadi Anda tidak akan rugi. "だめもとで頑張る" berarti berusaha sebaik mungkin karena tidak masalah jika Anda gagal.

หมายถึง รู้ว่าเป็นไปไม่ได้ตั้งแต่แรก だめもとで頑張る จึงหมายถึง
แม้ว่าจะล้มเหลวก็ไม่เป็นไรขอให้ลองพยายามดู

Mang ý nghĩa : ngay từ ban đầu đã biết là không thể.「だめもとで頑張る」có nghĩa là thất bại cũng được, thử cố hết sức xem.

⑧ いい感じ(かん)

いい雰囲気だ、いい関係だという意味です。

Ini berarti suasana yang baik atau hubungan yang baik.

หมายถึง บรรยากาศที่ดี หรือ เป็นความสัมพันธ์ที่ดี

Có nghĩa là không khí tốt hay quan hệ tốt.

⑨ 友(とも)だち以上(いじょう)、恋人(こいびと)未満(みまん)

友だちより仲がいいけれど、恋人ほど親しい関係ではないという意味です。

Artinya hubungan itu lebih dekat daripada teman tetapi tidak sedekat kekasih.

หมายถึง สนิทมากกว่าเพื่อน แต่ยังไม่ใช่ความสัมพันธ์ที่สนิทถึงขั้นเป็นแฟนกัน

Có nghĩa là thân trên mức bạn bè nhưng chưa đến mức người yêu.

⑩ 貧乏(びんぼう)ゆすり

癖の一つで、足を小刻みに揺することです。木を揺すると実が落ちるのと同じように、人間もお金が落ちて貧乏になることを例えています。

Ini adalah kebiasaan seseorang menggoyangkan kaki. Sebagaimana dikiaskan kepada pohon yang digoncang buahnya pasti jatuh, manusia yang menggoyangkan kakinya, uangnya akan berjatuhan kemudian jatuh miskin.

เป็นอาการเขย่าขาถี่ ๆ ที่มักติดเป็นนิสัย เป็นคำเปรียบเปรยเหมือนกับการเขย่าต้นไม้และผลไม้ร่วงหล่น ก็เหมือนคนเราที่ หากทำเงินร่วงหล่นไปก็จะยากจน

Đây là một tật xấu diễn tả hành động nhịp chân của một người. Nếu rung cây thì trái rớt xuống, đồng nghĩa với điều đó, con người mà để rớt tiền thì trở nên nghèo khổ.

⑪ 期待(きたい)はずれ

(思っていたより) あまり良くなかったという意味です。

Ini berarti sesuatu terjadi lebih buruk dari yang Anda duga.

เป็นความหมายไม่ค่อยดี คือ ผิดไปจากที่คาดหวังไว้

(trái với những gì suy tính) mang nghĩa không tốt.

⑫ やったじゃん

「やったじゃない (=やったね)」のカジュアルな言い方です。元々は方言でしたが、今は広く使われています。

Ini adalah bentuk santai untuk mengatakan "やったじゃない(=やったね)(kerja bagus)." Awalnya dianggap bahasa gaul, tetapi sekarang sudah umum digunakan.

เป็นคำพูดไม่เป็นทางการของคำว่า やったじゃない(=やったね)เดิมเป็นภาษาถิ่น แต่ปัจจุบันใช้กันทั่วไป

Đây là cách nói thông thường của " やったじゃない (= やったね)". Bình thường đây là cách nói vùng miền, bây giờ đã được sử dụng rộng rãi.

⑬ そりゃ

「それは」のカジュアルな言い方です。

Ini adalah bentuk santai untuk mengatakan "それは."

เป็นวิธีการพูดแบบไม่เป็นทางการของคำว่า それは

Đây là cách nói thông thường của " それは "

⑭ 目(め)が回(まわ)る

とても忙しいという意味です。

Ini berarti sangat sibuk.

มีความหมายว่า ยุ่งมาก

Mang ý nghĩa rất bận rộn.

⑮ 平服（へいふく）

正装ではなく、普段着でもない少し改まった服装のことです。男性の場合はスーツやジャケット、女性の場合はスーツやワンピースなど。

Ini berarti bukan pakaian formal, tapi pakaian yang sedikit lebih baik dari pakaian sehari-hari. Misalnya jas atau jaket untuk pria, dan blazer atau gaun untuk wanita.

ไม่ใช่ชุดทางการ และไม่ใช่ชุดลำลอง หมายถึงชุดที่สุภาพเล็กน้อยที่ใส่ไปงานได้ กรณีผู้ชายจะหมายถึงสูทหรือแจ็คเก็ต กรณีผู้หญิงก็หมายถึงสูทหรือชุดกระโปรงติดกัน

Đây là dạng quần áo không phải quá trang trọng, là trang phục lịch sự vừa phải khác với quần áo bình dân mặc thường ngày. Là vest hay áo khoác cho nam, hoặc vest hay đầm đối với nữ.

⑯ お金（かね）を包（つつ）む

お礼やお祝いにお金を包んであげるという意味です。お金が直接見えないように小袋に入れたりして渡します。

Ini berarti membungkus uang untuk diberikan sebagai ucapan terima kasih atau hadiah perayaan. Uang dimasukkan ke dalam amplop kecil sehingga tidak bisa dilihat langsung saat diberikan.

หมายถึงใส่ซองเงินเป็นของขวัญมอบให้ มักจะมอบให้โดยใส่ซองเล็ก ๆ เพื่อไม่ให้เห็นเงินสดโดยตรง

Mang nghĩa bỏ tiền vào phong bì để cám ơn hay chúc mừng. Bỏ tiền vào phong bì để người khác không thấy số tiền là bao nhiêu lúc trao cho người khác.

⑰ くりくり

目が大きくて、よく動く様子を表わす擬態語です。可愛らしいニュアンスを含みます。

Ini adalah onomatope yang mengungkapkan bentuk mata seseorang yang bulat dan besar. Hal ini juga mengandung makna "cantik", "imut".

คำเลียนสภาพที่ดวงตาโตกลิ้งไปมา มีความหมายว่า น่ารัก

Từ tượng hình diễn tả đôi mắt to, linh hoạt. Có thể hiểu là dễ thương.

⑱ 同時（どうじ）アクセスで、サイトがダウン

一度にたくさんの人が同じサイトにアクセスしたので、サーバが止まってしまうことです。

Ini berarti jaringan sebuah situs akan terhenti karena banyaknya orang yang mengakses situs tersebut secara bersamaan.

การที่มีคนจำนวนมากเข้าเว็บไซต์เดียวกันในเวลาเดียวกัน ทำให้เซิร์ฟเวอร์ล่ม หรือหยุดชะงัก

Nhiều người đăng nhập cùng một lúc nên máy chủ bị đứng.

⑲ ぎりぎり

目的や目標にやっと届く程度という意味を表す擬態語です。

Ini adalah onomatope yang berarti sudah mencapai suatu tujuan atau sasaran dalam waktu yang hampir habis.

เป็นคำเลียนอาการหรือสภาพ หมายถึง การที่ไปถึงเป้าหมายหรือจุดหมายแบบฉิวเฉียด

Từ tượng hình diễn đạt ý nghĩa đạt được mục tiêu hoặc mục đích một cách sát nút.

⑳ 既読（きどく）

もう読んだという意味です。LINEでは相手がメッセージを読むとこのマークが付きます。

Berarti "sudah dibaca". Pada aplikasi LINE, ini adalah tanda yang menyatakan penerima pesan telah membaca pesan tersebut.

หมายถึง อ่านแล้ว ในไลน์จะมีเครื่องหมายที่แสดงว่า คู่สนทนาอ่านข้อความที่ส่งไป

Mang nghĩa đã đọc. Đây là ký hiệu dùng trên ứng dụng LINE cho thấy người kia đã đọc nội dung tin nhắn.

㉑ うるう年（どし）

4年に1度1年が366日ある年のことです。

Tahun Kabisat, tahun yang memiliki 366 hari dalam setahun, muncul empat tahun sekali.

หมายถึงปีที่มี 366วัน ซึ่งจะเวียนมา 4 ปีครั้ง

4 năm 1 lần sẽ có 1 năm 366 ngày.

㉒ メタボ検診(けんしん)

「メタボリックシンドローム」の略です。メタボリックシンドロームの検査、診察のことです。

"Metabo" adalah kependekan dari "メタボリックシンドローム (sindrom metabolik)." Jadi istilah ini merujuk pada pemeriksaan sindrom metabolik.

ย่อมาจาก メタボリックシンドローム หมายถึงการเข้ารับการตรวจวัดภาวะโรคอ้วน

Đây là từ viết tắt của từ " メタボリックシンドローム ". Việc kiểm tra, chẩn đoán béo phì.

㉓ 元(もと)も子(こ)もない

全部をなくすという意味です。元は「元金」、子は「利子」のことで、利子だけでなく元々のお金も失うというところからきています。

Ini berarti kehilangan segalanya. "Moto" berasal dari "元金 (uang pokok)", sedangkan "ko" berasal dari "利子 (bunga)". Jadi itu berarti kehilangan bukan hanya bunganya, tetapi juga uang pokoknya.

หมายถึง สูญเสียไปทุกอย่าง 元 มาจาก 元金 (เงินต้น)子 มาจาก 利子 (ดอกเบี้ย) ในที่นี้จึงหมายถึง ไม่ได้สูญเสียแค่ดอกเบี้ยเท่านั้น เงินต้นก็หายไปด้วย

Hoàn toàn mất hết. Từ "Nguyên (元) trong từ "vốn ban đầu (元金) ", "Tử (子)" trong từ "lãi (利子). Chẳng những chẳng có lời mà tiền vốn ban đầu còn mất hết.

㉔ 上(うわ)の空(そら)

他のことが気になって、そのことに注意が向かないという意味です。

Terlalu memikirkan sesuatu, sehingga tidak bisa memperhatikan yang lain (melamun).

หมายถึง ใจลอยนึกถึงเรื่องอื่นจนไม่ได้ใส่ใจในสิ่งที่ทำอยู่

Diễn tả ý lơ đãng, để hồn ở đâu đó, không chú ý tới những thứ đang đề cập.

㉕ インスタ映(ば)え

インスタグラム（写真共有SNS）に写真をアップしたときに、すばらしく見える（＝映える）という意味です。

Ini merujuk pada saat Anda mengunggah foto ke Instagram (berbagi foto di media sosial) dan foto itu terlihat indah (=bersinar).

หมายถึง ตอนที่ลงรูปในอินสตาแกรม (สื่อโซเชียลเน็ตเวิร์กที่แชร์รูปภาพ)แล้วดูดี

Có nghĩa khi đăng ảnh lên Instagram (ứng dụng chia sẻ hình ảnh SNS) và hình ảnh ấy hút người xem.

㉖ にわかファン

「にわかに」は物事が急に起こる様子で、それまでファンではなかったのに、突然ファンになった人という意味です。

Ini merujuk pada seseorang yang "にわかに (tiba-tiba)" menjadi penggemar ketika terjadi sesuatu, meskipun sebelumnya tidak.

にわかに เป็นสภาพที่เกิดขึ้นแบบฉับพลัน ที่ผ่านมาไม่เคยเป็นแฟนมาก่อน แต่เพิ่งจะเริ่มเป็นแฟนคลับ

Diễn tả một người đột nhiên (にわかに) cuồng nhiệt với xu hướng hiện hành mặc dù trước đây họ không hề như vậy.

㉗ 目(め)がない

夢中になっていて、とても好きという意味です。

Ini berarti sangat menyukai sesuatu hingga kecanduan.

หลงใหลแบบไม่ลืมหูลืมตา หมายถึงชื่นชอบมาก

Có nghĩa say sưa, cực kỳ thích thú một điều gì đó.

㉘ 一発屋(いっぱつや)

一度だけ、あるいは、一時的に活躍した歌手や芸人、スポーツ選手のことを表します。

Ini merujuk pada penyanyi, pekerja seni, atau atlet yang sukses hanya sekali atau sementara.

หมายถึง นักร้อง ศิลปินหรือนักกีฬาที่โด่งดังแค่ครั้งเดียวหรือแค่ชั่วคราว

Có nghĩa một ca sĩ, nghệ nhân hay tay đấu thể thao nào đó chỉ nổi một lần hay một thời.

㉙ 手が出ない
て　で

高すぎて買えないという意味です。「この問題には手が出ない」のように自分の力ではできないという意味にも使います。

Sesuatu yang terlalu mahal untuk dibeli. Bisa juga berarti Anda tidak dapat menangani sesuatu sendiri, seperti dalam "この問題には手が出ない."

หมายถึงแพงจนไม่กล้าซื้อ หรือหมายถึง ความสามารถไม่พอ เช่น ในสำนวน この問題には手が出ない ปัญหานี้ฉันแก้ไม่ได้

Có nghĩa là mắc quá, mua không nổi. Với câu「この問題には手が出ない」có nghĩa là nằm ngoài khả năng của bản thân.

㉚ コミケ

「コミックマーケット」の略です。コミックマーケットとは世界最大の同人誌即売会のことです。

Singkatan dari "コミックマーケット(comic market, pasar komik)." Pasar komik adalah konvensi fans komik terbesar di dunia.

เป็นคำย่อของ comic market เป็นงานแสดงผลงานและสินค้าเกี่ยวกับการ์ตูนโดจินชิที่ใหญ่ที่สุดในโลก

Đây là từ viết tắt của từ " コミックマーケット " (comic market). Comic market là hội trao đổi buôn bán sách truyện của những fan cuồng lớn nhất thế giới.

㉛ かいがある

努力や苦労をしたのと同じぐらい良い結果が得られるという意味です。

Ini berarti Anda bisa mendapatkan hasil yang baik sepadan dengan usaha dan kerja keras yang sudah dilakukan.

หมายถึงได้ผลดีสมกับที่ได้พยายามหรือทุ่มเทมา

Biểu thị ý nghĩa bạn sẽ giành được thành quả tốt đẹp xứng với công lao mà bạn đã bỏ ra.

㉜ 人材紹介サイト
じんざいしょうかい

就職先や転職先を紹介するホームページのことです。

Ini merujuk pada situs yang memperkenalkan perusahaan dengan lowongan pekerjaan.

เป็นโฮมเพจที่แนะนำสถานที่ทำงานหรือสถานที่สำหรับย้ายงาน

Là trang giới thiệu việc làm cho người đi xin việc hoặc người chuyển việc.

㉝ 就活
しゅうかつ

「就職活動」の略です。

Singkatan dari "就職活動(berburu pekerjaan)."

ย่อมาจาก 就職活動 (การหางานทำ)

Viết tắt của từ「就職活動」(tìm việc)

コラム ❹
kolom
คอลัมน์
Chuyên mục

待遇表現

Ungkapan Hormat
สำนวนสุภาพ
Cách nói kính ngữ, khiêm nhường ngữ

日本人は、話す相手によって話し方を変えます。初対面の人や目上の人に対しては敬意を表す丁寧な話し方を、家族や友だちに対しては身近な感覚でカジュアルな話し方をします。その話し方を間違えると、コミュニケーションが何となくギクシャクしてしまいます。たとえば、あいさつ。目上の人があなたに「おはよう」と言った時、あなたも同じように「おはよう」と言うと、相手に失礼になってしまいます。あなたは、「おはようございます」と丁寧な言い方をしたほうがいいのです。相手によって話し方を変えることを意識すると、日本語会話でのコミュニケーションが円滑になります。

Orang Jepang mengganti gaya bahasanya tergantung pada lawan bicaranya. Ketika bertemu seseorang untuk pertamakalinya, atau seseorang yang lebih tua, Anda harus menggunakan bahasa sopan untuk menunjukkan rasa hormat. Dengan keluarga dan teman, Anda dapat berbicara lebih akrab dengan bahasa yang santai. Jika Anda tidak menggunakan bahasa yang tepat, komunikasi dengan lawan bicara akan menjadi canggung. Sebagai contoh, salam sapaan. Saat seseorang yang lebih tua menyapa Anda dengan sapaan "Ohayoo (Pagi)", dan Anda membalasnya dengan kata yang sama "Ohayoo (Pagi)", Anda akan dianggap tidak sopan. Lebih baik Anda membalas sapaan tersebut dengan bahasa yang lebih sopan, yaitu "Ohayoo gozaimasu (Selamat pagi)". Jika Anda memiliki kesadaran untuk mengubah gaya bahasa berdasarkan orang yang diajak bicara, komunikasi Anda menggunakan bahasa Jepang akan menjadi lebih natural.

คนญี่ปุ่นจะเปลี่ยนวิธีพูดไปตามคู่สนทนา สำหรับคนที่พบกันครั้งแรกหรือคนที่มีศักดิ์สูงกว่า จะพูดด้วยภาษาที่สุภาพแสดงความเคารพยกย่อง สำหรับคนในครอบครัวหรือเพื่อน จะใช้วิธีพูดที่กันเอง แบบสนิทสนม หากพูดไม่ถูกวิธี อาจทำให้การสื่อสารนั้นสะดุดได้ เช่น คำทักทาย ผู้ที่อาวุโสกว่าพูดว่า "โอฮาโย" หากคุณตอบกลับแบบเดียวกันว่า "โอฮาโย" ก็จะเป็นการเสียมารยาท คุณจะต้องพูดด้วยถ้อยคำที่สุภาพว่า "โอฮาโยโกไซมัส" หากเราตระหนักอยู่เสมอว่าต้องเปลี่ยนวิธีพูดให้เหมาะกับคู่สนทนา จะทำให้การสื่อสารด้วยภาษาญี่ปุ่นของเราราบรื่น

Người Nhật thay đổi cách nói tuỳ theo đối tượng đang nói chuyện. Đối với những người mới gặp lần đầu, những người lớn hơn thì người Nhật dùng kính ngữ để thể hiện lòng kính trọng, còn đối với gia đình, bạn bè thì sử dụng những cách nói thông thường để thể hiện mối quan hệ thân thiết. Nếu chúng ta dùng sai những cách nói này thì giao tiếp của chúng ta sẽ không khớp. Ví dụ như người lớn chào chúng ta「おはよう」nếu như chúng ta cũng chào lại là「おはよう」thì sẽ rất thất lễ. Các bạn nên sử dụng cách nói lịch sự「おはようございます」Nếu chúng ta biết ý thức thay đổi cách nói tuỳ theo đối tượng, giao tiếp tiếng Nhật của chúng ta sẽ trở nên suôn sẻ hơn.

Unit 5

会話が長くなり、内容がより具体的になります。ことわざ・慣用句を使った遊び心のある会話も学びましょう。敬語や気遣いのある表現も練習しましょう。

Percakapan akan lebih panjang dan isinya akan lebih spesifik. Mari kita pelajari juga percakapan yang menyenangkan dengan menggunakan peribahasa serta idiom. Selain itu, mari berlatih juga ungkapan yang mengandung ragam hormat dan kepedulian.

บทสนทนาจะยาวขึ้นและมีเนื้อหาที่เป็นรูปธรรมมากขึ้น มาเรียนรู้บทสนทนาที่มีการเล่นคำสุภาษิต สำนวนกัน และฝึกฝนการใช้ภาษาสุภาพและสำนวนที่เอาใจใส่คู่สนทนา

Đoạn hội thoại dài hơn, nội dung cụ thể hơn. Chúng ta cùng học những đoạn hội thoại sử dụng nhiều thành ngữ, tục ngữ, lối nói chơi chữ. Đồng thời cũng luyện tập sử dụng kính ngữ và cách nói giữ kẽ.

レベル 5	初級	初中級	中級
	Tingkat Dasar ชั้นต้น Sơ cấp	Tingkat Dasar-menengah ชั้นต้น-กลาง Sơ trung cấp	Tingkat Menengah ชั้นกลาง Trung cấp

◎尊敬語 / 謙譲語	Ragam Hormat Honorifik/ Ragam Hormat Merendahkan Diri	คำสุภาพแบบยกย่อง/ คำสุภาพแบบถ่อมตน	Kính ngữ/ Khiêm nhường ngữ
◎擬音語 / 擬態語	Onomatope	คำเลียนเสียง/ คำเลียนอาการ	Từ tượng thanh/ Từ tượng hình
◎ことわざ	Peribahasa	สุภาษิต	Tục ngữ
◎慣用句	Idiom	สำนวน	Thành ngữ

◎～ておいて
◎～てくれるなら
◎～ことだ
◎～以上に
◎～次第
◎～以来
◎～つつ etc

section 1 

1 A：来週は、しばらく北海道なんだ。
B：へー、夏の北海道か。いいね。旅行？
A：ただの出張。でも、おいしいもの食べたいな。
B：お土産、よろしく。期待してるから。

2 A：うわー、日焼けしたね。どこか行ってきたの？
B：うん、ちょっとハワイ①にね…。
A：え、本当？
B：行きたいな～と思いながら、プールで日焼け。

3 A：薬局って、このへんにありましたっけ？
B：えーと、駅のそば。南口にありましたね。
A：あ、そうでした。この時間、まだ開いてますかね。
B：ええ、開いてるはずですね。24時間営業だから。

4 A：日本に来て一番びっくりしたことってなに？
B：ビックリしたことね。食事のときに静かなことかな。
A：そう？　静かかなー。それが当たり前で気が付かなかった。
B：うん。電車の中とかも静かでびっくりした。

5 A：ブランド品はやっぱりアフターケアがいいよね。
B：そうそう！
A：この前、かばんの持ち手が壊れたとき、すぐに直してくれたしね。
B：え、持ち手が取れちゃったの？　ブランド品なのに？

（コンビニで公共料金の支払い）

6 A：これ、払えますか？
B：こちらは郵便局専用の払込み用紙になってますので…。
A：あー、そうですか。じゃー、これは大丈夫ですか？
B：はい。大丈夫です。2680円ですね。

① ➡ p.150

1

A : Aku akan ke Hokkaido sementara mulai minggu depan.

B : Wah, Hokkaido di musim panas, ya. Senangnya. Wisata, kah?

A : Cuma dinas biasa. Tapi aku ingin makan makanan yang enak di sana.

B : Jangan lupa bawakan oleh-oleh, ya. Aku mengharapkannya.

A : อาทิตย์หน้า จะไปฮอกไกโดล่ะ ไม่ได้ไปนานแล้ว

B : เหรอ ได้ไปฮอกไกโดหน้าร้อน ดีจัง ไปเที่ยวเหรอ

A : ไปดูงานน่ะ แต่อยากกินของอร่อย ๆ ด้วย

B : อย่าลืมของฝากนะ จะรอนะ

A : Tuần sau mình đi Hokkaido vài bữa.

B : Thật hả? Hokkaido vào mùa hè. Thích quá! Anh đi du lịch hả?

A : Mình đi công tác thôi. Nhưng muốn ăn cái gì đó ngon ngon.

B : Nhớ mua quà cho mình nhé. Mong quà của anh.

2

A : Wah, kulitmu gosong (harfiah: terbakar matahari). Habis bepergian jauh?

B : Enggak, cuma Hawai ini.

A : Hah, benarkah?

B : Iya, pikirannya saja yang ke sana. Kalau kulit gosongnya sih didapat di kolam renang.
(harfiah: aku membakar kulitku sambil berandai-andai pergi ke Hawai.)

A : โอ้โห ผิวเกรียมเลย ไปไหนมางั้นเหรอ

B : อ้อ ไปเที่ยวฮาวายมาน่ะ

A : เหรอ

B : อยากไปมั่งจัง แต่ได้แค่อาบแดดที่สระว่ายน้ำ

A : Trời, sao đen dữ vậy! Mới đi đâu về hả?

B : Ừm, mình mới đi Hawaii về.

A : Thiệt không đó?

B : Thì nghĩ là muốn đi nhưng thực ra là đi bơi nên bị đen.

3

A : Di sekitar sini ada apotik kan, ya?

B : Hmm, ada di sebelah stasiun. (Seingatku) ada di pintu keluar selatan, ya.

A : Ah, benar! Kira-kira sekarang masih buka tidak, ya?

B : Tentu, seharusnya masih buka. Apotik itu buka 24 jam.

A : ร้านขายยา แถวนี้มีไหม

B : เอ่อ ข้างสถานีรถไฟ น่าจะมีตรงทางออกทิศใต้นะ

A : จริงด้วยสิ เวลานี้ ไม่รู้ยังเปิดอยู่หรือเปล่า

B : น่าจะเปิดอยู่นะ เห็นว่าเปิดตลอด24 ชั่วโมง

A : Gần đây có tiệm thuốc tây nào không nhỉ?

B : Để xem, bên cạnh nhà ga. Ở cửa phía Nam có một cái thì phải.

A : Ừ, đúng rồi. Giờ này còn mở cửa không nhỉ?

B : Có, chắc chắn còn mở cửa. Cửa hàng này mở cửa 24 tiếng.

4

A : Apa hal di Jepang yang paling membuatmu terkejut?

B : Yang paling mengejutkan, ya? Orang-orang yang begitu tenang saat makan, kurasa.

A : Benarkah? Tenang, ya. Aku tidak menyadarinya karena menurutku itu hal yang wajar.

B : Benar. Aku juga terkejut karena di dalam kereta pun sangat tenang.

A : ตั้งแต่มาที่ญี่ปุ่นมีอะไรที่ทำให้รู้สึกประหลาดใจมากที่สุด

B : เรื่องที่ประหลาดใจเหรอ เวลากินอาหารจะเงียบมากละมั้ง

A : เหรอ เงียบเหรอ นึกว่าเป็นเรื่องปกติทั่วไป ไม่รู้เลยนะเนี่ย

B : ใช่ ในรถไฟฟ้าก็เงียบมากจนน่าแปลกใจ

A : Đến Nhật cái gì làm anh ngạc nhiên nhất?

B : Điều làm mình ngạc nhiên hả? Khi ăn uống thì người Nhật yên lặng quá.

A : Thế à? Có yên lặng không ta? Có lẽ ở Nhật điều đó là bình thường nên không nhận ra.

B : À, mình cũng bất ngờ vì trên xe điện người ta cũng yên lặng quá.

5

A : (Memang benar) kalau barang bermerek itu garansi perawatannya bagus, ya.

B : Benar sekali!

A : Belum lama ini mereka juga langsung memperbaiki saat tali tasku rusak.

B : Wah, tali tasmu rusak? padahal itu barang bermerek, kan?

A : สินค้าพวกแบรนด์เนม มักจะมีบริการหลังการขายที่ดี

B : ใช่ ๆ

A : วันก่อน หูกระเป๋าพัง เขาก็ซ่อมให้ได้ทันที

B : อะไรนะ หูกระเป๋าหลุดเหรอ ของแบรนด์เนมเนี่ยนะ

A : Hàng có thương hiệu nên dịch vụ chăm sóc khách hàng có khác, rất tốt.

B : Ừm, thiệt.

A : Hôm nọ, cái quai giỏ xách bị hư, mang đến họ sửa ngay cho mình.

B : Gì? Quai bị bung ra hả? Hàng hiệu mà dở thế?

6

(Pembayaran Tagihan Utilitas di Minimarket)

A : Bisa bayar pakai ini?

B : Mohon maaf, ini formulir khusus untuk pembayaran di kantor pos.

A : Ah, begitu, ya. Kalau dengan ini, bisa?

B : Ya, bisa. Totalnya 2680 yen.

(จ่ายเงินค่าสาธารณูปโภคที่ร้านสะดวกซื้อ)

A : อันนี้ ชำระได้ไหมครับ

B : นี่เป็นแบบฟอร์มสำหรับชำระที่ ที่ทำการไปรษณีย์โดยเฉพาะน่ะคะ

A : อ้อ เหรอครับ ถ้างั้นอันนี้ล่ะ จ่ายได้ไหมครับ

B : ได้ค่ะ 2680 เยน

(Thanh toán hóa đơn tiền dịch vụ tại cửa hàng tiện lợi)

A : Cho tôi thanh toán hóa đơn này.

B : Cái này là tờ thanh toán dùng cho bưu điện nên ....

A : À, thế hả? Thế cái này trả ở đây được không?

B : Vâng được ạ. Của anh 2,680 yên.

section 2 42

1 A：ねーねー、あの丸い眼鏡をかけてマフラーしている男の人…。どっかで見たことない？

B：あー、あの人ね。隣のコンビニの店長でしょう。

A：あ、そうだね。制服じゃないとわかんないね。

B：うん。意外とおしゃれなんだね。

2 A：低カロリーで健康にいい食べ物ってなんでしょうか？

B：そうだな～、こんにゃくとか豆腐とか…。

A：なんだか、値段の安いものばかりですね。

B：そうそう、ぜいたくしなくても健康になれるんだよね。

（歯医者で）

3 A：あー、奥歯が虫歯になってますねー。痛みますか？

B：はい、時々、ズキズキ②します。

A：じゃ、麻酔をして、悪いところを削っていきますね。

B：はい。お願いします。

4 A：ハックション！　ハックション！

B：あれ？　花粉症？

A：いや。この卵料理、こしょうが効いてて。ハックション！

B：誰かが噂してる③のかもよ。

（書店で）

5 A：わー、手帳、いっぱい並んでますね。いろんな種類がありますね。

B：ホントですね。私は毎年これ。月曜始まりがいいんです。

A：僕はこのB6サイズのが好きです。月カレンダーで全体がよく見えて。

B：手帳カバーも重要ですよね。何色にしようかな。

6 A：これから毎朝、みそ汁を作ってくれない④？

B：え？　それってプロポーズ？　逆に作ってくれるなら。

A：え？　うん、うん。作る。毎日、作るよ。

B：ははは。はい！　よろしくお願いします。

②③④ ➡ p.150

1

A : Eh, eh, orang yang memakai kacamata bulat dan syal itu... Sepertinya kita pernah melihatnya, kan?
B : Ah, orang itu, ya? Dia kan manajer minimarket sebelah.
A : Ah, benar juga. Aku tidak mengenalinya karena dia tidak memakai seragam.
B : Ya, tidak kusangka dia cukup bergaya dalam berpakaian, ya.

A : นี่ ผู้ชายที่สวมแว่นกลมมีผ้าพันคอ คุ้น ๆ เคยเห็นที่ไหนรึเปล่าน้า
B : อ้อ คนนั้นเหรอ ก็ผู้จัดการร้านสะดวกซื้อข้างบ้านไง
A : เออจริงสิ พอไม่ได้ใส่ชุดยูนิฟอร์มแล้วดูไม่ออกเลย
B : ใช่ ท่าทางแต่งตัวเก่งเหมือนกันนะ

A : Nè, nè, cái anh đeo mắt kiếng tròn, quàng khăn kia hình như gặp ở đâu rồi thì phải.
B : À, anh đó hả. Anh làm chủ cửa hàng tiện lợi bên cạnh.
A : Ừ, đúng rồi ha. Không mặc đồng phục chả nhận ra là ai.
B : Ừm, không ngờ lại ăn mặc mốt như vậy.

2

A : Makanan apa yang rendah kalori dan baik untuk tubuh?
B : Hmm, apa ya... Jeli konnyaku, tahu... Apa lagi, ya?
A : Wah, yang murah-murah, ya.
B : Benar, enggak harus mewah untuk sehat, kan?

A : อาหารที่แคลอรีต่ำและดีต่อสุขภาพคืออะไรคะ
B : นั่นสินะ บุก เต้าหู้ แล้วก็...
A : แปลกจัง เหมือนจะเป็นของราคาถูกทั้งนั้นเลย
B : ใช่ ๆ ไม่ต้องเสียเงินเยอะก็มีสุขภาพดีได้ไงล่ะ

A : Thực phẩm nào ít calori mà tốt cho sức khỏe?
B : Để tôi nghĩ xem... Konnyaku và đậu hũ chẳng hạn...
A : Có vẻ như toàn đồ rẻ tiền.
B : Đúng rồi, không cần mắc tiền mà vẫn tốt cho sức khỏe.

(Di Dokter Gigi)

3

A : Wah, gigi geraham Anda berlubang, ya. Apakah Anda merasakan sakit?
B : Benar, Dok, terkadang nyut-nyutan.
A : Kalau begitu, saya akan menyuntik obat bius dan membuang bagian-bagian yang buruk, ya.
B : Baik, Dok.

(ที่ร้านหมอฟัน)

A : อ้าว นี่ฟันกรามเหมือนจะผุแล้วนะ ปวดไหม
B : ค่ะ บางทีก็ปวดจี๊ด ๆ
A : ถ้างั้นจะฉีดยาชา แล้วขูดตรงที่เสียออกนะครับ
B : ค่ะ รบกวนด้วยค่ะ

(tại phòng khám nha khoa)

A : À, răng hàm của chị bị sâu. Chị có thấy đau không?
B : Dạ, lâu lâu bị nhức.
A : Tôi chích thuốc tê và nạo đi chỗ sâu nhé.
B : Vâng ạ. Bác sĩ làm giúp em.

4

A : Hatsyi! Hatsyi!
B : Wah? Alergi bunga?
A : Bukan, tapi banyak lada di masakan telur ini. Hatsyi!
B : Mungkin ada yang lagi ngomongin kamu.

A : ฮัดเช่ย ฮัดเช่ย
B : อ้าว แพ้ละอองเกสรเหรอ
A : เปล่า อาหารไข่นี่มีพริกไทยเยอะ ฮัดเชย
B : บางทีอาจจะมีใครนินทาอยู่ก็ได้นะ

A : Hắt xì! Hắt xì!
B : Ủa? Anh bị dị ứng phấn hoa à?
A : Không phải, món trứng này mùi tiêu nồng quá. Hắt xì!
B : Có lẽ có ai đó đang nhắc đến anh cũng không chừng.

(di Toko Buku)

5

A : Wah, buku agendanya banyak (harfiah: berjajar). Banyak macamnya, ya.
B : Iya, ya. Saya selalu membeli yang ini setiap tahun. Saya menyukai agenda yang diawali hari Senin.
A : Kalau saya lebih suka yang berukuran B6 ini. Semuanya terlihat dengan jelas karena berbentuk kalender bulanan.
B : Sampul agenda juga penting, bukan? Pilih yang warna apa, ya?

(ที่ร้านหนังสือ)

A : โอ้ สมุดไดอารี่ วางเรียงรายเต็มไปหมด นานาชนิดเลยครับ
B : จริงด้วยค่ะ ฉันซื้อนี่ทุกปี เริ่มต้นสัปดาห์ที่วันจันทร์ดีกว่า
A : ผมชอบขนาดB6นี่ ปฏิทินรายเดือนทำให้เห็นภาพรวม
B : ปกไดอารี่ก็สำคัญนะคะ เอาสีอะไรดีน้า

(Tại nhà sách)

A : Ôi, nhiều sổ tay quá. Có nhiều loại quá.
B : Ừ ha. Mỗi năm tôi dùng loại này. Bắt đầu bằng thứ hai nên tôi thích lắm.
A : Mình thì thích sổ tay khổ B6. Thấy được hết lịch của tháng.
B : Bìa sổ tay cũng quan trọng lắm. Không biết chọn màu nào đây?!

6

A : Maukah kamu membuatkanku sup miso setiap pagi mulai sekarang?
B : Hah? Kamu melamarku? Bagaimana kalau kamu yang membuatkanku sup miso?
A : Apa? Baik, baik, aku akan membuatkannya untukmu. Setiap hari. Pasti aku buatkan.
B : Hahaha, ya! Aku terima lamarannya!

A : จากนี้ไปทุกเช้าช่วยทำซุปมิโสะให้กินได้ไหม
B : โอ๊ะ นี่มาขอแต่งงานเหรอ กลับกันเสียแล้ว ให้เธอทำให้ฉันกินดีกว่านะ
A : โอ๊ะ ได้ ได้ ทำ จะทำให้ทุกวันเลย
B : ฮ่า ฮ่า ฮ่า ฝากเนื้อฝากตัวด้วยนะคะ

A : Từ nay mỗi ngày em nấu súp miso cho anh nhé?
B : Hả? Ý anh muốn cầu hôn em hả? Anh nấu súp cho em thì em nhận lời.
A : Trời! Thôi được rồi. Anh sẽ nấu cho em mỗi ngày.
B : Ha ha ha! Được, Em đồng ý.

（仕事中の電話）

1 A：はい。さくらファミリー株式会社、林でございます。

F B：お世話になっております。未来株式会社の高橋です。

A：お世話になっております。

B：総務部の山本部長様、いらっしゃいますでしょうか。

2 A：あれ？　この時計、くるってない？

C B：うん。わざと5分早くしてるの。遅刻しないように。

A：でも、あまり効果ないよね。田中さんいつもぎりぎりじゃない。

B：あー、ごめん。気をつけるよ。

3 A：もう一度、最終チェックしようか。

D B：そうですね。念のため。ミスがあったら二度手間[5]ですからね。

A：そうだね。急がば回れ[6]だ。

B：はい。じゃ、リストのチェックから始めましょうか？

4 A：洗濯物、乾いてる？

C B：うーん。どうかな。少しまだ湿ってるかな。

A：思った以上に時間かかるね。

B：そうだね。気温と湿度次第だね。

5 A：参加者名簿の作成、明日までにお願いできる？

D B：あ、すみません。申請書の締め切りが明日までで、明後日でよければ。

A：忙しそうだね。じゃ、いいや。他の人に頼むよ。

B：すみません。今は猫の手も借りたい[7]ぐらいなんです。

6 A：課長、おはようございます。

D B：おはよう。

A：昨日はごちそうさまでした。色々なお話を伺えて、楽しかったです。

B：楽しかったね。また行きましょう。

⑤⑥ ➡ p.150 ⑦ ➡ p.151

(Telepon Saat Bekerja)

1 A : Halo, dengan Hayashi dari Perusahaan Sakura Family.
B : Halo, saya Takahashi dari Perusahaan Mirai. Bagaimana kabar Anda?
A : Kabar saya baik, terima kasih.
B : Apakah Bapak (Manajer) Yamamoto ada di tempat?

2 A : Lo? Jam ini rusak, ya?
B : Enggak, kok. Aku sengaja membuatnya lebih cepat 5 menit. Supaya tidak terlambat.
A : Tapi kayaknya enggak ada efeknya. Bukankah kamu datangnya selalu mepet, Tanaka?
B : Oh, maaf, aku akan lebih berhati-hati.

3 A : Apakah kita perlu melakukan pengecekan final sekali lagi?
B : Ya, untuk berjaga-jaga. Kalau sampai ada kesalahan, kita harus mengulanginya dari awal lagi, bukan?
A : Kamu benar. Biar lambat asal selamat.
B : Benar. Bagaimana kalau kita mulai dari daftarnya?

4 A : Apakah cuciannya sudah kering?
B : Hmm, aku enggak yakin. Kurasa masih sedikit lembap.
A : Tidak kusangka ternyata butuh waktu lama, ya.
B : Iya, tergantung suhu dan kelembapannya, kan?

5 A : Bisa minta tolong buatkan daftar nama peserta? Paling lambat besok.
B : Aduh, maaf. Tenggat waktu pendaftarannya besok, jadi mungkin aku baru bisa menyelesaikannya lusa.
A : Sepertinya kamu sibuk, ya. Baiklah, aku akan meminta tolong pada yang lain.
B : Maaf, ya. Kalau saja tanganku ada 4...

6 A : Selamat pagi, Pak (Kepala Seksi).
B : Pagi.
A : Terima kasih untuk jamuannya kemarin. Saya sangat senang bisa mendengar berbagai cerita.
B : Ya, kemarin sangat menyenangkan, ya. Kapan-kapan kita pergi lagi,ya!

(โทรศัพท์ระหว่างทำงาน)

A : ครับ บริษัทซากุระแฟมิลี่ ผมฮายาชิกำลังพูดครับ
B : สวัสดีค่ะ ทาคาฮาชิจากบริษัทมิราอิค่ะ
A : ขอความกรุณาด้วยครับ
B : คุณยามาโมโตะ ผู้จัดการฝ่ายบริหารทั่วไป อยู่ไหมคะ

A : อ้าว นาฬิกานี่ เพี้ยนรึเปล่า
B : เปล่า ตั้งไว้เร็วกว่าเวลา 5 นาที จะได้ไม่ไปสาย
A : แต่ไม่ค่อยได้ผลไหม คุณทานากะมักจะมาแบบจวนเจียนทุกทีนี่นา
B : อ่า ขอโทษนะ จะระมัดระวังไม่ให้เกิดขึ้น

A : มาตรวจสอบขั้นสุดท้ายอีกทีไหม
B : นั่นสิ เผื่อไว้ หากมีข้อผิดพลาด ก็จะได้ไม่เสียเวลาหลายรอบค่ะ
A : จริงสินะ เขาว่ายิ่งรีบยิ่งต้องอ้อม
B : ค่ะ ถ้างั้นเรามาเริ่มตั้งแต่ตรวจสอบรายการกันเลยนะคะ

A : ผ้าที่ตากไว้ แห้งไหม
B : ไม่รู้สิ เหมือนยังชื้น ๆ อยู่รึเปล่า
A : เสียเวลามากกว่าที่คิดนะ
B : นั่นสินะ ขึ้นอยู่กับอุณหภูมิกับความชื้นเลย

A : การจัดทำรายชื่อผู้เข้าร่วม ขอภายในวันพรุ่งนี้ได้ไหม
B : เออ ขอโทษ เนื่องจากรับสมัครถึงวันพรุ่งนี้ จะทำให้ได้ก็วันมะรืนนะ
A : ท่าทางยุ่งมากเลยนะ งั้นไม่เป็นไร เดี๋ยวไปขอร้องคนอื่นแล้วกัน
B : ขอโทษนะ ตอนนี้ยุ่งขนาดอยากจะยืมมือแมวมาช่วยเลยค่ะ

A : หัวหน้า สวัสดีครับ
B : หวัดดี
A : เมื่อวานนี้ขอบคุณสำหรับอาหาร ได้ฟังเรื่องราวต่าง ๆ สนุกมากเลยครับ
B : สนุกเหมือนกัน ไว้ไปกันใหม่นะ

(Điện thoại reo trong giờ làm việc)

A : Dạ, Hayashi công ty Sakura Family xin nghe ạ.
B : Dạ, xin chào anh. Tôi là Takahashi, công ty Mirai.
A : Dạ chào anh.
B : Cho tôi nói chuyện với ông Yamamoto bộ phận tổng vụ được không ạ?

A : Ủa, đồng hồ này chạy sai phải không?
B : Không phải, em cố tình cho nó chạy sớm 5 phút. Để khỏi bị trễ.
A : Nhưng chị nghĩ cũng không có tác dụng. Tanaka lúc nào cũng để sát nút.
B : Xin lỗi... Em sẽ chú ý.

A : Để em kiểm tra lại lần cuối nhé.
B : Ừm, em xem giùm. Lỡ có gì thì sửa kịp chứ làm đi không bằng làm lại.
A : Anh nói đúng. Người ta bảo "Dục tốc bất đạt".
B : Ừm, Chúng ta bắt đầu kiểm tra từ danh sách.

A : Quần áo đã khô chưa?
B : Ừm,... Chả biết. Vẫn còn hơi ẩm.
A : Tưởng nhanh ai ngờ lâu nhỉ.
B : Ừm, tùy vào nhiệt độ với độ ẩm ngoài trời nữa.

A : Em làm giùm anh danh sách người tham gia được không?
B : Ôi, em xin lỗi. Hạn đăng ký của đơn này là ngày mai. Nếu được ngày mốt em làm cho anh...
A : Bận quá hen. Thôi được rồi. Để anh nhờ người khác vậy.
B : Xin lỗi anh. Thời điểm này em bận tối mắt tối mũi.

A : Chào sếp.
B : Chào cậu.
A : Hôm qua cám ơn sếp đã mời em ăn cơm. Được nghe nhiều chuyện em rất vui.
B : Ừ, vui ha. Mai mốt đi nữa nhé.

section 4

44

1 A：今、ピンポーン[8]って鳴らなかった？
C B：え～、気のせいじゃない？
A：ちょっと、見てきてくれない？
B：も～、気になる人が自分で見てくれば～。

2 A：ねー、シャツ見て。これとこれ、今日どっちの方がいいと思う？
C B：どっちかって言えば、こっちかな。
A：そう？　でも、こっちの方がよくない？
B：なーんだ！　人に聞いといて、もう決まってるんだ！

3 A：あれ？　このリモコン、壊れてませんか？
D B：あれ、さっき電池かえたのに？
A：うん、変ですね。
B：電池の向きが違うのかな？

4 A：明日の約束忘れないでね。
C B：大丈夫だよ。たぶん…。
A：え、たぶん？
B：冗談。私、忘れたことないから。

5 A：そう言えば、昨日、佐藤さんに会いましたよ。
B：へー、元気でしたか？
A：はい、全然変わってなかったです。
B：へえ、それ、いい意味ですか？

6 A：ねー、歯に青のりついてない？
C B：うん、大丈夫。私は？
A：あ、なんか、右のほうについてるよ。
B：ありがとう。助かったよ。

⑧ ➡ p.151

1

A : Eh, barusan ada bunyi bel, ya?
B : Betulkah? Bukan cuma perasaanmu saja?
A : Bisa kamu lihat ke sana?
B : Enggak mau, ah. Yang melihat seharusnya orang yang penasaran, dong.

A : เมื่อกี้ได้ยินเสียงกริ่งหรือเปล่า
B : เอ๊ะ หูแว่วไปรึเปล่า
A : ไปดูให้หน่อยสิ
B : โอย ใครที่กังวลน่าจะไปดูเองสิ

A : Hình như ai bấm chuông kêu bing bong thì phải.
B : Làm gì có, chỉ tưởng tượng.
A : Em đi xem giùm anh coi ai được không?
B : Thôi đi, anh muốn biết thì đi mà xem.

2

A : Hei, lihat baju ini. Mana yang bagus untuk dipakai hari ini, ya? Yang ini, atau yang ini?
B : Kalau disuruh memilih, mungkin yang ini.
A : Begitu, ya? Bukannya yang ini lebih bagus?
B : Apaan, sih. Pakai tanya segala, padahal sudah memutuskan sendiri.

A : นี่ ดูเสื้อเชิ้ตนี่ ตัวนี้กับตัวนี้ วันนี้ใส่ตัวไหนดี
B : ถ้าให้เลือก คิดว่าตัวนี้นะ
A : งั้นเหรอ แต่ ตัวนี้ไม่ดีกว่าเหรอ
B : โธ่ จะมาถามคนอื่นทำไม ในเมื่อเลือกมาแล้ว

A : Nè, em xem giùm anh. Cái này với cái này. Em nghĩ hôm nay anh nên mặc cái nào?
B : Nếu là em thì em sẽ mặc cái này.
A : Thật hả? Thấy cái này cũng đẹp mà phải không?
B : Trời ơi! Đã chọn rồi thì hỏi người khác làm gì.

3

A : Aduh, remote ini rusak, ya?
B : Masa? Padahal baterainya barusan aku ganti.
A : Iya, aneh, ya.
B : Mungkin arah baterainya terbalik?

A : เอ๊ะ รีโมทอันนี้ เสียหรือเปล่าคะ
B : เอ๊ะ เมื่อกี้เพิ่งจะเปลี่ยนถ่านเอง
A : ใช่ แปลกจังนะคะ
B : ใส่ถ่านกลับด้านรึเปล่า

A : Kỳ vậy ta! Cái điều khiển này bị hư rồi hả?
B : Ủa, mới thay pin mà sao kỳ vậy.
A : Ừm, kỳ quá ta.
B : Pin có bị ngược không ta?

4

A : Jangan lupa janjian besok, ya!
B : Tenang saja, aku tidak akan lupa. Mungkin, sih...
A : Hah? Kok mungkin?
B : Aku cuma bercanda. Aku tidak pernah lupa, kok.

A : อย่าลืมที่นัดกันพรุ่งนี้นะ
B : ไม่ลืม คิดว่านะ
A : หา คิดว่าเหรอ
B : ล้อเล่น ฉันไม่เคยลืมหรอกน่า

A : Đừng có quên hẹn ngày mai nhé.
B : Không sao đâu. Có lẽ…
A : Cái gì? Chỉ có lẽ thôi à?
B : Nói giỡn thôi. Làm gì có chuyện quên.

5

A : Oh iya, baru ingat, kemarin aku ketemu Sato, lo.
B : Benarkah? Bagaimana kabarnya?
A : Yah, dia sama sekali enggak berubah.
B : Maksudmu? (harfiah: Apakah itu hal yang bagus?)

A : ว่าแต่ เมื่อวานนี้ เจอคุณซาโต้ด้วยครับ
B : เหรอ เขาสบายดีไหมคะ
A : ฮื่อ ไม่เปลี่ยนเลยครับ
B : เหรอ ที่พูดนี่ในความหมายดีรึเปล่าคะ

A : À, hôm qua tôi có gặp anh Sato.
B : Thật hả? Anh ấy khỏe không?
A : Khỏe, không khác chút nào.
B : Vậy là ý gì? Ý tốt hay ý xấu?

6

A : Eh, apakah ada rumput laut yang terselip di gigiku?
B : Enggak, aman. Bagaimana denganku?
A : Ah, aku lihat ada di sebelah kanan.
B : Terima kasih. Sekarang aman, deh. (harfiah: aku sangat tertolong)

A : นี่ มีสาหร่ายติดฟันหรือเปล่า
B : ไม่มีนะ แล้วฉันล่ะ
A : อ๊ะ มีอะไรติดอยู่ที่ข้างขวา
B : ขอบใจ ค่อยยังชั่ว

A : Nè, răng chị có dính rong biển không?
B : Không, không có. Còn em thì sao?
A : Có, ở bên phải có dính.
B : Cám ơn. Tốt quá.

section 5 45

1 A：あー。消えちゃった！
C B：どうしたの？
A：インスタ、アップしようとしてるんだけど、消えちゃった。
B：あー、あるある。この前、私も2回連続で消えて、心折れたよ⑨。

2 A：もしもし？　もしもし？
C B：あー、スマホのバッテリーが切れそう。どうしよう。
A：モバイルバッテリーとか持ってないの？
B：あー、持ってる、持ってる！　ちょっと待ってて。

3 A：もしもし。山田です。着信⑩あったんですけど。
D B：あ、山田くん、ごめん。さっき間違えてかけちゃって。
A：あ、そうでしたか。
B：ごめんね。わざわざ、かけ直してくれて。

（観光地で）

4 A：あ、このサイン見て。ここドローン禁止なんだ。
C B：本当だ。確かに眺めがいいし、撮りたい人もいるだろうね。
A：ここ神社だし、山の上だから風もあるし。
B：そうだね。危ないからね。

5 A：昨日のしゃぶしゃぶ、食べ飲み放題で2980円だったよ。
C B：けっこう安いね。なんてお店？
A：名前は何だったかな。中野駅、しゃぶしゃぶで検索すると出てくるよ。
B：あ、ここかな。すごい！　4.3ポイント。人気店だね。

6 A：このパソコン、誰か使ってますか？
D B：あ、それ落とし⑪といて。
A：あれ、このWord、どうしましょう。
B：あ、保存しといて。

⑨⑩⑪ ➡ p.151

1

A : Gawat, hilang, deh...
B : Ada apa?
A : Ini nih Instagram, aku sedang mengunggah foto, malah hilang...
B : Ah, itu juga terjadi padaku. Punyaku hilang sampai 2 kali, bikin sakit hati.

A : อ้าว หายไปแล้ว
B : เกิดอะไรขึ้นเหรอ
A : กำลังจะลงรูปในอินสตาแกรม หายไปเสียแล้ว
B : อ้อ ฉันก็เคยมีเหมือนกัน ก่อนหน้านี้ ฉันก็เคยทำหายติดกันสองครั้ง หัวใจสลายเลย

A : Á, chết thật.
B : Có chuyện vì vậy?
A : Định đăng lên Instagram mà nó biến đâu mất rồi.
B : Ừ, mình cũng thường bị vậy. Trước đây, có hai lần liên tiếp bị mất, buồn muốn chết.

2

A : Halo? Halo?
B : Aduh, baterai ponselku hampir habis, nih. Bagaimana ini?
A : Apa kamu punya semacam powerbank?
B : Ah, iya, aku punya! Tunggu sebentar, ya.

A : ฮัลโหล ฮัลโหล
B : อ้อ แบตโทรศัพท์ใกล้หมด ทำไงดี
A : ไม่มีแบตสำรองเหรอ
B : อ้อ มี มี รอเดี๋ยวนะ

A : A lô, a lô!
B : Ôi, điện thoại sắp hết pin rồi. Làm sao bây giờ.
A : Anh có mang theo cái gì như pin điện thoại không?
B : À, có chứ. Đợi tôi chút nhé.

3

A : Halo, ini Yamada. Barusan saya menerima panggilan tidak terjawab.
B : Ah, Yamada, maaf ya. Tadi aku salah sambung.
A : Oh, begitu, ya?
B : Iya, maaf, ya. Sampai-sampai kamu menelepon balik.

(Di Tempat Wisata)

A : Hei, lihat tanda ini. Drone ternyata dilarang.
B : Benar. Pemandangannya bagus, sih, jadi banyak orang yang ingin mengambil gambarnya.
A : Di sini kuil, dan karena terletak di atas gunung, pasti berangin.
B : Iya, jadinya berbahaya.

A : ฮัลโหล ยามาดะพูด เมื่อกี้เห็นมีโทรศัพท์มาน่ะครับ
B : อ้อ คุณยามาดะ ขอโทษที เมื่อกี้นี้โทรผิด
A : อ้าวงั้นเหรอครับ
B : ขอโทษนะ ที่ทำให้เสียเวลาโทรกลับมา

(ที่สถานที่ท่องเที่ยว)

A : อ้าว ดูสัญลักษณ์นี้ ที่นี่ห้ามใช้โดรนนี่นา
B : จริงด้วย ทิวทัศน์สวย คงมีคนอยากถ่ายกันเยอะนะ
A : ที่นี่เป็นศาลเจ้า อยู่บนเขา แล้วลมก็แรงด้วย
B : จริงด้วย อันตรายเนอะ

A : A lô. Tôi là Yamada, Tôi nhận được cuộc gọi nhỡ...
B : A, Yamada hả, xin lỗi nhé. Nãy chị gọi nhầm số.
A : Dạ, thế hả chị?
B : Xin lỗi nhé. Mất công em gọi lại cho chị.

(Ở khu du lịch))

A : Nè, nhìn cái bảng này đi. Ở đây cấm máy bay điều khiển từ xa.
B : Ừ nhỉ, Cảnh ở đây rất đẹp, có nhiều người muốn chụp hình ở đây lắm.
A : Ở đây có đền thờ Thần, trên núi nên có gió nữa.
B : Ừm, nguy hiểm lắm.

5

A : Shabu-shabu kemarin, makan minum sepuasnya 2980 yen, lo.
B : Lumayan murah, ya. Apa nama restorannya?
A : Apa ya namanya? Coba cari dengan kata kunci "Stasiun Nakano, shabu-shabu", nanti akan muncul.
B : Ah, ini, ya? Wah, hebat, poinnya 4,3! Populer juga restorannya.

A : ชาบูชาบูเมื่อวานนี้ กินไม่อั้น 2980เยนละ
B : ถูกมากเลย ชื่อร้านอะไร
A : ร้านอะไรน้า ลองสืบค้นคำว่า สถานีนากาโนะ ชาบูชาบูดูสิ น่าจะเจอ
B : อ๊ะ ที่นี่ละสิ สุดยอด ได้คะแนน4.3 ร้านยอดนิยมเลยนะเนี่ย

A : Lẩu nhúng tự chọn hôm qua ăn uống đã đời hết 2,980 yên.
B : Rẻ quá ha. Tên quán là gì?
A : Tên là gì nhỉ? Anh thử tìm quán lẩu nhúng ga Nakano là ra liền à.
B : À, chỗ này đúng không? Ghê thiệt, điểm đánh giá 4.3 điểm luôn. Nổi tiếng ghê.

6

A : Apakah ada yang sedang menggunakan komputer ini?
B : Oh, itu, matikan saja.
A : Tapi, file Word ini, harus diapakan?
B : Oh, tolong disimpankan.

A : คอมพิวเตอร์เครื่องนี้ มีใครใช้อยู่หรือเปล่า
B : อ๊ะ ช่วยปิดเครื่องให้หน่อย
A : อ้าว แล้วไฟล์เวิร์ดนี้ จะทำไง
B : อ้อ ช่วยเซฟเก็บไว้ให้หน่อย

A : Máy tính này ai đang sử dụng thế?
B : Ôi, anh tắt nó giùm tôi cái.
A : Văn bản Word này tính sao đây.
B : Lưu lại giùm tôi cái.

section 6

46

1 F
A：もしもし。今日(きょう)カットとシャンプーをお願(ねが)いしたいんですが…。
B：はい、ご予約(よやく)は何時(なんじ)ごろがよろしいでしょうか。
A：そうですね、じゃ、3時(さんじ)でお願(ねが)いできますか？
B：はい。大丈夫(だいじょうぶ)です。お名前(なまえ)うかがえますか？

（美容室(びようしつ)で）

2 F
A：今日(きょう)は、カット、どうなさいますか？
B：あのー、この写真(しゃしん)の髪型(かみがた)みたいにできますか？
A：ちょっとお借(か)りします。はい。かしこまりました。
B：お願(ねが)いします。

3 C
A：ジム、今日(きょう)は空(す)いてるけど、昨日(きのう)はすごく混(こ)んでたよ。
B：この時期(じき)、夏(なつ)に向(む)けて人(ひと)が増(ふ)えるんだよね。毎年(まいとし)そう。
A：そうね。使(つか)いたいマシーンが混(こ)んでて、順番待(じゅんばんま)ち。
B：朝(あさ)、早(はや)めに行(い)くのがいいかもね。

4 D
A：あ、もう出(で)なくちゃ。すみません。今日(きょう)は早(はや)めに失礼(しつれい)しようかと。
B：お、それはいいことだね。
A：はい、バレーボール、見(み)に行(い)くんです。日本対(にほんたい)イタリア戦(せん)。
B：え、それはすごいね。楽(たの)しんで。

5 F
A：へー、草間彌生(くさまやよい)さんってこういう絵(え)も描(か)くんだ。面白(おもしろ)いね。(パシャ)
B：すみません。フラッシュのご使用(しよう)はご遠慮(えんりょ)ください[12]。
A：あ、ごめんなさい。
B：フラッシュなしでしたら、撮(と)っていただいて結構(けっこう)です。

6 F
A：ピアノ、弾(ひ)けるんだ。上手(じょうず)だね。僕(ぼく)も習(なら)ってたよ。3歳(さい)から。
B：え！　すごいじゃん。
A：うん。4歳までだけどね。長(なが)い時間(じかん)、椅子(いす)に座(すわ)ってられなくって。
B：あー、想像(そうぞう)できる。

⑫ ➡ p.151

1

A : Halo. Saya ingin potong rambut dan keramas.
B : Baik. Jam berapa Anda ingin membuat janji?
A : Coba saya lihat, hmm, bagaimana kalau jam 3?
B : Baik, tidak ada masalah. Atas nama siapa?

A : ฮัลโหล วันนี้อยากจะตัดและสระค่ะ
B : ครับ จะจองเวลาสักประมาณกี่โมงดีครับ
A : อืม สักประมาณบ่าย 3 โมงได้ไหมคะ
B : ได้เลย ขอทราบชื่อด้วยครับ

A : A lô, hôm nay tôi muốn cắt gội.
B : Dạ, chị muốn đặt lúc mấy giờ?
A : Để tôi xem, khoảng 3 giờ được không?
B : Dạ, được ạ. Xin lỗi, chị tên gì ạ?

2

(Di Salon Kecantikan)
A : Anda ingin potong model apa?
B : Bisa dibuat seperti model rambut di foto ini?
A : Boleh saya pinjam sebentar? Baik, saya mengerti.
B : Tolong, ya.

(ที่ร้านเสริมสวย)
A : วันนี้ ตัดผม แบบไหนดีครับ
B : เอ่อ ทำทรงแบบในรูปนี้ได้ไหมคะ
A : ไหนขอดูนิด อ๋อได้ รับทราบครับ
B : รบกวนด้วยค่ะ

(Tại tiệm cắt tóc)
A : Hôm nay chị muốn cắt thế nào ạ?
B : À, em cắt giống kiểm tóc trong hình này được không?
A : Chị cho em xem một chút. Dạ, được ạ.
B : Vậy em cắt cho chị nhé.

3

A : Pusat kebugaran hari ini sepi, tapi kemarin ramai banget.
B : Ada lebih banyak orang yang datang saat ini, bersiap-siap untuk musim panas. Begitulah setiap tahunnya.
A : Benar sekali. Jadi harus mengantre untuk menggunakan alat yang ingin dipakai.
B : Mungkin sebaiknya datang lebih awal di pagi hari.

A : โรงยิมวันนี้ว่างเชียว เมื่อวานแน่นมากเลย
B : ช่วงนี้ ใกล้ฤดูร้อนคนก็เลยเพิ่มขึ้น ทุกปีก็แบบนี้
A : นั่นสินะ เครื่องเล่นที่อยากใช้คนแน่นต้องรอคิว
B : เช้า ๆ อาจต้องรีบไปเร็วหน่อยนะ

A : Phòng gym hôm nay vắng chứ hôm qua đông lắm.
B : Mùa này nhiều người đi tập để chuẩn bị cho mùa hè sắp tới, năm nào cũng vậy mà.
A : Đúng thật. Máy mình muốn tập thì người ta dùng hết. Phải chờ đến lượt.
B : Sáng đi sớm một chút chắc đỡ hơn.

4

A : Ah, aku harus pergi sekarang. Maaf, sepertinya aku akan pulang lebih cepat hari ini.
B : Oh, pasti ada hal baik, ya.
A : Ya, aku akan menonton pertandingan bola voli. Jepang melawan Italia.
B : Wah, keren. Selamat menonton! (harfiah: silahkan nikmati acaranya)

A : โอ๊ะ ต้องไปแล้ว ขอโทษนะ วันนี้ขอตัวกลับก่อน
B : ท่าทางจะมีอะไรดีแน่เลย
A : ใช่ จะไปดูวอลเลย์บอล ญี่ปุ่นแข่งกับอิตาลี
B : เหรอ เยี่ยมเลย ขอให้สนุกนะ

A : Ôi, phải đi thôi. Xin lỗi hôm nay tôi xin phép về trước.
B : Ồ, Thích quá nhỉ.
A : Mình đi xem bóng chuyền, trận Nhật đấu với Ý.
B : Ồ, thích thế. Đi xem vui nhé.

5

A : Wow, Yayoi Kusama juga melukis seperti ini. Menarik, ya. (ceklek)
B : Maaf, harap jangan menggunakan flash.
A : Ah, mohon maaf.
B : Anda boleh mengambil gambarnya tanpa flash.

A : โอ้ คุณยาโยอิ คุซามะ วาดรูปแบบนี้เหรอ น่าสนใจ (แชะ)
B : ขอโทษครับ กรุณาอย่าใช้แฟลชครับ
A : โอ๊ะ ขอโทษค่ะ
B : ถ้าไม่ใช้แฟลช จะถ่ายเท่าไหร่ก็ไม่เป็นไรครับ

A : Tranh của Yayoi Kusama là loại tranh này à. Thú vị thiệt. (tách)
B : Xin lỗi. Ở đây không được dùng đèn flash.
A : Ôi, xin lỗi.
B : Chị có thể chụp hình ở đây nếu không có bật đèn flash.

6

A : Wah, kamu bisa main piano? Mahir, ya. Aku juga belajar main piano sejak usia 3 tahun.
B : Wah, hebat!
A : Tapi cuma sampai usia 4 tahun. Aku enggak bisa duduk di kursi dalam waktu yang lama.
B : Ya, aku bisa membayangkannya.

A : เล่นเปียโนได้เหรอ เก่งจัง ผมก็เคยเรียนตั้งแต่ 3ขวบ
B : เหรอ สุดยอดเลย
A : แต่เรียนถึงแค่ 4ขวบน่ะ ไม่ชอบนั่งเก้าอี้นาน ๆ น่ะ
B : อ๋อ พอนึกออก

A : Em chơi được piano à. Giỏi quá. Anh cũng đã học từ hồi 3 tuổi.
B : Ôi, thật hả? Giỏi thế.
A : Ừ, học đến năm 4 tuổi. Do ngồi mãi một chỗ trên ghế không chịu nổi.
B : À, nhìn cũng biết.

section 7

47

1 Ａ：この靴、直りますか？

Ｂ：ええ、大丈夫ですよ。明日まででいいですか？

Ａ：できれば、今日がいいんですけど。

Ｂ：わかりました。じゃー、夕方５時頃までにやっておきます。

2 Ａ：すみません、こちらではお米、配達してもらえますか？

Ｂ：はい、５キロから配達いたします。

Ａ：じゃ、お願いします。

Ｂ：じゃ、ご住所、こちらにお書きください。

（家電売り場で）

3 Ａ：あの、このコタツ、アメリカで使いたいんですけど。

Ｂ：はい。こちらは120Ｖまで対応ですから、アメリカでしたら変換プラグがあればお使いいただけます。

Ａ：変換プラグ？

Ｂ：ええ。プラグの形が違うので。

4 Ａ：すみません、宅配便、お願いしたいんですけど。

Ｂ：はい、じゃ、この太枠の中に必要事項を書いてください。

Ａ：あの、いつ頃、届きますか。

Ｂ：福岡ですと、通常、明日の６時以降でしたら届きますが。

5 Ａ：いらっしゃいませ。

Ｂ：すみません、これクリーニングお願いします。

Ａ：はい。えーと、ワイシャツ３枚とズボン１本ですね。メンバーズカードお持ちですか。

Ｂ：えー、青いやつですよねー。あ、あった。はい。

（銀行で）

6 Ａ：お伺いしておりますか？

Ｂ：えっ？　あー、あのー、口座を作りたいんですが。

Ａ：ご新規[13]ですね。では、こちらの番号札をお取りになってお待ちください。

Ｂ：あ、はい。

⑬ ➡ p.151

1 A : Sepatu ini bisa diperbaiki?

B : Ya, bisa. Kalau selesainya besok, tidak apa-apa?

A : Jika memungkinkan, saya berharap bisa selesai hari ini.

B : Saya mengerti. Kalau begitu, akan saya selesaikan maksimal sekitar pukul 5 sore ini.

2 A : Permisi, apakah berasnya bisa diantar sampai ke rumah?

B : Ya, kami akan mengantar jika beratnya 5 kg atau lebih.

A : Kalau begitu, tolong, ya.

B : Baik, silakan tulis alamat Anda di sebelah sini.

(Di Toko Peralatan Rumah Tangga)

3 A : Permisi, saya ingin mengunakan kotatsu ini di Amerika Serikat.

B : Baik, ini kompatibel dengan sampai 120V, sehingga kalau di Amerika, asalkan Anda memiliki steker pengubah daya, maka Anda akan dapat menggunakannya.

A : Steker pengubah daya?

B : Betul. Karena bentuk stekernya berbeda.

4 A : Permisi, saya ingin menggunakan jasa pengiriman ke rumah.

B : Baik. Silakan Anda tulis informasi yang diperlukan ke dalam bagian yang berbingkai tebal (dalam formulir ini).

A : Maaf, sampainya kira-kira kapan, ya?

B : Kalau ke Fukuoka, biasanya akan sampai setelah jam 6 sore keesokan harinya.

5 A : Selamat datang.

B : Maaf, bisa minta tolong cucikan ini?

A : Baik. Tiga kemeja dan satu celana panjang, ya. Apakah Anda mempunyai kartu anggota?

B : Ya, yang berwarna biru itu, bukan? Ah, ini dia. ini.

(Di Bank)

6 A : Ada yang bisa kami bantu?

B : Eh? Ah, maaf, saya ingin membuka rekening.

A : Rekening baru, ya. Kalau begitu, silakan Anda ambil nomor ini dan mohon menunggu.

B : Oh, baik.

A : รองเท้าคู่นี้ ซ่อมได้ไหมคะ

B : ได้ครับ ขอเวลาถึงพรุ่งนี้ได้ไหม

A : ถ้าเป็นไปได้ อยากได้วันนี้น่ะค่ะ

B : รับทราบ ถ้างั้น จะทำให้ภายใน 5 โมงเย็นนี้ครับ

A : ขออภัย ที่นี่ รับส่งข้าวสารไหมคะ

B : ครับ ส่งให้ได้ตั้งแต่ 5 กิโลขึ้นไป

A : ถ้างั้น รบกวนด้วยค่ะ

B : รบกวนเขียนที่อยู่ให้ตรงนี้หน่อยครับ

(ที่ขายเครื่องใช้ไฟฟ้า)

A : เอ่อ อยากจะเอาโต๊ะโคตัทสึนี่ไปใช้ที่อเมริกาครับ

B : ครับ ตัวนี้ใช้ได้ถึง 120โวลท์ ถ้าไปอเมริกาต้องใช้หัวแปลงปลั๊กไฟจึงจะใช้ได้ค่ะ

A : หัวแปลงปลั๊กไฟ?

B : ใช่ รูปทรงปลั๊กไม่เหมือนกันน่ะค่ะ

A : ขอโทษครับ อยากจะส่งพัสดุหน่อย

B : ค่ะ ถ้างั้นกรุณากรอกข้อความลงในกรอบหนานี้

A : ไม่ทราบว่า จะไปถึงประมาณเมื่อไหร่ครับ

B : ถ้าไปฟูกูโอะ ปกติ จะถึงพรุ่งนี้หลัง 6 โมงเย็นค่ะ

A : ยินดีต้อนรับ

B : ขอโทษนะครับ จะรบกวนซักนี่ให้หน่อยครับ

A : ได้ค่ะ เอ่อ เสื้อเชิ้ต3ตัว กางเกง1ตัวนะคะ มีบัตรสมาชิกไหมคะ

B : เอ่อ แผ่นสีฟ้า ๆ ใช่ไหม อ้อ เจอแล้วนี่ครับ

(ที่ธนาคาร)

A : ติดต่อเรื่องอะไรนะคะ

B : หือ อ้อ เอ่อ อยากจะเปิดบัญชีหน่อยน่ะครับ

A : เปิดบัญชีใหม่นะคะ ถ้างั้นกรุณารับบัตรคิวทางนี้แล้วรอเรียกนะคะ

B : อ่อ ครับ

A : Giày này sửa được không ạ?

B : Dạ, được chứ ạ. Sửa đến ngày mai lấy, được không ạ?

A : Nếu có thể tôi muốn lấy ngay trong hôm nay.

B : Dạ, được. Vậy tôi sẽ cố xong trước 5 giờ chiều nay.

A : Xin lỗi, ở đây có chuyển gạo đến nhà không ạ?

B : Dạ, từ 5 kí trở lên thì nhận chuyển ạ.

A : Vậy thì anh chuyển giúp tôi nhé.

B : Dạ, chị làm ơn ghi địa chỉ vào đây giùm ạ.

(Ở cửa hàng điện máy)

A : Chị ơi, tôi muốn dùng kotatsu (bàn sưởi) này ở Mỹ.

B : Dạ, hàng này dùng điện 120v, nếu dùng ở Mỹ anh phải đổi đầu cắm là được.

A : Đầu cắm hả?

B : Dạ, đúng rồi ạ. Vì đầu cắm nó khác.

A : Dạ, em muốn nhờ chuyển hàng về nhà.

B : Em điền thông tin cần thiết vào trong khung in đậm giùm.

A : Dạ, khoảng khi nào đến được ạ?

B : Ở Fukuoka thì bình thường sau 6 giờ ngày mai là đến à.

A : Xin chào.

B : Dạ em muốn giặt ủi cái này.

A : 3 áo sơ mi, 1 quần phải không em? Em có thẻ thành viên không?

B : Cái thẻ màu xanh dương phải không ạ? À, có chị à. Đây ạ.

(Ở ngân hàng)

A : Em cần gì?

B : Hả? À, em muốn mở tài khoản ngân hàng.

A : Tài khoản mới phải không ạ? Em lấy số thứ tự ở đây và đợi nhé.

B : Dạ, vâng ạ.

section 8

1
A：切りがよかったら[14]こっちでコーヒー飲まない？
B：うん。もうちょっと待ってて。
A：じゃ、いれとくね。
B：ありがとう。すぐ行く。

2
A：どう？　今日、焼き肉行かない？
B：焼き肉か～、一昨日、食べ放題で、いやっていうほど肉を食べたんだよね。
A：へー、いいなー。じゃ、今日もそこ行かない？
B：だから～！[15]

3
A：もうすぐクリスマスだね。何か予定ある？
B：ううん。何も。このままだとバイトだね。
A：そうか。じゃ、だめもと[16]で合コンしてみる？
B：そうね。いい出会いがあるかもね。

4
A：ねー、今度またディズニーランドに行こうよ。
B：え～。また～。そのうちね。
A：そのうちっていつ？
B：うーん。そりゃ、そのうちは、そのうちだよ。

5
A：来週末、近場の温泉とか、小旅行に行きたいな。
B：いいね。バスツアーが楽かもね。今ならいちご狩り[17]とかも。
A：そうだね。いくらぐらいからあるのかな。
B：うん。ちょっと検索してみるね。

6
A：森さんの結婚式っていつでしたっけ？
B：えー、確か10日の３時からです。
A：え、10日でしたっけ？
B：そう。三連休の中日[18]です。

⑭ ➡ p.151 ⑮⑯⑰⑱ ➡ p.152

1

A : Kalau pekerjaanmu sudah beres, mau minum kopi di sini?
B : Ya. Tunggu sebentar lagi.
A : Oke, kubuatkan dulu, ya.
B : Terima kasih. Aku segera ke sana.

A : ถ้าพอจะพักได้ มาดื่มกาแฟทางนี้ไหม
B : ได้ รอแป๊บนะ
A : งั้น จะชงไว้ให้นะ
B : ขอบคุณ เดี๋ยวตามไป

A : Nếu rảnh tay thì ra đây uống cà phê nhé.
B : Ừm, đợi mình một tí.
A : Vậy mình pha sẵn nhé.
B : Cám ơn. Mình ra ngay.

2

A : Bagaimana? Hari ini, mau enggak pergi makan yakiniku?
B : Yakiniku, ya? Dua hari yang lalu aku sudah makan daging sepuasnya di restoran All You Can Eat.
A : Wah, enaknya... Kalau begitu, apa kita pergi ke sana juga hari ini?
B : Kan sudah kubilang tadi!

A : เป็นไง วันนี้ ไปกินเนื้อย่างไหม
B : เนื้อย่างเหรอ เมื่อวานซืนไปกินแบบไม่อั้นมา กินจนจะเอียนเลยทีเดียว
A : โห ดีจัง งั้นวันนี้ก็ไปที่นั่นกันอีกไหม
B : เมื่อกี้เพิ่งพูดอยู่หยก ๆ

A : Hôm nay rảnh không? Nếu được thì đi ăn thịt nướng (yakiniku) với mình.
B : Thịt nướng hả? Hôm kia mình mới ăn "tùy thích" ở nhà hàng, ăn đến ngán thịt luôn rồi.
A : Thích qua ha. Vậy hôm nay mình đi chỗ đó nhé?
B : Trời, đã bảo vậy mà ...!

3

A : Sudah hampir Natal, ya. Apakah kamu punya rencana?
B : Tidak. Sama sekali. Kalau begini terus, aku bakal kerja paruh waktu saja.
A : Begitu, ya. Kalau begitu, mau coba ikut acara kencan buta? tidak ada ruginya juga.
B : Iya, ya. Siapa tahu nanti bakal dipertemukan dengan orang yang cocok. (harfiah: mungkin ada pertemuan yang baik.)

A : จวนถึงวันคริสต์มาสแล้วนะ มีแผนไปไหนรึเปล่า
B : ไม่มีเลย อย่างมากก็ไปทำงานพิเศษ
A : ว่า ถ้างั้นไปลองนัดบอดกันไหม ไม่ได้ก็ไม่เป็นไร
B : นั่นสินะ อาจจะได้พบคนดี ๆ ก็ได้เนอะ

A : Sắp đến Noel rồi ha. Em có dự định gì không?
B : Không, chẳng có gì cả. Cứ như thế này thì chắc đi làm thêm.
A : Thế à. Vậy em có muốn đi thử tiệc hẹn hò không?
B : Ừm, có thể gặp được định mệnh của mình cũng không chừng.

4

A : Hei, besok ke Disneyland lagi, yuk.
B : Apa? Lagi? Lain waktu, ya.
A : Lain waktu itu kapan?
B : Yah, lain waktu itu ya lain waktu.

A : นี่ คราวหน้า ไปดิสนีย์แลนด์กันอีกนะ
B : หา อีกแล้วเหรอ วันหลังแล้วกันนะ
A : วันหลัง นี่เมื่อไหร่ล่ะ
B : อืม ก็วันหลังก็คือวันหลังน่ะแหละ

A : Nè, lần sau đi lại Disneyland nhé.
B : Gì? Lại đi nữa à? Để lúc nào đó rồi đi.
A : Cụ thể là khi nào?
B : Ừm, thì lúc nào đó là lúc nào đó.

5

A : Akhir pekan depan, ingin rasanya melakukan wisata jarak dekat, seperti ke pemandian air panas yang tidak terlalu jauh.
B : Bagus, tuh. Mungkin dengan tur bus akan memudahkan, ya. Kalau sekarang waktu yang tepat untuk memetik stroberi, atau semacamnya.
A : Bagus juga. Kira-kira ada dari mulai harga berapa, ya?
B : Coba kucari tahu dulu, ya.

A : สุดสัปดาห์หน้า อยากไปออนเซ็นใกล้ ๆ หรือไม่ก็ไปเที่ยวใกล ๆ
B : ดีเหมือนกัน นั่งรถบัสทัวร์ก็สบายดีนะ ช่วงนี้ทัวร์เก็บสตรอเบอรี่กินก็ดีนะ
A : ดีเหมือนกัน ค่าทัวร์ประมาณเท่าไหร่น่ะ
B : โอเค เดี๋ยวลองสืบค้นดูนะ

A : Cuối tuần sau, đi đâu chơi đi. Onsen gần nhà chẳng hạn.
B : Được đấy. Đi tour bằng xe buýt đi cho khỏe. Mùa này hái dâu là tuyệt nhất.
A : Nghe hay đấy. Không biết mất khoảng bao nhiêu tiền nhỉ?
B : Ừm, để anh xem xem.

6

A : Pernikahannya Mori kapan, ya?
B : Oh, kalau tidak salah tanggal 10, dari jam 3.
A : Oh, tanggal 10, ya?
B : Betul, pas ditengah-tengah libur panjang. (harfiah: libur tiga hari berturut-turut.)

A : งานแต่งงานของคุณโมริ เมื่อไหร่นะ
B : เอ จำได้ว่า วันที่10 ตั้งแต่บ่าย 3 โมง
A : เอ๊ะ ใช่วันที่ 10 แน่เหรอ
B : ใช่ วันตรงกลางช่วงวันหยุดยาว 3 วัน

A : Đám cưới anh (chị) Mori chừng nào ấy nhỉ?
B : Ừm, từ 3 giờ ngày 10 thì phải.
A : Ủa, ngày 10 hả, đúng không ta?
B : Đúng mà, ngày giữa 3 ngày nghỉ.

section 9

1　A：警察(けいさつ)は110番(ひゃくとおばん)ですよね。

B：そうですよ。

A：じゃー、救急車(きゅうきゅうしゃ)を呼(よ)びたい時(とき)は？

B：火事(かじ)の時(とき)と同(おな)じ119番です。

（駅(えき)で）

2　A：すみません。Suica(スイカ)[19]を落(お)としちゃったんですが。

F　B：お名前(なまえ)、生年月日(せいねんがっぴ)など登録(とうろく)されていますか？

A：はい。しています。

B：では、再発行(さいはっこう)が可能(かのう)ですが、なさいますか？

3　A：今日(きょう)、寝過(ねす)ごしてびっくりしたよ。起(お)きたらもう8時(じ)なんだもん。

C　B：へー。でもよく間(ま)に合(あ)ったね。

A：うん。でも焦(あせ)った。顔(かお)を洗(あら)う暇(ひま)もなかったよ。

B：え～、顔ぐらい洗ってよね。

（キャンプ場(じょう)で）

4　A：よりによって今日(きょう)は風(かぜ)が強(つよ)いね。

C　B：うん、初(はじ)めてのキャンプには、厳(きび)しいかもね。

A：まー、山(やま)はよく見(み)えるけどね。

B：そうだね。でもたき火(び)は危(あぶ)ないからやめようか。

5　A：引越(ひっこ)しするときは、郵便局(ゆうびんきょく)に新(あたら)しい住所(じゅうしょ)を届(とど)けると便利(べんり)ですよ。

B：え～、そうなんですか～？

A：前(まえ)の住所に来(き)た手紙(てがみ)も、ちゃんと新しいところまで届けてくれるんですよ。

B：へー、それは助(たす)かりますね。

6　A：もしもし。鈴木(すずき)です。今(いま)、電車(でんしゃ)の中(なか)なんですが、緊急停車(きんきゅうていしゃ)[20]してしまって。

B：あら、どちらですか。

A：目黒(めぐろ)のあたりです。それで会議(かいぎ)、もし間(ま)に合(あ)わなければ、先(さき)に始(はじ)めてもらえますか。

B：わかりました。課長(かちょう)に伝(つた)えときます。お気(き)をつけて。

⑲⑳ ➡ p.152

1 A : 110 untuk kepolisian, bukan?
B : Tepat sekali.
A : Lalu bagaimana kalau kita ingin memanggil ambulans?
B : 119, sama seperti ketika terjadi kebakaran.

(Di Stasiun)

2 A : Maaf, saya kehilangan (harfiah: tidak sengaja menjatuhkan) kartu Suica saya.
B : Apakah nama, tanggal lahir Anda dan lain-lainnya sudah terdaftar?
A : Ya, sudah.
B : Kalau begitu, apakah Anda mau kartu ini dicetak ulang? Kami bisa mencetakkannya untuk Anda.

3 A : Hari ini aku terkejut karena bangun kesiangan (harfiah: tidur terlalu lama). Saat terbangun ternyata sudah jam 8.
B : Wah, Tapi kamu berhasil tepat waktu, ya.
A : Iya, tapi aku panik. Bahkan untuk mencuci muka pun tidak sempat.
B : Apa? Setidaknya cuci muka, lah.

(Di Perkemahan)

4 A : Sepanjang hari ini anginnya kencang, ya.
B : Betul, sepertinya akan sulit bagi yang berkemah untuk pertama kalinya.
A : Yah, padahal gunungnya terlihat jelas, ya.
B : Benar. Tapi karena akan berbahaya jika kita mengadakan acara api unggun, bagaimana kalau kita batalkan saja?

5 A : Saat Anda pindah, akan lebih mudah jika Anda melaporkan alamat baru Anda ke kantor pos.
B : Oh, benarkah?
A : Mereka juga akan mengirimkan surat yang datang ke alamat sebelumnya ke alamat baru Anda.
B : Wah, itu sangat membantu sekali, ya.

6 A : Halo. Ini Suzuki. Saya sekarang di dalam kereta, dan keretanya sedang mengalami pemberhentian darurat.
B : Aduh, posisi Anda sekarang di mana?
A : Di sekitar Meguro. Jadi, bisakah Anda memulai rapat terlebih dahulu jika nanti saya tidak bisa datang tepat waktu?
B : Baik, saya mengerti. Akan saya sampaikan ke manajer bagian. hati-hati.

A : แจ้งตำรวจ เบอร์110 ใช่ไหมครับ
B : ใช่แล้วค่ะ
A : แล้วถ้าอยากจะเรียกรถพยาบาลล่ะ
B : เบอร์เดียวกับรถดับเพลิงคือ 119 ค่ะ

(ที่สถานีรถไฟ)

A : ขอโทษค่ะ ผมทำบัตร Suica หาย
B : มีบันทึกชื่อและวันเดือนปีเกิดไว้หรือเปล่า
A : บันทึกไว้ค่ะ
B : ถ้างั้น ก็จะออกบัตรให้ใหม่ได้ จะทำไหมครับ

A : วันนี้ นอนตื่นสายตกใจหมด ตื่นขึ้นมาก็ 8 โมงแล้ว
B : เหรอ แต่ยังอุตส่าห์มาทันนะ
A : ใช่ แต่ก็ลนลาน ไม่มีเวลาล้างหน้าล้างตาเลย
B : ว้าย อย่างน้อยก็ควรล้างหน้ามาก่อนนะ

(ที่ไปค่าย)

A : ช่วงประจวบเหมาะเหลือเกิน วันนี้ลมแรงเชียว
B : ใช่ สำหรับการไปออกค่ายครั้งแรกก็ลำบากหน่อย
A : แหม แต่ก็มองเห็นภูเขาชัดเจนเลยนะ
B : นั่นสิ แต่จุดฟืนจะอันตราย เรางดไปก่อนไหม

A : ตอนจะย้ายบ้าน ถ้าไปแจ้งที่อยู่ใหม่ที่ไปรษณีย์ไว้จะสะดวกมากครับ
B : เหรอคะ ไม่ทราบมาก่อนเลย
A : จดหมายที่มาถึงที่อยู่ก่อนหน้า เขาจะส่งไปยังที่อยู่ใหม่ให้นะครับ
B : โอ ดีจังเลยค่ะ

A : ฮัลโหล ซูซูกิพูดครับ ขณะนี้อยู่บนรถไฟ รถหยุดกระทันหัน
B : อ้าว ตอนนี้อยู่ที่ไหนคะ
A : แถวเมงุโระ ทีนี้ถ้าไปไม่ทันประชุม ช่วยเริ่มไปก่อนเลยได้ไหมครับ
B : รับทราบ เดี๋ยวแจ้งหัวหน้าให้ ระวังตัวด้วยนะคะ

A : 110 là số gọi cảnh sát phải không?
B : Đúng rồi.
A : Vậy gọi xe cấp cứu thì gọi số mấy?
B : Giống như gọi cứu hỏa, số 119.

(Tại ga)

A : Xin lỗi, tôi đánh rơi thẻ Suica.
B : Em có đăng ký tên và ngày tháng năm sinh chưa?
A : Dạ, có ạ.
B : Vậy thì có thể cấp lại, em có muốn cấp lại không?

A : Hôm nay ngủ quên, thức dậy mà giật mình. Mở mắt ra là đã 8 giờ rồi.
B : Trời, vậy mà đến kịp, quá hay luôn.
A : Nhưng mà cũng chạy té khói. Không kịp rửa mặt nữa.
B : Trời! Ít ra cũng phải rửa mặt mũi chứ.

(Ở khu cắm trại)

A : Ngày nào thì không gió trúng ngay hôm nay gió mạnh.
B : Đi cắm trại lần đầu mà như thế này thì vất vả rồi.
A : Mà thôi kệ, dù sao cũng nhìn thấy rõ núi.
B : Biết là vậy nhưng lửa nguy hiểm lắm, hay chúng ta bỏ qua lần này vậy nhé?

A : Khi dọn nhà, nếu em báo địa chỉ nhà mới cho bưu điện biết thì tiện lắm đấy.
B : Ủa, thế hả?
A : Những thư từ gửi đến địa chỉ cũ đều tự động chuyển đến địa chỉ mới giùm mình đấy.
B : Ôi, vậy thì đỡ quá.

A : A lô, Suzuki đây. Bây giờ mình đang trên xe điện nhưng không biết sao xe điện dừng đột ngột.
B : Thế hả? Vậy giờ anh đang ở đâu?
A : Ở gần Meguro. Nếu đến giờ họp mà mình không đến kịp thì mọi người cứ bắt đầu trước đi nhé.
B : Mình biết rồi. Có gì mình báo cho sếp biết. Cẩn thận nhé.

section 10

1 A：何か今年の目標ってある？

B：うん。英会話を始めようと思っているから、それを続けることかな。

A：「継続は力なり[21]」だね。

B：うん。でも、実は去年と同じ目標なんだ。今年こそ実現させたいよ。

2 A：夏休みは旅館でアルバイトをしたいんです。

B：へー、旅館？　でも、どうして？

A：敬語を練習する機会になるし、まかない[22]もあるからです。

B：それは、一石二鳥[23]ってことですね。

（学校の事務室で）

3 A：あのー、カバン、C-101教室に置き忘れちゃったんですけど…。

B：え？　カバンですか。今日ですか？

A：いえ、一昨日なんですが。届いてますか？

B：ちょっと待ってください。今、調べますから。

4 A：先生、レポートをうまく書くコツ[24]ってありますか。

B：そうだね。色々あるけど、まずは書く前に構成を考えるべきですね。

A：構成ですか。

B：そう。全体の文字数からそれぞれの章で何文字使えるかってね。

5 A：先生、合格しました！

B：わー、おめでとう。よく頑張りましたね。

A：先生のおかげです。本当にありがとうございました。

B：いえいえ。ご両親にいい報告ができますね。

6 A：すみません、卒業見込み証明書が欲しいんですが。

B：あ、はい。じゃ、この用紙に必要事項を書いてください。

A：はい。じゃ、後で書いて持ってきます。

B：３日ぐらいかかるので、急ぐなら早めに持ってきてくださいね。

㉑㉒㉓㉔ ➡ p.153

1 A : Adakah sesuatu yang kamu targetkan di tahun ini?

B : Ya, aku berencana untuk mulai les percakapan bahasa Inggris, jadi mungkin aku akan mewujudkannya.

A : "Bisa karena terbiasa", ya.

B : Benar. Tapi sebetulnya ini adalah target yang sama seperti tahun lalu. Tahun ini, aku benar-benar ingin mewujudkannya.

2 A : Selama libur musim panas saya ingin bekerja paruh waktu di penginapan.

B : Wow, penginapan, ya? Tapi, kenapa?

A : Karena selain akan memberi saya kesempatan untuk melatih keigo saya, di sana juga menyediakan makanan untuk para karyawan.

B : Jadi itu akan sekali mendayung dua tiga pulau terlampaui, ya.

(Di Kantor TU Sekolah)

3 A : Permisi, tas saya tertinggal di ruang kelas C-101.

B : Oh? Tas, ya? Hari ini?

A : Tidak, kemarin lusa. Apakah sudah ada orang yang menyerahkan ke sini?

B : Mohon tunggu sebentar. Saya akan memeriksanya sekarang.

4 A : Sensei, apakah ada kiat untuk menulis laporan yang baik?

B : Ya. Ada bermacam-macam, tapi sebaiknya pikirkan dulu kerangkanya sebelum menulis.

A : Kerangka, ya?

B : Benar. Jadi, dari keseluruhan jumlah huruf, kamu harus memikirkan jumlah yang bisa digunakan untuk setiap babnya.

5 A : Sensei, saya lulus!

B : Wah, selamat! Kamu sudah melakukannya dengan baik!

A : Berkat bantuan Sensei. Terima kasih sekali.

B : Ah, tidak. Kamu bisa memberikan kabar baik kepada orang tuamu, ya.

6 A : Permisi, saya membutuhkan surat tanda kelulusan.

B : Oh, baik. Kalau begitu, silakan tuliskan informasi yang diperlukan pada formulir ini.

A : Baik. Saya akan mengisi dan mengembalikannya nanti.

B : Prosesnya akan membutuhkan waktu sekitar tiga hari. Jadi, jika Anda membutuhkannya segera, silakan dikembalikan secepat mungkin.

A : เป้าหมายของปีนี้มีอะไรไหม

B : ค่ะ ตั้งใจว่าจะเริ่มเรียนบทสนทนาภาษาอังกฤษ แล้วก็เรียนต่อเนื่อง

A : ความต่อเนื่องจะทำให้ประสบผลสำเร็จ

B : ครับ แต่ที่จริงเป้าหมายนี้เหมือนปีที่แล้ว ปีนี้จะต้องทำให้ได้

A : วันหยุดฤดูร้อน อยากจะไปทำงานพิเศษที่เรียวกังค่ะ

B : หือ เรียวกังเหรอ ทำไมเหรอ

A : เป็นโอกาสที่จะได้ฝึกพูดภาษาสุภาพ แถมยังมีอาหารให้กินด้วยค่ะ

B : แบบนี้เรียกว่า ยิงปืนนัดเดียวได้นกสองตัวสินะครับ

(ห้องธุรการของโรงเรียน)

A : เออ วางกระเป๋าลืมไว้ที่ห้องเรียน c-101 น่ะค่ะ

B : หา กระเป๋าเหรอ วันนี้เหรอครับ

A : เปล่าค่ะ เมื่อวานซืน มีใครเอามาส่งไว้ไหมคะ

B : รอสักครู่นะครับ เดี๋ยวจะตรวจสอบให้

A : อาจารย์ครับ มีเคล็ดลับในการเขียนรายงานให้ดีไหมครับ

B : อืม ก็มีเยอะนะ ขั้นแรกก่อนเขียนควรจะคำนึงถึงโครงสร้างก่อนค่ะ

A : โครงสร้างหรือครับ

B : ใช่ คำนวณว่าแต่ละบทจะใช้กี่ตัวอักษรจากจำนวนอักษรทั้งหมดค่ะ

A : อาจารย์ครับ ผมสอบผ่านแล้ว

B : โอ้ ยินดีด้วย สมกับที่พยายามมานะ

A : เป็นเพราะอาจารย์ช่วย ขอบคุณจริง ๆ ครับ

B : ไม่หรอก คราวนี้ได้แจ้งข่าวดีกับคุณพ่อคุณแม่แล้วนะคะ

A : ขอโทษครับ อยากได้ใบรับรองคาดว่าจะจบครับ

B : ค่ะ ถ้างั้นกรุณากรอกข้อความลงในแบบฟอร์มนี้

A : ครับ ถ้างั้น จะเขียนแล้วเอามาส่งทีหลังนะครับ

B : จะใช้เวลา 3 วัน ถ้ารีบก็กรุณาเอามาส่งแต่เนิ่น ๆ นะคะ

A : Mục tiêu trong năm nay của anh là gì?

B : Ừm, mình định học giao tiếp tiếng Anh, nhưng có lẽ mục tiêu là duy trì việc học đó.

A : "Có công mài sắt có ngày nên kim" mà.

B : Nói thực, năm trước mình cũng có cùng mục tiêu này. Nhưng năm nay quyết làm cho bằng được.

A : Hè mình muốn đi làm thêm ở mấy khu nhà nghỉ Nhật.

B : Ô, nhà nghỉ Nhật à? Nhưng mà tại sao lại muốn làm ở đó?

A : Làm ở đó có cơ hội luyện tập kính ngữ, lại còn bao cơm nước nữa.

B : Một mũi tên trúng hai đích ha.

(Ở văn phòng trường học)

A : Dạ, em để quên cặp sách ở phòng C-101 ạ.

B : Há? Cặp sách hả em? Hôm nay à?

A : Dạ không ạ, ngày hôm kia. Có ai mang đến đây không ạ?

B : Em đợi một chút nhé. Để tôi kiểm tra xem.

A : Cô ơi, có bí quyết nào để viết báo cáo tốt không ạ?

B : Để xem, có nhiều cách nhưng quan trọng nhất là trước khi viết phải suy nghĩ được cái cấu trúc (sườn bài) của bài báo cáo.

A : Cấu trúc ạ?

B : Đúng rồi. Từ tổng số chữ, em suy nghĩ từng chương có thể viết bao nhiêu chữ.

A : Cô ơi, em đậu (đỗ) rồi.

B : Ôi, chúc mừng em. Em làm tốt lắm.

A : Dạ, cũng là nhờ Cô thôi ạ. Em cám ơn nhiều ạ.

B : Có gì đâu. Em nên báo cho bố mẹ biết tin mừng này.

A : Dạ, em muốn xin giấy chứng nhận tốt nghiệp tạm thời ạ.

B : À, em điền thông tin cần thiết vào đơn này nhé.

A : Dạ, em sẽ điền và mang đến nộp sau ạ.

B : Mất 3 ngày nhé em, nên nếu em cần gấp thì mang đến sớm nhé.

section 11

51

（病院(びょういん)で）

1 A：あのー、初(はじ)めてなんですけど。
F B：はい。では、こちらの問診票(もんしんひょう)にご記入(きにゅう)ください。
A：あのー、漢字(かんじ)が難(むずか)しくて読(よ)めないんですけど…。
B：じゃー、質問(しつもん)を読みますので、それに答(こた)えていただけますか。

2 A：トムさん、風邪(かぜ)をこじらせて[25]入院(にゅういん)したそうですよ。
D B：えっ、じゃ、お見舞(みま)いに行(い)かなくちゃ。
A：行くなら一緒(いっしょ)に行きませんか？
B：そうだね。一緒に行こう。

3 A：お見舞(みま)いに行(い)くとき、何(なに)を持(も)って行(い)きましょうか？
D B：そうだね。普通(ふつう)だけど、お花(はな)にしようか？
A：お花ですね。どんなお花がいいですかね。
B：花屋(はなや)で、お見舞い用(よう)って言(い)えば適当(てきとう)に作(つく)ってもらえるよ。

4 A：どこの病院(びょういん)にトムさん入院(にゅういん)してるか、わかる？
D B：新宿(しんじゅく)の大学(だいがく)病院みたいですよ。
A：あ、あそこか。行(い)きやすいね。近(ちか)くに花屋(はなや)もあるし。
B：あ、そうですか。

5 A：なんだか最近(さいきん)寝(ね)ても疲(つか)れが取(と)れないんだよねー。
C B：あ、本当(ほんとう)？　肩(かた)もんであげようか。
A：本当？　いいの？
B：もちろん。お安(やす)い御用(ごよう)[26]。

6 A：すごい肩(かた)。こってるね。どう？
C B：あ～、すごく気持(きも)ちいい。あ、もういいよ。どうもありがとう。
A：いえいえ。
B：あ～、本当(ほんとう)に気持ちよかった。軽(かる)くなった。

㉕㉖ ➡ p.153

(Di Rumah Sakit)

1
A : Permisi, ini kunjungan pertama saya.
B : Baik. Silakan mengisi formulir pendaftaran ini.
A : Maaf, saya tidak dapat membacanya karena kanjinya sulit.
B : Oh, baik, saya akan membacakan pertanyaannya, silakan dijawab.

2
A : Saya dengar Tom dirawat di rumah sakit karena flunya semakin parah.
B : Benarkah?!
Aku harus menjenguknya.
A : Kalau mau ke sana, mau bareng?
B : Tentu. Ayo pergi bareng.

3
A : Saat menjenguk nanti, kita mau membawa apa, ya?
B : Iya, ya. Mungkin biasa saja, sih, tapi, bagaimana kalau kita bawakan bunga?
A : Bunga, ya. Baiknya bunga apa, ya?
B : Nanti di toko bunga, kalau kita sampaikan untuk kunjungan ke rumah sakit, mereka akan merangkaikan yang sesuai, kok.

4
A : Tahukah kamu, di rumah sakit mana Tom opname?
B : Sepertinya di rumah sakit universitas di Shinjuku.
A : Oh, di sana? Mudah dijangkau, ya. Di dekat sana juga ada toko bunga.
B : Oh, benarkah?

5
A : Entah kenapa akhir-akhir ini aku tidak bisa menghilangkan rasa lelah, bahkan setelah tidur.
B : Oh, benarkah? Mau aku pijat pundakmu?
A : Benarkah? Enggak merepotkan, nih?
B : Enggak, kok. Enggak masalah sama sekali.

6
A : Gila! bahumu kaku. Bagaimana rasanya?
B : Wow, rasanya enak banget. Oh, sudah cukup. Terima kasih.
A : Sama-sama.
B : Aah, rasanya benar-benar enak. Jadi terasa lebih ringan.

(ที่โรงพยาบาล)

A : เอ่อ ผมเพิ่งมาครั้งแรกน่ะครับ
B : ค่ะ กรุณากรอกข้อความลงในแบบสำรวจด้านนี้ค่ะ
A : เอ่อ คันจิยากอ่านไม่ออกครับ
B : ถ้างั้นจะอ่านคำถามให้ฟังนะ ตอบคำถามได้ไหมคะ

A : ได้ยินว่า คุณทอมมีอาการหวัดแย่ลงเลยต้องเข้าโรงพยาบาลเลย
B : หา ถ้างั้นต้องไปเยี่ยมสักหน่อย
A : ถ้าจะไป ไปด้วยกันไหมคะ
B : ดีเหมือนกัน ไปด้วยกันนะครับ

A : ตอนจะไปเยี่ยม เราเอาอะไรไปดีคะ
B : นั่นสินะ อาจจะธรรมดา แต่เอาดอกไม้ไปดีไหมครับ
A : ดอกไม้เหรอ ดอกอะไรดีล่ะคะ
B : ไปที่ร้านดอกไม้ บอกว่าสำหรับไปเยี่ยมไข้ เขาคงทำให้เราได้ครับ

A : คุณทอมเข้าโรงพยาบาลไหน รู้ไหม
B : เหมือนจะเป็นโรงพยาบาลมหาวิทยาลัยย่านชินจูกุนะคะ
A : อ้อ ที่นั่นเองเหรอ ไปง่าย ใกล้แถวนั้นมีร้านดอกไม้
B : งั้นเหรอคะ

A : ไม่รู้เป็นไง หมู่นี้ นอนแล้วก็ยังไม่หายเหนื่อย
B : จริงเหรอ นวดไหล่ให้เอาไหม
A : จริงเหรอ จะดีเหรอ
B : แน่นอน สบายมาก

A : โห บ่าแข็งตึงเชียว เป็นไง
B : อือ สบายดีจัง อ้อ พอแล้วละ ขอบคุณมาก
A : ไม่เป็นไร
B : อา รู้สึกดีขึ้นเยอะเลย เบาสบายเลย

(Tại bệnh viện)

A : Dạ, em đến khám lần đầu tiên ạ.
B : Chào em, em điền vào phiếu khám bệnh này nhé.
A : Dạ, Kanji khó quá em không đọc được ạ...
B : Vậy chị đọc câu hỏi và em trả lời nhé.

A : Mình nghe nói Tom bị cảm nhưng không hết nên phải nhập viện.
B : Thật không? Vậy phải đi thăm em ấy thôi.
A : Nếu anh đi thì mình cùng đi chung nhé.
B : Chắc chắn rồi. Đi cùng nhé.

A : Khi đi thăm bệnh thì chúng ta nên mang theo cái gì?
B : Để mình xem. Có vẻ như bình thường nhưng em nghĩ hoa thế nào?
A : Vâng, hoa thì cũng được. Anh nghĩ chọn hoa nào?
B : Ở tiệm hoa, chúng ta nói mua hoa đi thăm bệnh thì người ta chọn và làm thành bó cho mình.

A : Em biết Tom nằm bệnh viện nào không?
B : Dạ hình như bệnh viện trường đại học ở Shinjuku.
A : À, ra là bệnh viện đó. Chỗ đó thì dễ đi rồi. Gần đó cũng có cửa hàng hoa.
B : À, vậy hả anh.

A : Chả hiểu sao gần đây ngủ bao nhiêu cũng không hết mệt.
B : Thế à! Để em đấm bóp vai cho nhé.
A : Thật không?
B : Thật chứ. Đừng ngại.

A : Sao vai cứng ngắc vậy. Giờ anh thấy thế nào?
B : Ôi, đã quá. Thôi như vậy được rồi. Cám ơn nhiều nhé.
A : Không có chi.
B : Ôi, đã thật. Nhẹ cả người.

section 12　52

（不動産屋(ふどうさんや)で）

1　A：あのー、すみません、さくらハイツ202(にまるに)のエクトルですが。
F　B：こんにちは。お世話(せわ)になっております。
A：あのー、来月(らいげつ)、国(くに)に帰(かえ)るので部屋(へや)を解約(かいやく)したいんですが。
B：はい。承知(しょうち)しました。何日(なんにち)をご予定(よてい)ですか。

2　A：引(ひ)っ越(こ)し当日(とうじつ)まで電気(でんき)、水道(すいどう)、ガスをご利用(りよう)ですか。
F　B：はい。そのつもりです。連絡(れんらく)はどうすればいいですか。
A：連絡はこちらでしておきます。
B：あ、ありがとうございます。お願(ねが)いします。

3　A：いろいろお世話(せわ)になりました。明日(あした)、国(くに)に帰(かえ)ります。
F　B：そうですかー。寂(さび)しくなりますねー。
A：ぜひ、遊(あそ)びに来(き)てください。ご案内(あんない)しますから。
B：ありがとうございます。ぜひ行(い)きたいですね。

（空港(くうこう)　手荷物受取所(てにもつうけとりじょ)で）

4　A：あの、私(わたし)の黒(くろ)いスーツケースが、出(で)て来(こ)ないんですが。
F　B：便名(びんめい)はお分(わ)かりになりますか。
A：あ、これ、飛行機(ひこうき)のチケットです。それとこれが荷物(にもつ)の番号(ばんごう)です。
B：はい。バンコクから14時着(じゅうよじちゃく)のKS２便(ケイエスにびん)ですね。では、お調(しら)べします。

5　A：先生(せんせい)、ご無沙汰(ぶさた)してます。
F　B：あれ！　エクトルさん。久(ひさ)しぶりですね。卒業以来(そつぎょういらい)ですね。
A：はい。出張(しゅっちょう)で東京(とうきょう)に来(き)たので、いらっしゃるかなと思(おも)いまして。
B：２年(にねん)ぶりですね。東京にはいつまでですか？

6　A：東京(とうきょう)には３日(みっか)だけなんですが。そのあと大阪(おおさか)に行(い)きます。
B：あ、そうですか。元気(げんき)そうですね。仕事(しごと)はどうですか？
A：はい。会社(かいしゃ)でいい上司(じょうし)や先輩(せんぱい)にめぐまれて、頑張(がんば)ってます。
B：そうですか。それは何(なに)よりですね。

(Di Agen Real Estate)

1

A : Permisi, saya Hector dari Sakura heights 202.

B : Halo. Bagaimana kabar Anda. (harfiah: Saya berhutang budi pada Anda.)

A : Maaf, saya akan pulang ke negara saya bulan depan, jadi saya ingin memutus kontrak sewa kamar saya.

B : Baik. Saya mengerti. Tanggal berapa rencananya Anda akan pergi?

2

A : Apakah Anda akan menggunakan listrik, air dan gas sampai hari Anda pindah?

B : Ya. Saya berniat seperti itu. Bagaimana baiknya menghubungi mereka?

A : Kami yang akan menghubungi mereka.

B : Oh, terima kasih banyak. Mohon bantuannya.

3

A : Terima kasih banyak atas kebaikan Anda. Saya akan pulang besok.

B : Begitukah? Kami akan merindukan Anda.

A : Silakan datang dan kunjungi saya. Saya akan mengantar Anda berkeliling.

B : Terima kasih banyak. Saya ingin sekali berkunjung.

(Di Area Bagasi di Bandara)

4

A : Permisi, koper hitam saya belum keluar.

B : Apakah Anda tahu nomor penerbangannya?

A : Oh, ini, yang ini tiket pesawat saya, kemudian yang itu dan ini nomor bagasi saya.

B : Baik. Itu penerbangan nomor KS2 yang tiba pukul 14:00 ya. Baiklah, saya akan memeriksanya.

5

A : Sensei, sudah lama sekali.

B : Oh! Hector. Lama tidak bertemu. Sejak kamu lulus, ya.

A : Ya. Saya datang ke Tokyo dalam perjalanan bisnis dan saya bertanya-tanya apakah Bapak ada di tempat atau tidak.

B : Sudah dua tahun, ya. Berapa lama di Tokyo?

6

A : Hanya tiga hari di Tokyo, kemudian saya akan pergi ke Osaka.

B : Oh, begitu? Kamu terlihat sehat. Bagaimana dengan pekerjaanmu?

A : Yah, saya beruntung memiliki bos dan rekan kerja yang baik di perusahaan, jadi saya bisa melakukan yang terbaik.

B : Begitu. Syukurlah. (harfiah: tidak ada yang lebih baik dari itu.)

(ที่ร้านแนะนำห้องเช่า)

A : เอ่อ ขอโทษ ผมชื่อเอกเตอร์ห้อง202 ซากุระไฮทส์

B : สวัสดีครับ
ขอบคุณที่ให้การสนับสนุน

A : คือว่า เดือนหน้าจะกลับประเทศแล้ว
อยากจะเลิกสัญญาเช่าห้อง

B : รับทราบค่ะ
มีแผนจะกลับวันที่เท่าไหร่คะ

A : จะใช้ไฟ น้ำ แก๊ส
ถึงวันที่ย้ายออกเลยไหมคะ

B : ครับ ตั้งใจอย่างนั้น
จะติดต่อยังไงดีครับ

A : เรื่องติดต่อเดี๋ยวทางนี้จัดการให้ค่ะ

B : ขอบพระคุณครับ รบกวนด้วยครับ

A : ขอบพระคุณที่กรุณาให้ความช่วยเหลือหลายอย่าง
พรุ่งนี้จะกลับประเทศแล้วครับ

B : อย่างนั้นเหรอ เหงาเลยค่ะ

A : กรุณามาเที่ยวให้ได้นะ
จะพาเที่ยวครับ

B : ขอบคุณมากค่ะ อยากไปให้ได้เลย

(ที่รับกระเป๋าสัมภาระ ในสนามบิน)

A : เอ่อ กระเป๋าเดินทางของผมสีดำ
ยังไม่ออกมาเลยครับ

B : ทราบเที่ยวบินไหมคะ

A : เอ่อนี่ ตั๋วเครื่องบิน
แล้วก็อันนี้คือหมายเลขสัมภาระ

B : ค่ะ เที่ยวบินKS2จากกรุงเทพฯ
ถึงตอนบ่าย2โมงนะคะ
จะเช็คข้อมูลให้

A : อาจารย์ ไม่ได้เจอกันนานเลยครับ

B : อ้าว คุณเอกเตอร์ ไม่เจอกันเลย
ตั้งแต่เรียนจบสินะคะ

A : ครับ พอดีมาดูงานที่โตเกียวครับ
คิดว่าอาจารย์อยู่ไหม

B : ไม่เจอกัน 2 ปีสินะ
อยู่โตเกียวถึงเมื่อไหร่ล่ะคะ

A : อยู่ที่โตเกียวแค่ 3 วันเท่านั้น
หลังจากนั้นจะไปโอซาก้าครับ

B : อย่างนั้นเหรอ ท่าทางสบายดีนะ
งานการเป็นไงบ้างล่ะคะ

A : ครับ
ที่บริษัทได้เจ้านายและรุ่นพี่ดีมาก
กำลังพยายามอยู่ครับ

B : งั้นเหรอ ถ้างั้นก็ดีแล้วค่ะ

(Tại văn phòng bất động sản)

A : Chào chị, em là Hector ở phòng 202 nhà Sakura Heights.

B : Chào em, mời em vào.

A : Tháng sau em sẽ về nước nên muốn trả lại phòng.

B : À thế à! Em muốn trả phòng ngày nào?

A : Em muốn dùng điện nước ga đến ngày dọn ra phải không?

B : Dạ vâng, em định như thế. Liên hệ với các bên thế nào được chị à?

A : Chị sẽ liên hệ giúp cho em.

B : Vâng cám ơn chị. Nhờ chị giúp.

A : Cám ơn đã giúp em trong thời gian ở đây. Ngày mai em về nước ạ.

B : Ôi vậy hả. Chúng tôi sẽ rất nhớ em.

A : Có dịp mời anh chị sang nước em chơi. Em sẽ dẫn anh chị đi chơi.

B : Cám ơn em. Nhất định có dịp sẽ đi.

(Ở quầy nhận hành lý trong sân bay)

A : Cái va li đen của tôi vẫn chưa thấy ra.

B : Anh làm ơn cho hỏi số hiệu chuyến bay được không ạ?

A : Đây, đây là vé máy bay của tôi. Và đây là số hành lý.

B : Dạ, chuyến bay KS 2 đáp lúc 14 giờ từ Bangkok. Phiền anh đợi để em kiểm tra.

A : Chào Cô, Lâu quá không gặp Cô ạ.

B : Ôi, Hector hả? Lâu quá không gặp em, kể từ khi em tốt nghiệp.

A : Dạ, em đi công tác Tokyo và em nhớ đến Cô.

B : Đã 2 năm rồi nhỉ. Em ở Tokyo đến bao giờ?

A : Em ở Tokyo 3 ngày thôi ạ. Sau đó em sẽ đi Osaka.

B : Thế hả! Trông em vẫn khỏe mạnh. Công việc thế nào rồi em?

A : Dạ, em may mắn có được đồng nghiệp và cấp trên tốt bụng nên em cũng cố gắng nhiều.

B : Thế hả! Được như thế là quá tốt rồi.

解説　Penjelasan คำอธิบาย Giải thích

① ちょっとハワイ

「ちょっと」とは軽い気持ちで簡単にハワイに行くという意味です。ここではまるで日常的に行っているかのように誇張した表現となっています。

Seseorang yang pergi ke Hawaii dengan begitu mudah dan santainya. Ungkapan yang digunakan di sini dilebih-lebihkan seolah-olah orang tersebut pergi ke sana setiap hari.

ちょっと เป็นความรู้สึกที่เหมือนว่าไปที่ฮาวายได้ง่าย ๆ
เป็นสำนวนที่แสดงความโอ้อวดว่าไปที่นั่นเหมือนเป็นเรื่องธรรมดาในชีวิตประจำวัน

「ちょっと」được sử dụng với ý nghĩa giống như người nói có thể đi Hawaii dễ dàng và thường xuyên. Cách nói khoa trương giống như người nói đi lại nơi này thường ngày.

② ズキズキ

強い痛みが続くことを表す擬態語です。

Onomatope untuk menunjukkan rasa sakit yang kuat dan berlarut-larut.

เป็นคำแสดงอาการที่ความเจ็บปวดต่อเนื่องยาวนาน

Từ láy thể hiện cơn đau nhức kéo dài.

③ 噂(うわさ)している

誰かが自分のことを言っている、噂をしているという意味です。誰かが噂をすると、噂された人はくしゃみをする、という言い伝えがあります。

Artinya seseorang sedang membicarakan diri kita, atau bergosip tentang diri kita. Ada pepatah yang mengatakan bahwa ketika ada orang berbicara tentang seseorang yang lain, maka orang yang dibicarakan tersebut akan bersin.

มีความหมายว่า มีใครบางคนพูดเรื่องตัวเองหรือนินทาอยู่ มีคำบอกเล่ากันมาว่า หากมีใครสักคนที่นินทา คนที่ถูกนินทาจะจาม

Cách nói có nghĩa ai đó đang nhắc đến mình hoặc nói gì về mình. Người ta nói khi một ai đó nhắc đến mình, thì người được nhắc trong câu chuyện thường hắt xì.

④ みそ汁(しる)を作(つく)る

「みそ汁を作ってほしい」は間接的なプロポーズの表現です。結婚して毎日自分のためにみそ汁を作ってほしいという思いがこめられています。

"Aku ingin kamu membuatkan sup miso untukku" adalah ungkapan menyatakan lamaran (pernikahan) secara tidak langsung. Frasa ini mengandung arti bahwa aku ingin menikahimu dan ingin kau membuatkan sup miso untukku setiap hari.

みそ汁を作ってほしい เป็นสำนวนที่ใช้ในการขอแต่งงานแบบอ้อม ๆ มีความหมายเป็นนัยว่า หลังแต่งงานแล้วอยากจะให้ทำซุปมิโสะให้ตัวเองกินทุกวัน

Cách nói "Anh muốn em nấu súp miso cho anh" là cách cầu hôn gián tiếp. Câu này mang sắc thái người nói muốn kết hôn với người nghe và muốn người nghe nấu súp miso cho anh/ chị ấy mỗi ngày.

⑤ 二度手間(にどでま)

慣用句の一つで、一度で本来済む仕事を、もう一度やらなくてはならず、手間がかかるという意味です。

Sebuah idiom yang mempunyai arti dibutuhkannya lebih banyak waktu dan usaha untuk mengulang suatu pekerjaan daripada jika dilakukan dengan benar sejak awal.

เป็นสำนวนชนิดหนึ่งที่ งานซึ่งควรจะเสร็จในคราวเดียว แต่ต้องทำซ้ำใหม่ เสียเวลา

Cách nói này được sử dụng như một thành ngữ có ý nghĩa phải mất công làm lại công việc gì một lần nữa mà đáng lẽ ra công việc đó đã hoàn tất rồi.

⑥ 急(いそ)がば回(まわ)れ

ことわざの1つで、急いでいる時こそ、丁寧に確実な方法で進めた方が、失敗して無駄な時間をかけないため、効率的だという意味です。

Sebuah peribahasa yang berarti "justru di saat terburu-buru, akan lebih efisien jika dilakukan dengan cara yang hati-hati dan andal, karena tidak akan membuang waktu percuma akibat kegagalan." Ini memiliki kemiripan dengan pepatah bahasa Indonesia "Biar lambat asal selamat".

เป็นสุภาษิตหนึ่ง มีความหมายว่า ยิ่งเวลาที่รีบ ควรจะใช้วิธีที่ค่อย ๆ ทำอย่างประณีตและแน่นอน เป็นวิธีที่มีประสิทธิภาพมากกว่าเพื่อที่ไม่ให้พลาดแล้วต้องมาเสียเวลาซ้ำสอง

Đây là một thành ngữ, mang ý nghĩa chính những lúc vội vã, gấp rút thì cần phải cẩn thận để tránh thất bại, mà phải lãng phí thời gian làm lại một việc gì.

⑦ 猫(ねこ)の手(て)も借(か)りたい

ことわざの1つで、非常に忙しく、誰のどんな手伝いでもしてほしいという意味です。

Peribahasa yang bermakna seseorang yang begitu sibuknya, sehingga mengharapkan bantuan apa pun dari siapa pun.

เป็นสุภาษิตหนึ่ง มีความหมายว่า ยุ่งมากจนอยากให้ใครก็ได้ยื่นมือมาช่วย

Đây là một thành ngữ có ý nghĩa rất bận rộn đến độ dù là ai đi chăng nữa cũng muốn người ấy giúp đỡ.

⑧ ピンポーン

ドアのチャイムを表す擬音語です。

Onomatope yang menandakan suara bel pintu.

คำเลียนเสียงหมายถึง เสียงกริ่งที่ประตู

Từ tượng thanh diễn tả âm thanh của chuông cửa.

⑨ 心(こころ)折(お)れる

「心が折れる」ということで、ショックなことがあったり困難で、目標に向かうやる気がなくなったという意味です。

"心が折れる(hancur hatinya)" berarti motivasi seseorang untuk mencapai suatu tujuan hilang karena guncangan atau kesulitan.

心が折れる มีเรื่องสะเทือนใจหรือทำให้รู้สึกยากลำบากจนหมดกำลังใจที่จะมุ่งทำเป้าหมายให้สำเร็จ

Cách nói「心が折れる」có nghĩa bị sốc hay đang gặp khó khăn hay có ý nghĩa mất hứng phấn đấu hoàn thành mục tiêu.

⑩ 着信(ちゃくしん)

電話がかかってくる、またメールが届くという意味です。

Artinya menerima panggilan, atau menerima email.

หมายถึง มีโทรศัพท์หรือมีเมลเข้ามา

Có nghĩa có cuộc gọi đến hoặc có email.

⑪ （パソコンを）落(お)とす

パソコンをシャットダウンするという意味です。

Artinya mematikan komputer.

หมายถึง การดับเครื่องคอมพิวเตอร์

Có nghĩa tắt máy tính.

⑫ ご遠慮(えんりょ)ください

丁寧に断る、あるいは禁止することを表す表現です。

Ungkapan untuk menyampaikan suatu penolakan atau larangan dengan sopan.

เป็นสำนวนที่ใช้ในการปฏิเสธอย่างสุภาพ หรือ ห้ามทำ

Cách nói diễn tả ý từ chối hoặc cấm đoán điều gì một cách lịch sự.

⑬ ご新規(しんき)

新しい客や新しくサービスを受けることを表す表現です。

Ungkapan yang merujuk pada pelanggan baru atau baru menerima sebuah layanan.

เป็นสำนวนที่แสดงการต้อนรับลูกค้ารายใหม่หรือรับบริการใหม่

Cách nói diễn tả khách mới hoặc được nhận một dịch vụ mới.

⑭ 切(き)りがいい

やっていることが終わり、休むのにいいタイミングという意味です。

Artinya semua pekerjaan sudah selesai, dan inilah saat yang tepat untuk beristirahat.

หมายถึง จังหวะของการเลิกหรือหยุดพักสิ่งที่กำลังทำอยู่

Diễn tả ý làm xong một việc gì, khoảng thời gian thích hợp để nghỉ ngơi.

⑮ だから～！

ここでは、既に言ったこと、またその意図が相手に伝わっていないため、腹を立てていることを表す言い方です。

Di sini merupakan cara mengutarakan kemarahan karena meskipun kita sudah mengatakan sebelumnya, tetapi maksud kita tersebut tidak tersampaikan ke lawan bicara (pendengar).

ในที่นี้ใช้เป็นสำนวนแสดงอาการโกรธของผู้พูดที่ต้องการย้ำว่า ได้พูดออกไปแล้ว แต่สิ่งที่ต้องการจะสื่อนั้นฝ่ายตรงข้ามไม่เข้าใจ

Cách nói thể hiện một người nào đó giận dữ vì việc hay lời nói anh/ chị ta đã nói cho ai đó nhưng người nghe không tiếp nhận.

⑯ だめもと

「だめでもともと」の略です。うまくいけばラッキー、うまくいかなくても今の状態と変わらないという意味です。可能性は低いが挑戦するという場合に使います。

Merupakan singkatan dari "だめでもともと". Artinya jika dapat berjalan dengan baik, maka itu adalah sebuah keberuntungan. Bahkan jika tidak berhasil sekalipun, tidak akan mengubah keadaan saat ini. Dipakai ketika akan mencoba sesuatu yang tingkat keberhasilannya rendah.

เป็นคำย่อของคำว่า だめでもともと ถ้าทำได้ก็โชคดีไป แต่ถึงจะทำไม่ได้ก็ไม่ได้มีอะไรต่างไปจากที่เป็นอยู่ มักใช้ในกรณีที่จะพยายามลองทำดูแม้จะมีความเป็นไปได้ต่ำก็ตาม

Cách nói ngắn của「だめでもともと」(Biết là không được nhưng vẫn cứ nói). Có nghĩa nếu may mắn thì được còn không được thì vẫn như vậy không thay đổi gì. Dùng để thể hiện ý mặc dù khả năng thấp nhưng vẫn thử.

⑰ いちご狩り（が）

いちご農園などで客が自由に農園内のいちごを採り、食べることができるサービスです。入場料がかかります。

Ini adalah layanan yang ditawarkan di tempat-tempat seperti perkebunan stroberi atau yang lain yang memungkinkan pengunjung bebas memetik dan memakan stroberi. Layanan ini membutuhkan biaya.

บริการของฟาร์มสตรอเบอรี่ที่เปิดให้ลูกค้าเข้าไปเก็บสตรอเบอรี่ในสวนกินได้ตามอิสระ มีค่าเข้า

Dịch vụ mà khách hàng có thể tận tay thu hoạch và thưởng thức tại chỗ các loại trái cây như dâu. Khách hàng phải trả phí vào cổng

⑱ 中日（なかび）

ちょうど真ん中の日という意味です。

Artinya "tepat di tengah hari."

หมายถึงวันที่อยู่ตรงกลางพอดี

Có nghĩa là "ngày ở giữa"

⑲ Suica（スイカ）

鉄道、バス、買い物などに利用できるJR東日本のICカードの名称です。

Nama sebuah kartu uang digital (e-money) JR (Japan Railways) Jepang bagian Timur yang dapat digunakan untuk naik kereta api, bus, berbelanja, dll.

เป็นชื่อเรียกบัตรเติมเงินของบริษัท JR ตะวันออก ที่สามารถใช้ขึ้นรถไฟ รถเมล์ หรือซื้อสินค้าได้

Tên gọi thẻ IC của hệ thống tàu điện JR Đông Nhật Bản sử dụng để đi xe điện, xe buýt, mua sắm…

⑳ 緊急停車（きんきゅうていしゃ）

何か問題が起こり、予定なく電車やバスが急に止まることです。

Berhentinya kereta atau bus secara tiba-tiba tanpa direncanakan karena terjadi suatu masalah.

การที่มีปัญหาอะไรบางอย่างเกิดขึ้นทำให้ รถไฟฟ้าหรือรถเมล์หยุดกะทันหันโดยไม่ได้แจ้งล่วงหน้า

Khi có sự cố bất ngờ thì xe điện hoặc xe buýt dừng đột xuất.

㉑ 継続（けいぞく）は力（ちから）なり

ことわざの1つで、何かを長く続けることが結局、能力を伸ばすという意味です。

Peribahasa yang artinya "Sesuatu yang dilakukan terus menerus dalam waktu yang lama, akhirnya akan meningkatkan kemampuan seseorang". Ini memiliki kemiripan dengan pepatah bahasa Indonesia "Bisa karena terbiasa".

เป็นสุภาษิตหนึ่ง ที่หมายถึง การที่ได้ทำอะไรบางอย่างเป็นเวลานาน ๆ จะทำให้พัฒนาความสามารถในเรื่องนั้นได้

Đây là một thành ngữ, khi cố gắng duy trì làm một việc gì thì tự động năng lực của người đó cũng được phát huy.

㉒ まかない

アルバイト先など職場が社員のために食事を作り提供することです。

Artinya tempat kerja (misalnya tempat kerja paruh waktu, atau yang lain) yang memasak dan menyediakan makanan untuk karyawan.

หมายถึงการที่ สถานที่ทำงานเช่นที่ทำงานพิเศษที่จัดหาอาหารให้พนักงานกินฟรี

Có nghĩa là phần ăn nơi làm thêm nấu hoặc cấp cho nhân viên ăn.

㉓ 一石二鳥（いっせきにちょう）

ことわざの1つで、1つのことをすると、同時に2つの利益を得られるという意味です。

Sebuah peribahasa yang artinya "jika Anda melakukan satu hal, Anda akan mendapatkan dua manfaat pada saat yang bersamaan". Ini memiliki kemiripan dengan peribahasa bahasa Indonesia "Sekali mendayung, dua tiga pulau terlampaui"

เป็นสุภาษิต หมายถึง ทำสิ่งหนึ่งและได้ผลประโยชน์ถึง 2 อย่างในเวลาเดียวกัน

Thành ngữ có ý nghĩa làm 1 việc nhưng đạt được 2 mục tiêu.
(một mũi tên trúng hai đích)

㉔ コツ

物事の要点や、技術の要領のことです。「コツをつかむ」は、この要領が身に付くという意味です。

Mengacu pada poin mendasar dari suatu hal atau teknologi. "コツをつかむ (Mendapatkan intinya)" artinya kita bisa mendapatkan poin (inti) dari suatu hal tersebut.

หมายถึง สาระสำคัญของเรื่องหรือเทคนิคที่จำเป็น コツをつかむ หมายถึง เรียนรู้เคล็ดลับนั้นไว้ใช้

Điểm chính, bí quyết hay mẹo kỹ thuật. Cách nói「コツをつかむ」có nghĩa là nắm được mẹo, kỹ thuật, bí quyết.

㉕ 風邪（かぜ）をこじらせる

風邪が長期化してなかなか回復しないこと、また悪化するという意味です。

Flu yang berkepanjangan dan tidak kunjung pulih, atau akan bertambah parah.

หมายถึง อาการหวัดที่เรื้อรังยาวนาไม่หายเสียที มีแต่จะแย่ลง

Có nghĩa là bị cảm lâu nhưng không khỏi, tình trạng ngày càng trở nên xấu đi.

㉖ お安（やす）い御用（ごよう）

人から何か頼まれた時に、依頼者の申し訳ないという心的負担を和らげるために快く引き受ける時に使う表現です。簡単な仕事（だから気にしないでね）という意味です。

Ungkapan yang digunakan saat menerima permintaan dari seseorang tanpa membuat orang tersebut merasa bersalah. Memiliki arti "Itu pekerjaan mudah, (maka dari itu tak perlu khawatir)."

เป็นคำพูดที่รับปากเมื่อมีคนมาขอร้องให้ทำอะไรบางอย่าง เพื่อไม่ให้คนที่ขอร้องรู้สึกหนักใจที่ต้องรบกวน หมายถึง เป็นงานที่ง่ายมาก (ไม่ต้องกังวลหรือคิดมาก)

Đây là cách nói mà một người nào đó khi nhận công việc từ người khác, anh (chị) ấy sẽ nói để người nhờ việc không cảm thấy áy náy. Có thể dịch là việc nhỏ mà (nên anh/ chị đừng ngại)

コラム ⑤
kolom
คอลัมน์
Chuyên mục

お店の敬語

Keigo (Ragam Bahasa Hormat) di Toko
คำสุภาพในร้านค้า
Kính ngữ (Khiêm nhường ngữ) trong công sở, hàng quán

お店や役所、仕事などで、相手に敬語を使われて困ったことはありませんか。普通に話してもらえばわかるのに、敬語だとほとんどわからない！という経験がある人は多いと思います。接客や仕事で使う敬語表現は、決まった言い方が多いです。たとえば皆さんが服を買おうと店に入り、店員といろいろ話しているとします。服を試着しようと思って店員に伝えたら、店員は「こちらでご試着ください」「申し訳ありませんが、靴を脱いでいただけませんか」などと言うかもしれません。「ご～ください」「～ていただけませんか」はどちらも相手にお願いするときの表現です。よく使いますので、覚えておくと便利です。

Pernahkah Anda merasa bingung ketika seseorang berbicara kepada Anda menggunakan Keigo di tempat-tempat seperti toko, perkantoran, atau di tempat kerja? Banyak dari Anda yang merasa bahwa Anda akan lebih mengerti jika mereka berbicara menggunakan bahasa biasa. Namun karena mereka menggunakan Keigo, sebagian besar Anda tidak memahaminya. Kebanyakan ungkapan Keigo yang digunakan di tempat pelayanan pelanggan atau tempat kerja, adalah Keigo yang sudah ditentukan. Sebagai contoh, misalnya, Anda masuk ke sebuah toko untuk membeli beberapa pakaian, dan berbicara kepada pelayan toko. Ketika Anda akan mencoba pakaian, pelayan toko itu akan mengucapkan sesuatu seperti "こちらでご試着ください (Silahkan mencoba di sini)" atau "申し訳ありませんが、靴を脱いでいただけませんか (Maaf, boleh Anda melepas sepatunya?". Baik "ご～ください" maupun "～ていただけませんか", keduanya adalah ungkapan sopan untuk meminta seseorang melakukan sesuatu. Ungkapan ini sering digunakan, sehingga akan lebih memudahkan jika Anda mengingatnya.

เวลาไปร้านค้า สถานที่ราชการ หรือที่ทำงาน
เคยรู้สึกลำบากใจไหมเมื่อมีคนพูดภาษาสุภาพด้วย คิดว่าคงมีคนไม่น้อยที่ เคยมีประสบการณ์แบบที่ถ้าพูดด้วยภาษาธรรมดาก็เข้าใจได้ แต่พอพูดเป็นภาษาสุภาพยกย่องฟังไม่ค่อยรู้เรื่อง สำนวนภาษาสุภาพแบบยกย่องที่ใช้ในการติดต่อลูกค้าหรือที่ทำงานนั้น มักจะมีสำนวนตายตัว เช่น ถ้าเราจะเข้าไปในร้านเพื่อซื้อเสื้อผ้า ก็จะต้องพูดกับพนักงานในร้าน พอบอกพนักงานว่าอยากจะลองสวมเสื้อผ้าดู พนักงานอาจจะพูดว่า「こちらでご試着ください」(กรุณาลองเสื้อทางด้านนี้)「申し訳ありませんが、靴を脱いでいただけませんか」(ขออภัย ได้โปรดถอดรองเท้าได้ไหม) สำนวน ご～ください หรือ ～ていただけませんか เป็นสำนวนที่ใช้ในการขอร้องคู่สนทนา และใช้บ่อยมาก หากจดจำไว้ใช้ก็จะสะดวกมาก

Có bao giờ chúng ta gặp những tình huống bối rối khi người trong quán ăn, các cơ quan nhà nước, công ty sử dụng kính ngữ với chúng ta. Đôi khi chúng ta nghĩ tại sao người ta không nói bình thường với chúng ta mà lại sử dụng kính ngữ. Có người không hiểu gì về kính ngữ. Những cách nói kính ngữ, khiêm nhường ngữ trong công việc, trong hàng quán là những cách nói cố định, theo mẫu. Ví dụ như tình huống chúng ta vào cửa hàng quần áo, nhân viên trong cửa hàng nói chuyện với chúng ta rất nhiều. Nếu chúng ta nói với nhân viên các bạn muốn mặc thử áo, nhân viên trong cửa hàng sẽ nói với chúng ta những mẫu câu như「こちらでご試着ください」(Mời anh (chị) thử ở đây)「申し訳ございませんが、靴を脱いでいただけませんか」(Xin anh (chị) cởi giày ra). Cách nói「ご～ください」「～ていただけませんか」là cách nói yêu cầu lịch sự đối với mọi đối tượng. Rất hay được sử dụng nên nếu các bạn học thuộc khi cần dùng thì rất tiện.

Unit 6

独話（一人で長く話すもの）や長い会話に挑戦してみましょう。考えや感想を言ったり、店や病院で話したり、日常生活でよくある状況のものです。

Percakapan akan lebih panjang dan isinya akan lebih spesifik. Mari kita pelajari juga percakapan yang menyenangkan dengan menggunakan peribahasa serta idiom. Selain itu, mari berlatih juga ungkapan yang mengandung ragam hormat dan kepedulian.

ลองฝึกฝนพูดเดี่ยว (พูดข้อความยาว ๆ คนเดียว) และบทสนทนาที่มีความยาวมากขึ้น เป็นการแสดงความคิดเห็น ความรู้สึก หรือการพูดคุยเวลาไปร้านค้าหรือโรงพยาบาล ซึ่งเป็นสถานการณ์ที่พบได้ทั่วไปในชีวิตประจำวัน

Ở bài này chúng ta làm quen với những bài độc thoại (bài tự phát biểu) hay những bài hội thoại dài. Những mẫu này có nội dung bày tỏ ý kiến, cảm nghĩ hoặc những mẫu hội thoại thực tế trong cửa hàng hay trong bệnh viện...

レベル 6	初級 Tingkat Dasar ชั้นต้น Sơ cấp	初中級 Tingkat Dasar-menengah ชั้นต้น-กลาง Sơ trung cấp	中級 Tingkat Menengah ชั้นกลาง Trung cấp

◎意見の言い方	Menyatakan Pendapat	คำพูดแสดงความคิดเห็น	Cách bày tỏ ý kiến	◎～でしょうか ◎確かに ◎～のではないでしょうか ◎さらに ◎やはり ◎とりあえず etc
◎接続詞	Konjungsi	คำสันธาน	Liên từ	
◎副詞	Kata Keterangan	คำวิเศษณ์	Phó từ	

section 1

53

（バス停で）

1 A ：あの、すみません。松田駅前に行くバスは、ここでいいですか。

B ：松田駅前？　ああ、大丈夫ですよ。えーと、35番と37番ですね。

A ：ありがとうございます。えーと、バスの中で両替はできますか。

B ：ええ、できますよ。千円札と五百円玉なら。

A ：ああ、そうですか。あ、五千円札しかない…。困ったなあ。

B ：五千円札は両替できないんじゃないかな、確か。Suicaみたいの、持ってませんか。

A ：あ、Suicaならあります。これで乗れるんですか。

B ：はい、乗れますよ。乗るときにタッチすればいいんですよ。

A ：よかった。安心しました。でも、料金は降りるところで違うんじゃないんですか。

B ：いや、この路線はどこでも同じ料金ですよ。

A ：そうなんですね。ああ、いろいろありがとうございました。教えてくださって。

B ：いえ、お気をつけて。

（コンビニで）

2 A ：すみません、荷物を送りたいんですが。

F B ：はい、じゃあこの伝票に書き込んでください。

A ：ええと、これ全部書くんですか。

B ：この赤い線で囲んである部分だけでけっこうです。

A ：はい。…これでいいですか。

B ：はい。あ、荷物の中身はなんですか。

A ：服と、食べ物が少し入ってます。

B ：服と食べ物ですね。じゃあ、ここに衣類と食品と書いていただけますか。

A ：はい。あと、時間指定はできますか。

B ：はい、できます。この中から選んでいただきたいんですが。

A ：えーと、じゃあ、19時から21時でお願いします。

B ：はい、うけたまわりました。料金は1500円になります。

(Di Halte Bus)

1

A : Maaf, permisi. Apakah benar untuk pergi ke Stasiun Matsuda naik dari sini?

B : Stasiun Matsuda, ya? Ya benar. Nomor 35 dan 37, ya.

A : Terima kasih. Maaf, apakah saya dapat menukarkan uang di bus?

B : Ya, bisa, kok. Asalkan uangnya lembaran 1000 yen atau koin 500 yen.

A : Oh, begitu, ya. Aduh, saya hanya ada lembar 5000 yen, bagaimana ini, ya...

B : Saya rasa uang lembaran 5000 yen tidak dapat ditukar, ya. Apa Anda tidak punya semacam Suica?

A : Oh, kalau Suica saya punya. Jadi, ini bisa juga dipakai untuk naik bus, ya?

B : Ya, bisa. Saat naik, Anda cukup menempelkannya (pada mesin pemindai kartu) saja.

A : Syukurlah. Tapi, bukankah tarifnya berbeda tergantung tempat turunnya, ya?

B : Tidak. Untuk jalur ini jauh dekat biayanya sama.

A : Oh, begitu. Terima kasih sekali karena sudah banyak diberitahu.

B : Sama sekali tidak. Hati-hati, ya.

(ที่ป้ายรถเมล์)

A : เอ่อ รถเมล์ที่ไปหน้าสถานีมัตสึดะใช่ที่นี่ไหมครับ

B : หน้าสถานีมัตสึดะเหรอ อ้อ ขึ้นได้เออรถเบอร์ 35 กับ 37 นะคะ

A : ขอบคุณครับ เอ่อ บนรถเมล์แลกเงินปลีกได้ไหมครับ

B : ได้ค่ะ ถ้ามีแบงค์พันกับเหรียญ 500เยน

A : เหรอครับ ว้า มีแต่แบงค์ 5000เยน แย่เลย

B : คิดว่าแบงค์ 5000น่าจะแลกไม่ได้นะคะ ไม่มีบัตร Suica เหรอ

A : อ้อ Suica มีครับ บัตรนี้ก็ใช้ขึ้นรถได้เหรอครับ

B : ได้สิ เวลาจะขึ้นก็แค่แตะบัตรเท่านั้น

A : ดีจัง งั้นก็โล่งอกไปที แต่ค่ารถต่างกันขึ้นกับว่าลงที่ไหนไม่ใช่เหรอครับ

B : ไม่นะ ถ้าเส้นทางนี้ละก็ลงที่ไหนก็ราคาเดียวกันหมดค่ะ

A : อ้องั้นหรือครับ ขอบคุณมาก ๆ ที่ช่วยเหลือครับ

B : ไม่เป็นไร ระวังด้วยนะคะ

(Ở trạm xe buýt)

A : Xin lỗi cho tôi hỏi, xe buýt đi đến trước ga Matsuda là xe buýt này phải không ạ?

B : Đến trước ga Matsuda hả? À, được. Xe số 35 và 37 nhé.

A : Dạ, xin cám ơn. Dạ, trên xe có đổi tiền được không ạ?

B : Được chứ em. Tiền 1,000 yên và đồng 500 yên đổi được.

A : À, thế ạ. Khổ thiệt, em chỉ có đồng 5,000 yên thôi.

B : Hình như 5,000 yên không có đổi được thì phải? Em có cái gì khác như thẻ Suica không?

A : Dạ, Suica thì có ạ. Thẻ này có đi được xe buýt không ạ?

B : Được chứ em. Khi em lên xe em chỉ cần đập thẻ là được.

A : Ôi, tốt quá. Vậy em mới yên tâm được. Nhưng mà hình như tuỳ trạm xuống mà tiền xe buýt cũng khác phải không ạ?

B : Không em, tuyến này xuống ở đâu cũng bằng đấy tiền.

A : Dạ, thế ạ. Em cám ơn chị nhiều. Chỉ em đủ thứ.

B : Không có chi đâu em. Em đi cẩn thận nhé.

(Di minimarket)

2

A : Permisi, saya ingin mengirim barang ini.

B : Baik, silakan Anda isi slip ini.

A : Maaf, apakah ini diisi semuanya?

B : Cukup bagian yang dikelilingi garis merah ini saja.

A : Baik. ... Apakah begini sudah cukup?

B : Ya. Oh ya, isi bingkisannya apa, ya?

A : Isinya pakaian dan sedikit makanan.

B : Pakaian dan makanan, ya. Kalau begitu, bisakah Anda menulis "pakaian dan makanan" pada bagian ini?

A : Baik. Lalu, apakah saya bisa memilih waktunya (untuk pengiriman barang tiba di rumah)?

B : Ya, bisa. Silakan Anda pilih di antara ini.

A : Baiklah, tolong yang antara pukul 19:00 dan pukul 21:00.

B : Baik, kami terima. Biayanya 1.500 yen.

(ที่ร้านสะดวกซื้อ)

A : ขอโทษ อยากจะส่งสัมภาระน่ะครับ

B : กรุณากรอกข้อความลงในเอกสารใบนี้ค่ะ

A : เอ่อ เขียนทั้งหมดนี่เลยเหรอครับ

B : เขียนเฉพาะแค่กรอบสีแดงนี่เท่านั้นก็พอค่ะ

A : นี่ครับ แบบนี้ใช้ได้ไหมครับ

B : ค่ะ ของในนี้เป็นอะไรหรือคะ

A : เสื้อผ้ากับของกินนิดหน่อยครับ

B : เสื้อผ้ากับของกินนะคะ ถ้างั้นช่วยเขียนตรงนี้ว่าเสื้อผ้ากับของกิน

A : ครับ แล้วก็ระบุเวลาจัดส่งได้ไหมครับ

B : ได้ค่ะ เลือกจากในนั้นได้เลยค่ะ

A : เอ่อ ถ้างั้นรบกวนช่วงเวลา 19.00-21.00น.ครับ

B : รับทราบค่ะ ค่าธรรมเนียม 1500 เยนค่ะ

(Ở cửa hàng tiện lợi)

A : Xin lỗi, em muốn gửi hàng này.

B : Được em. Em điền thông tin vào phiếu này đi.

A : Dạ, điền hết vào đây ạ?

B : Em chỉ cần ghi vào phần khung màu đỏ là được.

A : Dạ, như thế này được chưa ạ?

B : À, trong đây là gì vậy em?

A : Dạ, quần áo và một ít đồ ăn ạ.

B : Quần áo vào đồ ăn hả? Vậy thì em ghi vào đây là quần áo và đồ ăn nhé.

A : Dạ. Em có thể chỉ định thời gian giao hàng được không chị?

B : Được chứ em. Em chọn trong phần này đi.

A : Dạ, để em xem. Dạ, giao giùm em trong khoảng từ 19 đến 21 giờ nhé.

B : Được rồi em. Chị nhận hàng của em. Hết 1,500 yên nhé.

section 2 54

（家電量販店で）

1 A：すみません、ちょっとこの洗濯機の説明が聞きたいんですけど。

F B：はい。こちらですね。こちらはこのメーカーの最新型のものですね。ドラム式で、乾燥も短時間でできます。

A：7キロって書いてありますけど、何人用ですか。

B：7キロですと、だいたい2，3人用ですね。

A：ああ、もっと小さくていいんです。一人暮らしなんで。

B：それでしたら、こちらはいかがでしょうか。5キロですので、お一人なら十分だと思いますが。

A：そうですね。でも、ちょっと高いなあ。ドラム式じゃないやつ①も見せてもらえませんか。

B：そうですね。こちらは…乾燥機能はありませんが、普通に使う分にはいいですよ。操作も簡単ですしね。

（病院〈皮膚科〉で）

2 A：はい、こんにちは。どうされましたか。

B：あの、腕の内側のところに赤いぶつぶつができちゃって。

A：ちょっと見せてください。ああ、確かに赤くなっていますね。かゆみはありますか。

B：はい。すごくかゆくて、ついかいちゃって。そしたらますますかゆいところが広がってしまったんですけど。それにだんだん腫れてきたような気がして。

A：そうですか。痛みは？

B：痛くはありません。

A：これはたぶん、毛虫に刺されたんですね。木の葉っぱに触ったりしませんでしたか。

B：あ、昨日公園で、木がたくさんあるところを歩きました。

A：そのときに触っちゃったのかもしれませんね。とりあえず塗り薬を出しておきますので、様子をみてください。一週間分ね。

B：わかりました。ありがとうございました。

① ➡ p.164

(Di Toko Peralatan Rumah Tangga)

1

A : Permisi, saya ingin bertanya tentang cara penggunaan mesin cuci ini.

B : Baik, yang ini, ya. Ini adalah model terbaru dari pabriknya. Berbentuk drum, dan dapat mengeringkan pakaian Anda dengan cepat.

A : Di sini tertulis 7 kg, kira-kira bisa dipakai untuk berapa orang, ya?

B : 7 kg akan cukup untuk pemakaian 2 sampai 3 orang.

A : Ah, saya butuh yang lebih kecil karena saya tinggal sendiri.

B : Kalau begitu, bagaimana kalau yang ini? Yang ini 5 kg, jadi menurut saya cukup untuk pemakaian 1 orang.

A : Benar juga, sih. Tapi, harganya kok mahal, ya. Kalau bukan yang model drum, ada? (harfiah: bisa tunjukkan yang bukan model drum?)

B : Baik. Yang ini... tidak memiliki fungsi pengering, namun bagus untuk pemakaian normal. Pengoperasiannya pun mudah.

(ที่ร้านขายเครื่องใช้ไฟฟ้าในครัวเรือน)

A : ขอโทษ อยากขอคำอธิบายเกี่ยวกับเครื่องซักผ้าเครื่องนี้หน่อยค่ะ

B : ได้ครับ เครื่องนี้นะครับ เป็นรุ่นใหม่ล่าสุดของยี่ห้อนี้ ใช้ระบบปั่นดรัม เป่าผ้าแห้งได้ในเวลาอันสั้น

A : เห็นเขียนว่า 7 กิโล สำหรับกี่คนคะ

B : ถ้า 7 กิโล ก็จะประมาณ 2-3 คน

A : อ้อ งั้นเอาเครื่องเล็กกว่านี้ได้ เพราะอยู่คนเดียวน่ะค่ะ

B : ถ้างั้นเครื่องทางนี้เป็นอย่างไรครับ 5 กิโล ใช้คนเดียวก็เพียงพอครับ

A : นั่นสินะ แต่แพงไปหน่อย มีรุ่นที่ไม่ใช่แบบปั่นไหม ขอดูหน่อยได้ไหมคะ

B : อืม เครื่องนี้ไม่มีฟังก์ชั่นอบแห้ง ถ้าใช้ปกติธรรมดาก็โอเค ใช้งานก็ง่ายครับ

(Ở cửa hàng điện máy)

A : Anh ơi, tôi muốn hỏi một chút về cái máy giặt này được không?

B : Dạ, cái này hả chị? Đây là mã mới nhất của nhà sản xuất này. Máy giặt lồng ngang, có thể sấy khô trong thời gian ngắn.

A : Ở đây ghi 7 kí, nhà mấy người thì dùng loại này được?

B : 7 kí thì khoảng 2, 3 người dùng là vừa ạ.

A : À, nếu nhỏ hơn một tí thì tốt quá. Tôi sống có một mình thôi.

B : Vậy thì chị thấy loại này thế nào? Loại 5 kí, thích hợp cho một người dùng.

A : Để tôi xem. Nhưng giá hơi mắc. Anh cho tôi xem loại nào khác loại lồng ngang được không?

B : Dạ, loại này thì không có chức năng sấy khô, nhưng dùng cũng được lắm chị. Lại dễ sử dụng nữa ạ.

(Di Rumah Sakit <Klinik Dermatologis>)

2

A : Selamat siang. Ada masalah apa?

B : Begini, Dok, ada bintik merah di lengan bagian dalam saya.

A : Boleh saya lihat? Ah, benar, berwarna merah, ya. Apakah terasa gatal?

B : Ya, rasanya sangat gatal sehingga saya tidak berhenti menggaruk. Begitu saya garuk, rasa gatalnya semakin menyebar. Selain itu sepertinya lama-lama membengkak.

A : Seperti itu, ya. Apakah terasa sakit?

B : Tidak.

A : Kemungkinan besar Anda digigit ulat. Apakah Anda melakukan sesuatu seperti menyentuh daun pohon?

B : Ah, di taman kemarin, saya berjalan di bagian yang banyak pohonnya.

A : Mungkin Anda menyentuhnya secara tidak sengaja. Kalau begitu saya akan memberikan salep, dan coba kita lihat perkembangannya. Untuk pemakaian 1 minggu, ya.

B : Saya mengerti. Terima kasih banyak, Dok.

(ที่โรงพยาบาล แผนกผิวหนัง)

A : สวัสดีค่ะ เป็นอะไรมาคะ

B : เอ่อ มีปุ่มแดง ๆ ขึ้นที่ด้านในแขนพับครับ

A : ไหนขอดูหน่อย อ้อ เป็นผื่นแดงจริง ๆ ด้วย มีอาการคันไหมคะ

B : ค่ะ คันมากเลยมักจะเกา พอยิ่งเกาก็ยิ่งคันเป็นวงกว้างขึ้น แล้วรู้สึกเหมือนกับมันค่อย ๆ พองครับ

A : อย่างนั้นเหรอ ปวดไหมคะ

B : ไม่มีอาการปวดครับ

A : สงสัยว่าจะโดนหนอนบุ้งกัด ไปสัมผัสกับใบไม้ที่ไหนมาหรือเปล่าคะ

B : อ้อ เมื่อวานไปเดินที่มีต้นไม้เยอะ ๆ ในสวนมาครับ

A : อาจจะไปสัมผัสถูกตอนนั้น ก่อนอื่นจะให้ยาทาไปลองใช้ดูอาการสักพัก ให้ยาสำหรับหนึ่งสัปดาห์นะคะ

B : ครับ ขอบคุณมากครับ

(Tại khoa da liễu của bệnh viện)

A : Chào em, em bị sao thế?

B : Dạ ở phần trong của cánh tay nổi lên mấy nốt đo đỏ.

A : Em cho tôi xem nào. Ừ, đúng là có mấy nốt màu đỏ. Có bị ngứa không em?

B : Dạ, ngứa lắm ạ, không gãi không chịu nổi. Càng gãi thì chỗ ngứa càng lan rộng ra. Em thấy giống như nó đang sưng to lên thì phải.

A : Thế hả. Em có thấy đau không?

B : Dạ, không đau ạ.

A : Vết này giống như bị sâu bướm chích. Em có đụng vào lá cây gì không?

B : Dạ, hôm qua em đi bộ qua chỗ có nhiều đám cây.

A : Có lẽ lúc đó em bất cẩn chạm vào cũng không chừng. Bây giờ chị cho em thuốc bôi, em dùng thử rồi coi tình hình thế nào. Chị cho 1 tuần thuốc.

B : Dạ, em cám ơn ạ

（意見を述べる）

1 最近、小学生にスマートホンを持たせるのはよくないという意見を耳にします。本当にそうでしょうか。私は、スマートホンの良い面も考えるべきだと思います。例えば、スマホを持っていれば、危険な状況ですぐ保護者に連絡を取ることができます。また、保護者も子どもが今どこにいるのか、把握することが簡単になると思います。さらに、小さい頃からスマホを使うことによって、ＩＴリテラシーも身につけられるでしょう。確かにスマホには危険性もあります。ゲームをやり過ぎてしまったり、SNSで危ない人とつながる可能性もあります。ですが、これらの問題点は保護者が注意することで、十分防げるのではないでしょうか。このように考えると、やはりスマートホンを小学生に持たせることは、害より利益のほうが大きいと言えると考えます。

（面接で・日本語学習の動機）

2 私が日本に興味を持ったきっかけは、子どもの頃見ていた日本のアニメです。中でも今もよく覚えているのは、「フラワー」というアニメです。日本人はみんなこんなにかわいい服を着て、キュートな髪型をしているのかと思いました。今思うと子どもっぽい考えですが、その頃の私にとっては憧れの生活でした。その後、母国で社会人になりましたが、しばらくすると仕事の内容に物足りなさを感じるようになりました。そんなとき、日本語学校の学生募集広告を見つけて、日本熱②が再燃しました。もちろんアニメの中の日本は現実ではないとわかっています。でも、日本語の勉強を通して新しい自分になり、将来は自分に合った、やりがいのある仕事につきたいと思っています。できれば環境を守ることにつながる仕事をしたいと思っています。以上が私の日本語学習の動機です。

1 (Menyatakan Opini) Baru-baru ini saya mendengar pendapat bahwa tidak baik membiarkan siswa SD mempunyai ponsel pintar. Benarkah seperti itu? Menurut saya, kita juga harus memikirkan sisi positif dari ponsel pintar. Misalnya, apabila memiliki ponsel pintar, anak dapat segera menghubungi orang tuanya saat berada dalam situasi berbahaya. Selain itu, orang tua juga jadi lebih mudah mengetahui keberadaan anaknya. Ditambah lagi, dengan penggunaan ponsel pintar sejak kecil, anak dapat memperoleh literasi TI. Memang benar bahwa ponsel pintar juga memiliki risiko. Ada kemungkinan anak akan terlalu banyak bermain game, atau terhubung dengan seseorang yang berbahaya melalui media sosial. Akan tetapi, bukankah potensi masalah tersebut akan dapat dicegah dengan adanya perhatian dari orang tua? Dengan melihat dari sudut pandang yang seperti ini, maka saya rasa dapat dikatakan bahwa membiarkan anak SD memiliki ponsel pintar akan memberikan lebih banyak manfaat dari pada mudaratnya.

(แสดงความคิดเห็น) ช่วงนี้จะได้ยินว่า ไม่ควรให้เด็กประถมถือสมาร์ทโฟน จริงหรือเปล่า ผมคิดว่าควรคำนึงถึงข้อดีของสมาร์ทโฟนด้วย เช่น หากมีสมาร์ทโฟน ในสถานการณ์ที่ตกอยู่ในอันตรายก็จะสามารถติดต่อกับผู้ปกครองได้ทันที นอกจากนี้ผู้ปกครองก็จะรู้ได้ง่ายว่าลูกของตัวเองเวลานี้อยู่ที่ไหน นอกจากนี้ หากได้ใช้สมาร์ทโฟนตั้งแต่ยังเล็ก ก็จะมีความเข้าใจเทคโนโลยีสารสนเทศ(IT)และใช้เป็น แน่นอนว่าสมาร์ทโฟนก็มีข้อเสียที่เป็นอันตราย เช่น อาจทำให้ติดเกมมากเกินไป หรืออาจไปเชื่อมโยงกับบุคคลอันตรายผ่านสื่อโซเชียลเน็ตเวิร์กได้ อย่างไรก็ตามปัญหาเหล่านี้ หากผู้ปกครองเอาใจใส่ดูแล ก็จะสามารถป้องกันได้ไม่ใช่หรือ หากพิจารณาในแง่นี้แล้ว ผมจึงคิดว่าการให้เด็กประถมถือสมาร์ทโฟนนั้นมีข้อดีมากกว่าข้อเสีย

(Nêu ý kiến) Gần đây, tôi nghe nhiều ý kiến cho rằng việc cho học sinh tiểu học dùng điện thoại smart phone là không tốt. Có thật sự như thế không? Theo tôi, chúng ta phải xem xét đến những mặt tốt của điện thoại. Cụ thể như nếu chúng ta có điện thoại thì trong những trường hợp khẩn cấp chúng ta có thể liên hệ được với người bảo hộ. Hơn nữa, người bảo hộ có thể biết được một cách dễ dàng con cái họ đang ở đâu. Ngoài ra, cho con cái sử dụng điện thoại thông minh từ nhỏ, có thể giúp trẻ trang bị cho mình trình độ tin học. Mặc dù điện thoại thông minh cũng có những nguy hiểm như chơi game quá nhiều, giao lưu với những người nguy hiểm qua SMS tuy nhiên bố mẹ, người bảo hộ nếu chú ý con trẻ thì những vấn đề này có thể phòng tránh được. Với cách nghĩ này thì tôi nghĩ, cho học sinh tiểu học sử dụng điện thoại thông minh thì có thể thấy mặt lợi nhiều hơn mặt hại.

2 (Pada Wawancara: Motivasi Belajar Bahasa Jepang) Alasan saya tertarik dengan Jepang adalah anime Jepang yang saya tonton saat masih kecil. Di antara anime tersebut, yang masih saya ingat dengan baik sampai saat ini adalah anime yang berjudul “Flower”. Pada saat itu saya berpikir, apakah orang Jepang semuanya memakai baju dan memiliki gaya rambut semanis itu. Jika diingat lagi, mungkin itu adalah cara berpikir yang kekanak-kanakan, tapi itulah kehidupan yang saya dambakan saat itu. Kemudian, saya tumbuh dan terjun ke dunia kerja di negara saya. Akan tetapi, setelah beberapa saat, saya merasa ada yang kurang pada pekerjaan saya. Pada saat itulah saya menemukan iklan penerimaan siswa untuk sekolah bahasa Jepang, dan seketika kecintaan saya terhadap Jepang muncul kembali. Tentu saja saya tahu bahwa negara Jepang yang ada di dalam anime tidak nyata. Tapi, saya berharap melalui studi bahasa Jepang, saya dapat menjadi diri saya yang baru, dan bisa mendapatkan pekerjaan yang menantang dan sesuai untuk saya di masa depan. Jika memungkinkan, saya ingin mempunyai pekerjaan yang berhubungan dengan pelestarian lingkungan. Itulah yang memotivasi saya untuk belajar bahasa Jepang.

(ในการสัมภาษณ์ เรื่องแรงจูงใจให้เรียนภาษาญี่ปุ่น) สิ่งที่ทำให้ดิฉันสนใจในประเทศญี่ปุ่น ก็คืออนิเมชั่นที่ดูมาตั้งแต่เด็ก ในนั้นเรื่องที่จำได้แม่นจนกระทั่งเดี๋ยวนี้ คืออนิเมะเรื่อง"ฟลาวเวอร์" ทำให้คิดว่าคนญี่ปุ่นสวมเสื้อผ้าน่ารักและทำผมกิ๊บเก๋แบบนี้ทุกคนหรือ ตอนนี้นึกขึ้นมาแล้วก็รู้สึกว่า ช่างเป็นความคิดเด็ก ๆ นั่นเป็นวิถีชีวิตที่ฉันใฝ่ฝันอยากจะเป็นมากในตอนนั้น แต่หลังจากนั้นพอเติบโตเป็นผู้ใหญ่ทำงานในประเทศของตัวเองได้สักพักหนึ่งก็รู้สึกว่ายังไม่พอใจกับลักษณะงานที่ทำ พอดีได้เห็นโฆษณารับสมัครนักเรียนของโรงเรียนภาษาญี่ปุ่นแห่งหนึ่ง ก็เลยเกิดแรงบันดาลใจอยากรู้เกี่ยวกับญี่ปุ่นขึ้นมาใหม่ แน่นอนว่าญี่ปุ่นที่อยู่ในอนิเมะไม่มีในชีวิตจริง แต่จากการเรียนภาษาญี่ปุ่นทำให้ได้ค้นพบด้านใหม่ของตัวเอง และคิดว่าอนาคตอยากจะทำงานที่มีคุณค่าและเหมาะกับตัวเอง ถ้าเป็นไปได้คิดว่าอยากจะทำงานที่เกี่ยวข้องกับการอนุรักษ์สิ่งแวดล้อม ทั้งหมดนี้คือแรงจูงใจที่ทำให้ฉันอยากเรียนภาษาญี่ปุ่นค่ะ

(Ở buổi phỏng vấn/Động cơ trong việc học tiếng Nhật) Nguyên nhân khiến tôi có hứng thú đến Nhật Bản chính là vì những bộ phim hoạt hình của Nhật mà tôi đã xem khi còn nhỏ. Trong những phim tôi xem, có một phim mà đến bây giờ tôi vẫn còn nhớ rõ, đó là phim "Flower". Khi đó tôi đã nghĩ rằng tất cả mọi người Nhật đều mặc những bộ quần áo dễ thương như vậy, để những kiểu tóc rất xinh xắn. Bây giờ nghĩ lại thì thấy suy nghĩ của mình trẻ con nhưng đối với tuổi của tôi lúc bấy giờ, đó là cuộc sống mà tôi ngưỡng mộ. Sau đó, tôi lớn lên và trở thành nhân viên công ty ở đất nước mình và sau khoảng một thời gian làm việc thì tôi nhận thấy thiếu thiếu một thứ gì trong công việc của mình. Khi đó, tôi đọc thấy thông báo tuyển sinh của một trường tiếng Nhật và ngọn lửa Nhật Bản một lần nữa lại bùng cháy. Mặc dù biết rằng Nhật Bản trong những bộ phim hoạt hình không phải là hiện thực nhưng thông qua việc học tiếng Nhật tôi có thể tự làm mới bản thân, trong tương lai tôi mong muốn có thể tìm được một công việc thích hợp với bản thân và tìm thấy được động lực. Tôi mong muốn có thể tìm được một công việc liên quan đến vấn đề bảo vệ môi trường. Đây là động cơ theo học tiếng Nhật của tôi.

section 4 

（旅先での出来事）

1 先日、初めて一人旅をしたんです。雪が見たかったので、ネットでいろいろ調べて、札幌に行くことにしました。「さっぽろ雪まつり③」をやっていたので、面白そうだなと思って。近くには温泉もあるし。で、行ってみてびっくりしたのは、やっぱり寒さでした。もう、この辺の寒さなんて比べ物にならないくらい寒かったですよ。雪像のライトアップが見たいと思って、夜出かけたんですけど、寒過ぎて10分も歩くと体が震えてくるんです。何枚も重ね着をして、ダウンコートも着込んでたんですが、途中で我慢できなくなって、ストーブのあるテントに駆け込みました。でも、地元の高校生らしい女の子が、素足で短いスカートを履いて歩いていたのには、すごーく驚きました。あの女子高生の姿が、札幌で一番びっくりしたことかもしれません。

（映画の感想）

2 この間、『大声で叫べ』っていう映画を見たんだけど、なかなかよかったよ。主人公はサッカーの選手で、ジャンルで言えばスポーツ映画っていうことになるんだけど。すごく弱くてお金もないサッカーチームで、みんな自信がなくて試合なんか最初からあきらめてるのね。その中で一人だけハングリー精神④がある選手がいて、チームが少しずつ変わっていくんだけど、まあいわゆるハッピーエンドにはならないわけ。うん、ただ「頑張って成功しました」っていうんじゃなくて、選手のドロドロした⑤一面なんかも描かれてて。すごくリアルだなって感じたなあ。ネタバレ⑥になっちゃうからこれ以上は言わないけど、見る価値はあると思うよ。ほんと、おすすめ。人生観、変わるよ。

③④⑤⑥ ➡ p.164

1 (Cerita Perjalanan Saya) Beberapa waktu yang lalu, untuk pertamakalinya saya bepergian seorang diri. Karena saya ingin melihat salju, saya pun mencari informasi di internet, kemudian saya memutuskan untuk pergi ke Sapporo. Di sana ada Festival Salju Sapporo, jadi saya pikir sepertinya menarik. Di dekatnya pun ada pemandian air panas. Saat saya ke sana, saya terkejut betapa dinginnya suhu di sana, sangat dingin sehingga tidak dapat dibandingkan dengan apapun. Saya pergi keluar pada malam hari berharap melihat pameran light-up patung salju, tetapi hawanya terlalu dingin dan tubuh saya mulai menggigil setelah berjalan sekitar 10 menit. Saya sudah memakai pakaian berlapis-lapis dan juga mantel bulu, tetapi karena saya tidak mampu menahan rasa dingin, saya pun berlari ke dalam tenda yang memiliki pemanas. Namun, saya sangat terkejut saat melihat seorang gadis yang tampaknya adalah siswa sekolah menengah setempat. Ia hanya mengenakan rok pendek tanpa memakai lapisan apapun di kakinya. Mungkin cara berpakaian siswi SMA menjadi hal yang paling mengejutkan bagi saya selama di Sapporo.

(เหตุการณ์ที่ประสบในการเดินทาง) วันก่อนผมไปท่องเที่ยวคนเดียว อยากจะเห็นหิมะก็เลยสำรวจข้อมูลทางเน็ต เลยตัดสินใจไปที่ซัปโปโร พอดีมีงานเทศกาลหิมะซัปโปโรอยู่พอดี ก็คิดว่าน่าสนุก ใกล้ ๆ แถวนั้นมีออนเซ็นด้วย พอไปดูก็ตกใจมากเพราะหนาวจริง ๆ ความหนาวของที่นี่เทียบกับที่นั่นไม่ได้เลย อยากจะไปดูแสงสีที่งานแกะสลักหิมะ ก็เลยออกไปตอนกลางคืน แต่หนาวจัด เดินไปได้ 10 นาทีก็หนาวสั่นไปหมด ขนาดสวมเสื้อผ้าไปหลายชั้นแล้วยังสวมโค้ตขนเป็ดอีก แต่ระหว่างทางก็ทนไม่ไหว ต้องวิ่งเข้าไปในเต๊นท์ที่มีเตาผิง แต่เด็กผู้หญิงเหมือนจะเป็นเด็กมัธยมในพื้นที่ กลับสวมกระโปรงสั้นเดินเท้าเปล่า ผมรู้สึกประหลาดใจมากเลย ภาพของเด็กสาวมัธยมคนนั้นน่าจะเป็นสิ่งที่ทำให้ผมรู้สึกตกใจมากที่สุดที่ซัปโปโร

(Những trải nghiệm khi đi du lịch) Hôm trước, lần đầu tiên tôi đi du lịch một mình. Vì muốn xem tuyết rơi nên tôi đã tìm hiểu nhiều thông tin và quyết định đi Sapporo. Vì có tổ chức "lễ hội tuyết Sapporo" nên tôi nghĩ sẽ rất hay. Gần đó có suối nước nóng. Tôi đã đi và cảm thấy bất ngờ vì cái lạnh ở đây. Cái lạnh ở nơi đây lạnh đến độ mà không có thứ gì có thể so sánh được. Buổi tối, tôi muốn xem chiếu sáng của những tượng tuyết nên buổi tối đã đi bộ ra đường, trời quá lạnh đi bộ chỉ 10 phút thôi mà tôi run lên cầm cập. Mặc dù mặc đến mấy lớp áo, bên ngoài mặc áo khoác dài nhưng giữa chừng không chịu nổi đã phải chạy vào một cái lều có lò sưởi để trú. Tôi thấy có một học sinh phổ thông người ở đây, đi chân đất mặc váy ngắn đi bộ ngoài đường, tôi thấy bất ngờ vô cùng. Có thể hình ảnh của nữ sinh đó làm tôi bất ngờ nhất trong chuyến đi Sapporo này.

2 (Apresiasi Terhadap Film) Belum lama ini saya menonton film berjudul "Berteriaklah dengan Keras", dan itu film yang bagus. Pemeran utamanya adalah atlit sepakbola, jadi genre filmnya adalah film olahraga. Tim sepakbolanya adalah tim yang lemah dan mereka tidak punya uang, sehingga tidak ada yang percaya diri dan mereka sudah menyerah sejak awal untuk memenangkan pertandingan. Di antara mereka, ada pemain yang memiliki tekad kuat dan dia adalah satu-satunya yang seperti itu. Ia mendorong tim itu untuk berubah sedikit demi sedikit, tapi, film ini tidak berakhir bahagia. Film ini tidak seperti “kami berusaha keras dan menjadi sukses”, tapi lebih menggambarkan sisi buruk para pemainnya. Saya merasa ini sangat nyata. Saya tidak akan memberitahu lebih jauh lagi karena nanti akan menjadi bocoran cerita, namun menurut saya film ini layak untuk ditonton. Saya benar-benar merekomendasikannya. Film ini akan mengubah perspektif Anda tentang kehidupan.

(ความประทับใจเกี่ยวกับภาพยนตร์) วันก่อนได้ไปดูภาพยนตร์ เรื่อง "จะกู่ร้องให้ก้องโลก" เป็นเรื่องที่ดีมากเลยล่ะ พระเอกเป็นนักกีฬาฟุตบอล ประเภทของหนังจัดว่าเป็นหนังกีฬา เป็นทีมฟุตบอลที่อ่อนแอแล้วก็ไม่มีเงิน ทุกคนไม่มีความมั่นใจและท้อแท้กับการแข่งขันตั้งแต่แรก แต่ในนั้นมีนักกีฬาเพียงคนเดียวที่มีจิตวิญญาณหิวโหย ทำให้ทีมค่อย ๆ เปลี่ยนไป แต่เรื่องก็ไม่ได้จบลงอย่างมีความสุขหรอก ไม่ใช่ว่า "พยายามแล้วจะประสบความสำเร็จ" มีฉากที่สะท้อนถึงจิตใจที่สกปรกของนักกีฬา ทำให้รู้สึกเสมือนจริงมาก บอกหมดเดี๋ยวจะทำให้ไม่สนุก คงไม่พูดมากกว่านี้ แต่คิดว่าเป็นเรื่องที่มีค่าควรแก่การไปดู ขอแนะนำให้ดูนะ เชื่อว่ามุมมองในการใช้ชีวิตของคุณจะเปลี่ยนไป

(Cảm nghĩ về bộ phim) Hôm nọ, tôi có xem một bộ phim có tựa đề là "Hét lớn" rất hay. Nhân vật chính là một cầu thủ bóng đá, nên có thể phân loại bộ phim vào thể loại phim thể thao. Đây là một đội bóng yếu, không có tiền, ngay từ đầu mọi người đều không có tự tin đã định từ bỏ thi đấu. Tuy nhiên, trong đó có một tuyển thủ đầy nhiệt huyết làm đội bóng thay đổi từng ngày nhưng bộ phim này lại không phải kết thúc có hậu. Bộ phim này không phải thể hiện ý "cố gắng thì sẽ thành công" nhưng tái hiện lại mặt tiêu cực trong giới cầu thủ. Tôi cảm nhận bộ phim rất thật. Nếu nói thêm nữa thì lộ hết nội dung phim nên tôi không nói thêm nữa, nhưng tôi nghĩ đây là bộ phim đáng xem. Tôi thực sự muốn giới thiệu cho các bạn. Chúng ta sẽ thay đổi quan điểm cuộc đời con người.

解説 Penjelasan คำอธิบาย Giải thích

① やつ

物や人を指す、カジュアルな言い方です

Penyebutan informal untuk menyatakan sesuatu atau seseorang

เป็นคำเรียกสิ่งของหรือคนแบบไม่เป็นทางการ

Cách nói thông tục chỉ người hoặc vật.

② 日本熱（にほんねつ）

○○熱で、そのことに夢中になることを表します。

"○○ 熱 (demam○○)" mengacu pada seseorang yang tergila-gila pada sesuatu.

สำนวน ○○熱 หมายถึงรู้สึกหลงใหล คลั่งไคล้ในเรื่องนั้น

Cách nói「○○熱」(lửa ○○) thể hiện ý đam mê một thứ gì.

③ さっぽろ雪（ゆき）まつり

北海道の札幌で毎年行われる雪と氷の有名なお祭りです。

Festival Salju dan Es yang terkenal, diadakan setiap tahun di Sapporo, Hokkaido.

เทศกาลที่มีชื่อเสียงมากเกี่ยวกับหิมะและน้ำแข็งของเมืองซัปโปโร เกาะฮอกไกโด ซึ่งจัดขึ้นทุกปี

Lễ hội băng và tuyết nổi tiếng được tổ chức hàng năm tại Sapporo, Hokkaido.

④ ハングリー精神（せいしん）

もっと上の地位に上りたいという強い気持ち。

Keinginan yang kuat untuk mencapai posisi yang lebih tinggi.

มีความรู้สึกแรงกล้าที่อยากจะไต่เต้าไปสู่ตำแหน่งที่สูงกว่า

Thể hiện ý chí mạnh mẽ mãnh liệt để vươn lên tầm cao.

⑤ ドロドロした

心の汚い部分が見えるような様子を表す擬態語です。

Onomatope untuk mengungkapkan keadaan terlihatnya sisi buruk dari seseorang.

เป็นคำแสดงอาการที่แสดงถึงสภาพจิตใจที่สกปรก

Từ láy thể hiện trạng thái mà ở đó ai đó xem thấy được cái xấu xa của lòng người.

⑥ ネタバレ

映画や本の内容が見たり読んだりする前にわかってしまうという意味です。

Artinya, isi film atau buku sudah diketahui sebelum ditonton atau dibaca.

หมายถึง การได้รู้เรื่องหรือเนื้อหาของภาพยนตร์หรือหนังสือก่อนที่จะได้ดูหรืออ่านเรื่องนั้น

Có nghĩa là nội dung quyển sách hay bộ phim được biết trước khi xem hay đọc.

コラム ❻ kolom คอลัมน์ Chuyên mục

日本語学習者にインタビューしました！

Kami telah mewawancarai pembelajar bahasa Jepang!
สัมภาษณ์ผู้เรียนภาษาญี่ปุ่น
Chúng tôi đã phỏng vấn hỏi ý kiến người học tiếng Nhật.

Q：シャドーイングの練習をして、あなたの日本語はどう変わりましたか？

文法を考えないで日本語がスルッと口から出てきたときは、びっくりした。

シャドーイングで練習した言葉が、実際の会話で出てきたとき、嬉しかった。

日本人にどうしてそんな表現を知っているの？とおどろかれた。

お気に入りの日本語が増えた。

会話形式のシャドーイングは実生活での応用が大いに期待できます。みなさんも学校や電車の中でシャドーイングを練習して、自然な日本語を身につけましょう。

Q : Setelah Anda berlatih shadowing, perubahan seperti apa yang Anda rasakan pada bahasa Jepang Anda?

Saya sangat terkejut ketika saya tidak lagi memikirkan tata bahasa, dan saya berbicara bahasa Jepang dengan sangat natural.

Saya merasa sangat senang ketika kata-kata yang saya latih dalam shadowing muncul dalam percakapan sebenarnya.

Orang Jepang sampai terkejut dan menanyai saya, "Dari mana Anda mengetahui ungkapan seperti itu?"

Ungkapan bahasa Jepang favorit saya bertambah.

Anda boleh yakin percakapan yang muncul di shadowing dapat dipraktikkan dalam kehidupan sehari-hari. Berlatihlah shadowing di sekolah atau di kereta sehingga membuat bahasa Jepang Anda akan lebih natural.

Q : ฝึกแชโดอิ้งแล้ว ภาษาญี่ปุ่นของคุณเปลี่ยนไปไหม

รู้สึกประหลาดใจมากที่สามารถพูดภาษาญี่ปุ่นออกมาจากปากได้คล่องโดยที่ไม่ต้องคำนึงถึงไวยากรณ์เลย

รู้สึกดีใจที่ได้พบสำนวนที่ฝึกในแชโดอิ้งในบทสนทนาในชีวิตจริง

คนญี่ปุ่นเขาตกใจว่า ทำไมเราถึงรู้จักสำนวนแบบนั้น

มีภาษาญี่ปุ่นที่ชื่นชอบเพิ่มมากขึ้น

การฝึกแชโดอิ้งในรูปแบบของบทสนทนา เชื่อได้ว่าจะเอาไปประยุกต์ใช้ในชีวิตจริงได้มาก ขอให้ทุกคนลองฝึกแชโดอิ้งที่โรงเรียนหรือในรถไฟดู จะสามารถพูดภาษาญี่ปุ่นได้อย่างเป็นธรรมชาติเลย

Q : Các bạn luyện tập theo phương pháp Shadowing (nói theo), tiếng Nhật các bạn có thay đổi không?

Em bất ngờ vì không cần phải suy nghĩ nhiều ngữ pháp mà vẫn có thể nói tiếng Nhật được một cách rất tự nhiên.

Em rất vui vì em có thể sử dụng những cách nói em đã luyện tập bằng phương pháp Shadowing trong giao tiếp thực tế.

Người Nhật bất ngờ và hỏi em "tại sao em có thể biết những cách nói như thế?"

Em tìm được những cách nói mà em thực sự rất thích.

Chúng tôi mong muốn những đoạn hội thoại các bạn luyện tập trong giáo trình này giúp các bạn có thể ứng dụng trong cuộc sống hàng ngày. Các bạn hãy luyện tập Shadowing ở trường hay trên xe điện để tiếng Nhật của các bạn có thể trở nên tự nhiên.

著者紹介

齊藤仁志（さいとうひとし）　ふじやま国際学院・校長
深澤道子（ふかざわみちこ）　カイ日本語スクール・講師
掃部知子（かもんちかこ）　カイ日本語スクール・元講師
酒井理恵子（さかいりえこ）　カイ日本語スクール・講師
中村雅子（なかむらまさこ）　カイ日本語スクール・講師
吉本惠子（よしもとけいこ）　東京女子大学 現代教養学部・講師

新・シャドーイング
日本語を話そう！ 初〜中級編
インドネシア語・タイ語・ベトナム語訳版

New・Shadowing : Let's speak Japanese!
Beginner to Intermediate Edition
Indonesian, Thai, Vietnamese translations

2021年 3月28日　新版 第1刷
2024年 8月29日　新版 第3刷

著者　齊藤仁志・深澤道子・掃部知子・酒井理恵子・中村雅子・吉本惠子
発行人　岡野秀夫
発行所　くろしお出版
〒102-0084　東京都千代田区二番町4-3
Tel 03-6261-2867　Fax 03-6261-2879
URL https://www.9640.jp　Mail kurosio@9640.jp
印刷　亜細亜印刷
翻訳　Kurnia Inderawati（クルニア・インドゥラワティ）（インドネシア語）
Eva Karunia（エファ・カルニア）（インドネシア語）
Tasanee Methapisit（タサニー・メーターピスィット）（タイ語）
Trần Công Danh（チャン・コン・ヤン）（ベトナム語）
本文・装丁デザイン　鈴木章宏
編集　市川麻里子
音声　ボイス・プロ&ビデオサポート

ISBN978-4-87424-858-4 C2081

音声について

Berkas Audio/เกี่ยวกับไฟล์เสียง/File âm thanh

音声はこちらからダウンロードして、
練習してください。

Silakan unduh berkas audionya sini dan gunakan untuk berlatih.
กรุณาดาวน์โหลดไฟล์เสียงจากที่นี่เพื่อนำไปฝึกฝน
Có thể tải file âm thanh dùng để luyện tập tại đây.

https://www.9640.jp/shadowing/

⚠ **無断でウェブにアップロードすることは違法です。**
Mengunggah ke web tanpa izin adalah tindakan ilegal.
การนำไปอัพโหลดทางเว็บไซต์โดยไม่ได้รับอนุญาตเป็นการกระทำที่ผิดกฎหมาย
Hành vi upload trên mạng mà không được sự đồng ý là phạm pháp.

※CDは別売りです。／CD dijual terpisah／มี CD จำหน่ายต่างหาก／CD bán riêng.